ஆகோள்

கபிலன் வைரமுத்து

டிஸ்கவரி பப்ளிகேஷன்ஸ்
எண்: 9, பிளாட் எண்: 1080A, ரோஹிணி பிளாட்ஸ்
முனுசாமி சாலை, கே.கே.நகர் மேற்கு,
சென்னை - 600 078. பேச: 99404 46650

வெளியீட்டு எண்: 0173

ஆகோள் *(நாவல்),* கபிலன் வைரமுத்து©
Aagol (Novel), **Kabilan Vairamuthu**©

அட்டை ஓவியம்: கோ.ராமமூர்த்தி
பின் அட்டை ஓவியம்: ஹாசிப்கான்
First Edition: November - 2022
Second Edition: January - 2023
ISBN: 978-93-95285-16-2
Pages: 184
Rs.220

Publisher • Sales Rights

Discovery Publications	**Discovery Book Palace (P) Ltd**
No. 9, Plot,1080A, Rohini Flats, Munusamy Salai, K.K.Nagar West, Chennai - 78. Tamilnadu, India. Mobile: +91 99404 46650	No. 1055-B, Munusamy Salai, K.K.Nagar West, Chennai-600 078. Ph: (044) 4855 7525 Mobile: +91 87545 07070

discoverybookpalace@gmail.com / www.discoverybookpalace.com

இந்த நூலில் பிரசுரமாகியுள்ள எந்த ஒரு பகுதியையும் எழுத்துபூர்வமான முன்அனுமதி பெறாமல் எடுத்தாள்வதோ, மறுபிரசுரம் செய்வதோ, மொழியாக்கம் செய்வதோ, ஊடகங்களில் மறுபதிப்புச் செய்வதோ, காப்புரிமைச் சட்டப்படி தடை செய்யப்பட்டுள்ளது. இந்த நூலிலிருந்து சில பகுதிகளை மேற்கோள்காட்டி நூல்அறிமுகம் செய்யலாம்.

உங்கள் மொபைல் போனிலிருந்து ஸ்கேன் செய்து 'டிஸ்கவரி புக் பேலஸ்' மொபைல் ஆப்பை டவுன்லோடு செய்து, புத்தகங்களை வாங்குங்கள்.

காணிக்கை

பெருங்காம நல்லூர் கலவரத்தில் உயிர்நீத்த பெருமக்களுக்கு...

பதிப்புரை

ஆதிமனிதன் முதலில் வேலிகட்டியது மண்ணிற்காக அல்ல, மாடுகளுக்காக என்ற உண்மையை உணர்ந்துகொள்ள ஏராளமான சான்றுகளை சங்க இலக்கியங்களில் காணலாம். அவர்களது ஆகப்பெரும் சொத்தாக இருந்த மாடுகளைக் கவர்ந்து போவதும், அதை மீட்பதும்தான் பெரும் போராக, படையெடுப்பாக பதிவாகியுள்ளது. இதைத்தான் 'ஆகோள்' என்றார்கள். ஆனால் காலம், மாடுகளைப்போல மனிதர்களையும் நடத்தியுள்ளது என்ற வரலாற்றுப் பதிவின் பின்னணியில் விரியும் இந்நாவல், ஒரு புறம் வரலாறும் இன்னொரு புறம் சமகாலத்திய அறிவியல் சாத்தியங்களோடு எதிர்கால அறிவியல் கூறுகளையும் கொண்ட ஒரு மேஜிக் கயிறாக வாசகர்களுக்குக் கிடைத்துள்ளது என்று சொல்லலாம்.

'ஒரு பெருங்கதை என்பது பல கிளைக் கதைகளையும், சில துணைக் கதைகளையும் கொண்டதாக இருக்க வேண்டும்' என்று சொல்வார்கள். 'ஆகோள்' என்ற இந்த நாவலின் எந்த அத்தியாயத்தை நீங்கள் திறந்தாலும் அதுவே ஒரு தனிக் கதையாக விரியும். அத்தனைக் கதைகளும் ஒட்டுமொத்தமாக ஒரு பிரபஞ் சத்தில் இயல்பாக இணைவதுதான் இந்த நாவலின் தன்மை. ஓர் அத்தியாயத்தை நாம் கவனமின்றி கடந்து சென்றாலும், ஒரு பக்கத்தில் ஒரு வரியை நாம் தவறவிட்டாலும் இந்தக் கதையின் உள்ளடக்கத்தையும் உண்மைகளையும் நாம் தவறவிட வாய்ப்பிருக்கிறது. அந்தவகையில், இதுவரை சமகால இலக்கியத்தில் பதிவாகாத ஒரு முழுமுதற் தொழில்நுட்ப உலகத்தைத் தன் கதை வழி வாசகர்களுக்கு வழங்கியிருக்கிறார் கபிலன் வைரமுத்து. கதை, திரைக்கதை, வசனம், பாடல்கள், கவிதை, சிறுகதை,

நாவல் என மொழியின் அனைத்துத் தளங்களிலும் வெற்றிகரமாக இயங்கிவரும் கபிலன் வைரமுத்துவின் பதினோராம் படைப்பு இது. நான்காவது நாவல்.

குற்ற இனச் சட்டம் குறித்தும், அதையொட்டிய மக்களின் வாழ்வியல் குறித்தும் கதைகளும், கட்டுரைகளும், ஆய்வுகளும் வந்திருந்தாலும் அது குறித்த கபிலன் வைரமுத்துவின் அணுகுமுறை புதிய விவாதங்களை உருவாக்க வல்லது. நகரத்தில் பிறந்து வளர்ந்து, ஆஸ்திரேலியாவில் கல்வி கற்ற கபிலன் வைரமுத்து, நூறு ஆண்டுகளுக்கு முன் தென்மாவட்டத்தின் ஒரு சிறு கிராமத்தில் நிகழ்ந்த ஒரு கலவரத்தை அருகில் இருந்து பார்த்ததைப் போல் எழுதியிருப்பது அவரது தீவிரமான உழைப்பிற்குச் சான்று. தேசிய நீரோட்டத்தில் பதிவாகாத நம் மண்ணின் ஒரு முக்கியமான வரலாற்றை நிகழ்கால கதையாடலோடு கபிலன் வைரமுத்து எழுதியிருப்பது நல்லதொரு பங்களிப்பு. தற்கால தமிழ் இலக்கிய வாசகர்களுக்கு ஒரு புதிய அனுபவமாக 'ஆகோள்' இருக்கப்போவது உறுதி.

– மு.வேடியப்பன்
11.11.2022

பெயரும் முகவரியும்...

ஆகோள் எனில் 'ஆநிரை கவர்தல்' என்று அறியப்படுகிறது. 'கல் பேடு தீயன் அந்தவன் கூடலூர் ஆகோள்' என்று புள்ளிமான் கோம்பை கல்வெட்டில் பதியப்பட்டிருக்கிறது. சங்க காலத்தில் சிற்றரசுகளின் இடையே நிகழ்ந்த போர்களில் எதிரியின் ஆடு, மாடுகளைக் கவர்ந்து வரும் செயலாக இது கருதப்பட்டது. ஒரு தரப்புக்கு வீரச் செயலாகவும், மறு தரப்புக்கு களவுச் செயலாகவும் இது கொள்ளப்பட்டது.

காலம் மாறும்போது சொல் தனது சூழலை இழக்கிறது. காலங்களைத் தாண்டி ஒரு சொல்லைக் காப்பாற்ற அதன் அர்த்தத்தை ஆழப்படுத்திக்கொள்வது உதவும் என்பது என் எண்ணம். ஆடு மாடுகள் என்பவை எதிராளியின் வளங்களில் ஒன்று. அவற்றைக் கவர்தல், அவர்களை பலம் இழக்கச் செய்யும் செயல். எனில் ஆகோள் என்பது, எதிராளியின் வளங்களில் ஒன்றைக் கவர்ந்து அவர்களை பலம் இழக்கச் செய்யும் செயல் என்று கருதலாம். இத்தகைய பொருளில்தான் எனது நான்காவது நாவலுக்குப் பெயர் சூட்டியிருக்கிறேன். இரண்டாம் நூற்றாண்டுச் சொல்லை இருபத்தோராம் நூற்றாண்டுக்கு அழைத்துவருவதில் பெருமை கொள்கிறேன்.

நவீன உலகம் வேகவேகமாக விரிந்துகொண்டிருக்கிறது. நாம் புரிந்துகொள்ள முடியாத வேகத்தில் அது பயணிக்கத் தொடங்கி யிருக்கிறது. புரிந்துகொள்ள முடியாது என்பதை ஏற்றுக்கொள்ள நம்மில் பலருக்கு மனமில்லை. அது செல்லும் வழியில் செல்வதால் நாம் நம்மைப் புதுப்பித்துக்கொள்வதாக ஒரு மாயையில் மகிழ்ந்து கொள்கிறோம். அதுவும் ஒருவகை நிம்மதி.

எழுத்தாளர்கள் நீண்ட நாட்கள் நிம்மதியோடு இருப்பதில்லை. எதிர்காலத்தை, கடந்தகாலத்தின் ஜன்னல் வழியாக வேடிக்கைப் பார்ப்பதுதான் என் கதையின் முயற்சி.

'ஆகோள்' மறக்கமுடியாத சில நினைவுகளின் அடிப்படையில் ஒரு புனைவு. எதார்த்த எல்லைகளை விட்டு தாவிக் குதித்து விளையாடும் அபூத புனைவு வகை. கதாபாத்திரங்கள் அனைவரும் நுட்பமானவர்கள் என்பதாலும், தங்களைத் தாங்களே வெளிப்படுத்திக்கொள்ளத் தெரியாதவர்கள் என்பதாலும் அவர்களை நீங்கள் கண்கொத்திப் பாம்புபோல கண்காணிப்பது நல்லது.

இருவேறு பேரனுபவங்களை உள்ளடக்கிய இந்தப் பயணத்தில் எனக்கு உறுதுணையாக இருந்த தொழில்நுட்ப வல்லுநர்களுக்கும் ஆய்வாளர்களுக்கும் அறிஞர்களுக்கும் நூலாசிரியர்களுக்கும் என் மனமார்ந்த நன்றிகள். நவீன வாசகர் தலைமுறைக்கு வெற்றிகரமாக அடித்தளம் அமைத்துக்கொண்டிருக்கும் 'டிஸ்கவரி பப்ளிகேஷன்ஸ்' நிறுவனத்துக்கும், நண்பர் திரு. மு.வேடியப்பன் அவர்களுக்கும் என் வாழ்த்துகளும் நன்றியும்.

'ஆகோள்' உலகத்துக்கு உங்களை அன்பு கலந்த எச்சரிக்கையோடு வரவேற்கிறேன்.

- கபிலன் வைரமுத்து

17.11.2022

00000000001

மதுரை – தெற்கு வெளிவீதி - வண்டிப்பேட்டையின் சாமித் திண்ணை. ஆனச்சாத்தனின் மொத்தக் கொத்தும் வழுக்கி விழுந்த வெளவால்களைப்போல் படுத்து உருண்டு சுருண்டு கிடந்தனர். உறக்கம் வெறும் போர்வைதான். கொண்டுவந்த வேல்கம்பு, கவண், வட்டக்கல், கொடுக்கருவா, ஈச்சாங்கத்தி, சின்ன கடப்பா, நாட்டுக்கயிறு எல்லாம் சுறுசுறுப்பாக இருக்கிறதா என்று சோதித்துக்கொண்டிருந்தனர்.

“கஞ்சா உருண்டய நக்கிப்புடாதடா, அது நாய்க்குப் போட” வேட்டியில் உருண்டைகளை முடிந்து வைத்திருந்த வலியனை எச்சரித்தான் ஆன.

வலியன், பசி தாங்கமாட்டான் என்று ஆனச்சாத்தனுக்குத் தெரியும். களவுக்கு மருத்துவ முதல்உதவிக்காக தன் உருமா கட்டில் சொருகி வைத்திருக்கும் உப்பு வத்தலையும், வெங்காய உருண்டைகளையும், மிளகையும் களவு முடிந்ததும் வலியனுக்குத் தரவேண்டும் என்று உள்ளுக்குள் ஏற்கெனவே அவன் உயில் எழுதிவிட்டான்.

“ஆன, உடும்பன் எம்பிக்கிட்டு வரான். எம்புட்டு நேரம் அடஞ்சுக் கெடப்பான் தெரிலயே” – உடும்போடு வருவது வலியனுக்கு முதல்முறை.

“டேய் சின்னச்சாமி, அந்தக் கல்ல அதுக்குக் கவ்வ கொடுக்கறாப்ல கொடுத்து வேமா எடு பாப்போம்”

ஆனச்சாத்தன் சொன்னபடி கவணில் சுழல்வதற்காக வைத்திருந்த வட்டக்கல் ஒன்றை, தன் மூட்டை மடிப்பில் இருந்து

எடுத்து, நார்ப்பெட்டியின் மூடியை கீற்று திறந்து, உள்ளே உடும்புக்கு வாய் காட்டி வெடுக்கென இழுத்துக்கொண்டான் சின்னச்சாமி. கடிக்கக் கூடாததைக் கடித்துவிட்டதாலோ அல்லது எதையோ கடித்துவிட்ட வெற்றி போதையினாலோ உடும்பின் துள்ளல் கொஞ்சம் குறைந்தது.

திண்ணையைவிட்டு எழுந்து சோம்பல் முறித்தவர்கள் ஆனச்சாத்தன் காட்டிய பாதையில் கரட்டுப் புழுவைப்போல மேட்டிலும் இறக்கத்திலும் ஊர்ந்துஊர்ந்து அக்ரகாரத்துக்குள் நுழைந்தனர். பகலெல்லாம் குதிரைவண்டியும் மாட்டுவண்டியும் ஓடிக்கிடந்த தடங்களை இரவு விழுங்கிக்கொண்டிருந்தது.

கர்னல் ஹெரான் தெருவில் இரண்டாவது வீடு, மூன்றாவது மாடி. வருவாய் அதிகாரிகள், வரி செலுத்தாதவர்களின் உடைமைகளைக் கவர்ந்து வந்து கொலு வைத்திருந்த பல அலுவலகங்களில் அதுவும் ஒன்று. நெல் மூட்டைகள், மண்பானைகள், கொழு தேய்ந்த ஏறு, வேட்டித்துணி, வண்டி கம்மல், அண்டா, வெடக்கோழி, வெள்ளாடு என பொருளும் உயிரும் கமகமக்கும் அறைகள் மூன்றாவது மாடியில் இருக்கின்றன. அதையெல்லாம் களவாட வரவில்லை ஆனச்சாத்தன்.

தொப்பியைத் தலைக்கு வைத்துத் தூங்கிக்கொண்டிருந்தான் ஒரு காக்கிக் காவலாளி.

“நாய்த்தூக்கம் போட்டு காவ காத்த நாம எங்க? ஊரக் காவு கொடுத்த இந்த எருமப் பயலுக எங்க? அந்தச் செவனுக்கு என்ன கொற வச்சமோ?”

குனியத் தெரியாத ஆனச்சாத்தன் தலைகுனிந்து பேசிய சில வார்த்தைகள் அவன் கொத்து ஆட்களை ஒரு நொடி அசைவிழக்கச் செய்தது. இன்னும் சிலமணி நேரங்களில் விடிந்துவிடும் என்பதால் விரைந்து செயல்பட நினைத்தனர் காளப்பன்பட்டி எளந்தாரிகள்.

நார்ப்பெட்டியைத் திறந்து உடும்பை வாலும் காலும் பின்னித் தூக்கி, வேட்டியில் முடிந்துவைத்திருந்த துண்டுக்கறியை அதன் வாயில் திணித்து, அதன் முதுகில் நாட்டுக்கயிறை இறுக்கி மூன்றாவது மாடிச் சுவர் நோக்கி வீசி அடித்தான் ஆனச்சாத்தன்.

அது மாடியின் ஜன்னல் கம்பி ஒன்றைக் கவ்விக்கொண்டது. உடும்பில் இருந்து தொங்கிய நாட்டுக்கயிறைப் பிடித்துக்கொண்டு வலியனும் அவனைத் தொடர்ந்து சின்னச்சாமியும் சரசரவென ஏறினார்கள். இனி உடும்பை நம்ப முடியாது என்று கயிறை வலியன் தன் இடுப்பில் சுற்றிக்கொள்ள முயற்சித்தபோது அது

உடும்பின் முதுகில் இருந்து முடிச்சவிழ்ந்து வலியனுடைய கை தவறி கீழே விழுந்தது.

“டேய் வெளக்கெண்ண! நான் என்ன பறந்தா வர முடியும்? ஒன்னிய எல்லாம் கொத்துல சேத்ததுக்கு, என் மண்டைய கொய்யாக் கட்டையாலயே அடிக்கணும்டா”

ஆனச்சாத்தனுக்கு வருவது கோபமா என்று தெரியாத வண்ணம் வந்துபோகும். கீழே விழுந்த கயிறை மீண்டும் மேலே வீச அவனுக்கு விருப்பமில்லை. தரையில் கிடந்த மண்ணை எடுத்து தன் கைகளிலும் தோளிலும் மார்பிலும் பூசிக்கொண்டான். உடும்புக்கு அப்பன் மாதிரி திடுமென சுவரில் பாய்ந்து மெல்லிய தண்ணீர்க்குழாயில் கனம் பாய்ச்சாமல் கை கால் பதித்து, உடலைக் குறுக்கிக்கொண்டு செங்குத்தாய் மூணு வீடு நாலு வீடு கட்டி, அதிவேகமாய்ப் பாய்ந்து முன்னேறி மூன்றாவது மாடி ஜன்னலைப் பிடித்துவிட்டான் ஆனச்சாத்தன்.

சேமிப்புக்கிடங்கின் ஐந்தாவது அறையின் கதவை உடைத்தான். அதன் பரண் மீது பல மூட்டைகள் கிடத்தப் பட்டிருந்தன. கிடுகிடுவென ஏறிப் பார்த்தான். ஜமீன்தார்கள் வீட்டு ஆடைகளும், ஆபரணங்களும், வாசனைத் திரவியங்களும் கிடந்தன. அவற்றின் இடுக்கில் புழுதிபடிந்த ஒரு மூட்டை கவிழ்ந்து கிடந்தது. அதை நிமிர்த்தி அதன் தலைச்சணலைப் பிரித்தான் ஆனச்சாத்தன். உள்ளே ஏராளமான வளரிகள். அதில் ஒரு வளரி மட்டும் யானைத் தந்தத்தால் ஆனது. ஆனச்சாத்தன் அதை எடுத்துத் தடவிப்பார்த்துவிட்டு மீண்டும் உள்ளே வைத்தான்.

“பொது சனம் எந்த ஆயுதமும் வச்சிருக்கக் கூடாதுனு வெள்ளக்காரன் சட்டம் போட்டப்ப, நம்ம பெருசுக இது மொத்தத்தையும் மூட்டக்கட்டி ஊருக்குள்ள பாதுகாத்து வச்சிருந்தாக. ராபர்ட்னு ஒரு அதிகாரி, படையோட வந்து நம்மாளுகள அடிச்சுப் பிடுங்கி இதத் தூக்கியாந்தான். இன்னிக்கு அதே வெள்ளக்காரப் பயலுவ மத்த சாதிக்காரகள தூண்டிவிட்டு நம்மாளுகள இந்தச் சில்லாவ விட்டே தொரத்த... கலவரத்த உண்டுபண்ணிட்டானுக. ஆயுதத்த புடுங்கறதும் இவனுங்கதான், மறுபடியும் அதப் புடிக்க வைக்கறதும் இவனுங்கதான்”

மூட்டையை இறுகக்கட்டி பரணில் இருந்து இறக்கிக்கொண்டே ஆனச்சாத்தன் இந்தக் கதைகளை வலியனுக்கும் சின்னச்சாமிக்கும் சொல்லிக்கொண்டிருந்தான்.

மூவரும் வளரி மூட்டையைச் சுமந்துகொண்டு அக்ரகாரத்தை விட்டு வெளியேறும்போது வலியனின் ஈச்சாங்கத்தி வாசலில்

கிடத்தப்பட்டிருந்த ஒரு லாந்தர் விளக்கில் உரசிவிட்டது. அந்தச் சத்தம் கேட்டு எழுந்த காவலாளிகள், ஆன கொத்தைத் துரத்தத் தொடங்கினர். முன்னால் ஓடுகிறவனில் வல்லவன், பின்னால் ஓடுகிறவனில் வல்லவன் என்று களவில் இரண்டு வல்லமைகள் உண்டு. ஆனச்சாத்தனும் சின்னச்சாமியும் முன்னால் ஓடுவதில் வல்லவர்கள். வலியன் யாரையேனும் துரத்திக்கொண்டு பின்னால் ஓடுவதில் வல்லவன். அதைப் புரிந்துவைத்திருந்த ஆனச்சாத்தன் ஓடுவதைத் தவிர வலியனுக்கு வேறெந்த வேலையையும் கொடுக்க விரும்பவில்லை. "நீ ஓட மட்டுஞ்செய் வலியா" என்று சொல்லிவிட்டு ஆனையும் சின்னச்சாமியும் ஓடிக்கொண்டே கவண் கொண்டு கற்களை எறிந்தார்கள். அதிக சத்தத்தோடு கல் எறிவதில் ஆனச்சாத்தன் திறமைக்காரன்.

துரத்தி வந்த காவலாளிகள் பலர் கல்லடிப்பட்டு நின்று விட்டனர். ஒரு கூட்டம் மட்டும் நில்லாமல் ஓடிவந்தது. ஆனச்சாத்தன் ஓடும்போது எதையோ மிதித்துவிட்டான். ஒரு நொடி உற்றுப்பார்த்தான். அது மிகச்சிறிய சாரப்பாம்பு. அதை அள்ளிச்சுருட்டி கவண் இடுக்கில் கட்டி வீசினான். தங்களை நோக்கி வந்தது பாம்பு என்று காவலர் படை உணர்ந்தபோது அங்கும் இங்கும் தெறித்து ஓடினர். அடுத்து நாட்டுக்கயிறைப் பிய்த்து நான்கைந்து முறை வீசினான். அதையும் பாம்பென நம்பிப் பதறிப்போனார்கள்.

கவ்வ வந்த நாய்களுக்கு சின்னச்சாமி கஞ்சா உருண்டையை வீச, அவை அதைத் தின்று, வேகம் இழந்து புதர்களுக்குள் போய்ப் படுத்துக்கொண்டன.

ஆன கொத்து மூன்றாவது வண்டிப்பேட்டையைத் தாண்டி முள்ளுக்காட்டுக்குள் நுழையும்போது பின்னால் துரத்திவந்த துப்பாக்கிப்படை குண்டு பாய்ச்சியது. சின்னச்சாமி தன்னை நோக்கிவந்த ஒரு குண்டை வேல்கம்பில் வாங்கினான். ஆனச்சாத்தனின் வேட்டி மடிப்பில் ஒரு குண்டு பாய்ந்து உப்பும் வெங்காயமும் வத்தலும் தெறித்து விழுந்தன. அடுத்த குண்டு அவன் தோள்பட்டையைத் துளைத்தது. அடுத்த விநாடி மூவரும் மாயமானார்கள். துப்பாக்கிப்படை எந்தத் திசையில் போவது என்று புரியாமல் வந்த திசையில் திரும்பினர். வலியனும் சின்னச்சாமியும் தன்னோடு வரவேண்டாம் என்று பாதிக்காட்டில் பிரித்துவிட்ட ஆனச்சாத்தன், இடது தோளில் குண்டடிப்பட்ட காயத்தோடும், வலது தோளில் வளரி மூட்டையோடும் இரவெல்லாம் சில மைல் தூரம் ஓடிவந்து காளப்பன்பட்டி ஆலமரத்தடியை வந்தடைந்தான்.

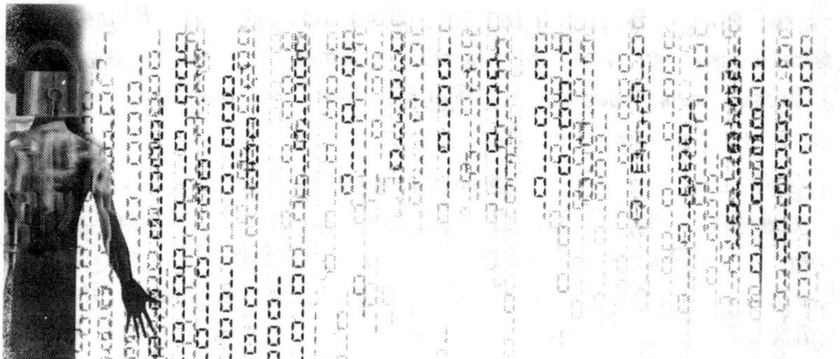

00000000002

நித்திலனின் ஐ ஃபோன் 23, நூறு சதவிகித மின் திறனோடு தயாராக இருந்தாலும், அதிகாலை அதை அவன் சீண்டவில்லை. எழுந்தது முதல் எலுமிச்சை சாதத் தயாரிப்புப் பணிகளில் தன்னைப் பிழிந்துகொண்டிருந்தான். ஒவ்வொருமுறை சாதத்தைக் கிண்டும்போதும் கிடாயில் இருந்து கிளம்பும் வாசனையை அவன் கண்மூடி ரசித்தான். அந்த ரசனையை ஒரு சிரிப்பாகவும் வெளிப்படுத்த அவன் வெட்கப்படவில்லை. அவன் சமைப்பதே சிரிப்பதற்குத்தான். அவனுடைய நிதானத்தை வெட்டி வைத்தது போல் நிறைவட்டமாக காத்துக்கிடந்தன வறுவலுக்கான உருளைக்கிழங்குகள்.

பச்சை, சிவப்பு, மஞ்சள், ஊதா என ஏழெட்டு உணவுக்கூடைகள். ஆகாஷ், சாதனா, புவனேஷ் என்று கூடையின் அடிவயிற்றில் பெயர்கள் எழுதப்பட்டிருந்தன. எட்டுமணி முதல் பிள்ளைகளும் அம்மாக்களும் நித்திலன் வீட்டு அழைப்பு மணியை ஒருவருக்குப் பின் ஒருவராக அழுத்தத் தொடங்குவர். ஒவ்வொரு கூடையாக வெளியேறும். சென்னை நுங்கம்பாக்கத்தில், தான் வசிக்கும் ஆனந்தா அடுக்குமாடிக் குடியிருப்பில், பள்ளி செல்லும் குழந்தைகளுக்கு மதிய உணவு கட்டித்தருவது நித்திலனே கேட்டு வாங்கிய பகுதிநேரப் பணி. கணினிக் கருவிகளில் இருந்து மீளும் 'டீடாக்ஸ்' சிகிச்சைக்காக மருத்துவர் அறிவுரையோடு நித்திலன் மேற்கொண்டிருக்கும் ஒருசில முயற்சிகளில் இதுவும் ஒன்று.

இணையப் போக்குவரத்தை ஆராய உதவும் 'ஆர்கஸ்' என்ற மென்கருவிக் குறித்து இரவெல்லாம் வாசித்து, திருடுபோன

தரவுகளைக் கண்விழித்து மீட்டு, அதிகாலை ஐந்து மணிக்குத்தான் தலையணைத்தான். முழுநேரப் பணியைப் பொருத்தவரை நித்திலன் ஒரு மலையில் இருக்கிறான். சமயத்தில் அவனே மலையாக இருக்கிறான்.

இந்தியக் குடிமக்கள் அனைவருக்கும் ஒரு பொதுமையான திட்டத்தின் கீழ் குடிமை எண் வழங்கும் 'அடையாள்' என்ற தொலைநோக்கு முகமையின் முழுமுதற் தொழில் நுட்பப் பணிகளில் ஈடுபட்டிருக்கிறது சிரியஸ் நிறுவனம். உறுப்பினர் சேர்க்கை, நம்பகச் சோதனை ஆகிய பணிகளுக்குச் செயல் மற்றும் தொழில்நுட்பக் கட்டமைப்பு உருவாக்கி நூற்றுக்கணக்கான அலுவலகப் பணியாளர்களும் ஆயிரக்கணக்கான களப்பணியாளர்களும் பணியாற்றுகிறார்கள். சிரியஸ் நிறுவனத்தின் 'அடையாள்' பிரிவில் தரவு பாதுகாப்பு அணியில் 'வல்னரபிலிட்டி அனலிஸ்ட்டாக' (vulnerability analyst) இருக்கிறான் நித்திலன். 'வல்னர்' நித்தி என்றே பலராலும் அழைக்கப்படுகிறான். அது வல்லுனரின் சுருக்கம் என்று சிலர் நினைத்துக்கொள்வர்.

நித்திலனின் பொறுப்புகள் நுட்பமானவை:

- பெருந்தரவு மையத்தில் கணினி அமைப்புகளை வரையறுத்து வடிவமைத்தல்.
- அனுமதி மற்றும் அங்கீகார நிரல்களை வடிவமைத்துச் செயல்படுத்துதல்.
- தகவல் மறையாக்கம் செய்தல்.
- மையத்திற்கான அனைத்து இணைப்புகளையும் கண்காணித்தல். அனுமதியற்ற உள்நுழைவு உண்டா எனப் பார்த்தல்.
- பாதுகாப்புப் பராமரிப்புக்கான நிரல்களைச் சரிபார்த்தல். 'எஸ்.க்யூ.எல். இன்ஜெக்ஷன்' போன்ற மீறல்கள் ஏதேனும் நிகழ்ந்திருக்கிறதா என்று ஆராய்ந்தறிதல்.
- நிர்வாகமும் பணியாளர்களும் கடைப்பிடிக்க வேண்டிய பாதுகாப்பு ஆலோசனைகளை வடிவமைத்தல். அதைக் கடைப்பிடிக்க ஊழியர்களுக்குப் பயிற்சிக் கொடுத்தல்.
- கணினி இணையங்களில் ஊடாடிகள் செலுத்திப் பாதுகாப்பு சோதனைகள் நிகழ்த்தல். பணி மையங்களில் இருக்கும் கணிப்பொறிகளில் பாதிப்புகளைக் கண்டறிதல்.

இந்தியப் பெருந்தரவு மையத்திற்கு நித்திலன் ஒரு நவீன காவல்காரன். நித்திலன் அரசியலுக்கு வந்தால் 'இந்தியக் குடிகளின் பயோமெட்ரிக்ஸ் தகவல் பாதுகாப்புப் படையின் தானைத் தளபதி' என்று விளிப்பதற்கு வசதியானவன். அவன் வரமாட்டான்.

நித்திலனின் பூர்விகம் நத்தம். ஆனால், கடந்த நான்கைந்து தலைமுறைகளாக சென்னையில்தான் பிறப்பும் வளர்ப்பும்; வெகுமானமும் தேய்மானமும். 'நத்தம் நித்திலன்' என்றுதான் அவன் அணி இயக்குனர் பிரமிள் சாமிநாதன் அவனை அழைப்பார். அவருக்கு நித்திலனைப் பிடிக்குமோ இல்லையோ 'நத்தம் நித்தி' என்ற சத்தம் பிடிக்கும்.

பெற்றோர்கள், பூர்விக நிலத்தில் விவசாயம் பார்க்க ஊர் திரும்பிவிட்டனர். வாரம் ஒருமுறை செல்பேசித் திரையில் அவர்களைத் தொடர்புகொண்டு, தொடர்பு கிடைத்ததும் தொடர்பு துண்டிக்கப்பட்டு வேறு வேலைகள் பார்த்துக் கொண்டிருப்பான். அதுவரை, துடைக்காத தன் மேசையை அப்பொழுதுதான் துடைப்பான். எப்பொழுதோ வாங்கிவைத்த புத்தகத்தை அப்பொழுதுதான் புரட்டுவான். செங்கா அவனுக்குக் கொடுத்தப் பரிசுகளில் எதைக் கழிப்பது எதைச் சேமிப்பது என்று யோசிப்பான். நல்லச்சாமியும் பரமேஸ்வரியும் தன் மகனிடம் ஊர்க் கதைகளையும், விவசாய நிஜங்களையும், மனதாரப் பேசிவிட்டு ஜன்னல் பறவைகளைப்போல திரையில் சில நொடி சிறகடித்துவிட்டுப் பின் மறைவர். அம்மா பரமேஸ்வரி, நித்திலனுக்கு அடிக்கடி வைக்கும் ஒரே கோரிக்கை தாடியை மழிக்கக் கேட்பது.

"அந்தத் தாடிய எடுத்தா ஒலகம் தலகீழா போயிருமாக்கும். அழகான மொகத்த பொதக்குழிலயே வச்சிருக்கியேப்பா"

பரமேஸ்வரி சொல்வது உண்மைதான். நித்திலன் அழகன் என்பதற்கு உலகம் வகுத்த விதிகளுக்குட்படாத அழகன். அளவான உயரம். குறையாத குட்டித் தொப்பை. சிறுதானியம் போல் சின்ன கண்கள். வாரி வகுடெடுக்க அவசியமில்லாத இறுகிய சுருட்டை முடி. இருண்டுபோன இரண்டு மாத தாடி. அத்தனையும் தாண்டி அவனுக்குள் இருக்கும் ஏதோ ஒரு தேடல்தான் அவனுடைய தேஜஸ். அது அவன் கண்களில் ஏன் தாடியிலும்கூட ஒளியேற்றிவிடுகிறது. அது அவன் தொழில் சார்ந்த தேடலாக இருக்கலாம். அல்லது தன் காதலி செங்காந்தளால் நேர்கிற தொலைதலாக இருக்கலாம். தேடலும் தொலைதலும் காதலில் ஒரே நிகழ்வுதானே!

“நேத்து நீங்க செஞ்ச இஞ்சிக்கோழி பிரமாதம்! தேங்க் யூ நித்திலன்”

கூடை வாங்க வந்த ஆகாஷ், அம்மா மஞ்சுளாவுக்கு, நித்திலனைக் கூடைக்கு வெளியிலும் பிடிக்கும். மஞ்சுளா சொன்ன நன்றியில் ஒரு கொஞ்சல் ஒட்டிக்கிடந்ததை உணர்ந்த நித்திலன் அதில் கொஞ்சம் மட்டும் வாங்கிக்கொள்வதுபோல் புன்னகை செய்தான்.

பிரமிள் சாமிநாதன் இரண்டாவது முறையாக அழைத்திருந்தார்.

“உண்மையா நித்தி?”

“ஆமாம் சர். ஒரு நபரோட அடையாள் டேட்டாவ ஐநூறு ரூபான்னு ‘வாட்சேப்’ல வித்திருக்காங்க!”

“டிஸாஸ்டர்!”

“நியூஸ் மீடியாக்குப் போகாம இருக்க நம்ம பி.ஆர். டீம் எவ்வளவோ முயற்சி செஞ்சும் ரெண்டு மூணு யூட்யூப் சேனல்ல வந்துருச்சு. அது ஒரு வாரம் குட்டி போடும். அப்புறம் அடங்கிரும்”

“ஐ நோ நித்தி. காலைல பத்து மணிக்கு சி.இ.ஓ. மீட்டிங் இருக்கு. ரிப்போர்ட்டோட வந்துருங்க”

“ரெடி சர்”

00000000003

கொஞ்சும் கரும்பழுப்பு நிறத்தில் ஒளிர்ந்த அந்தப் பந்து, சோதனைக் கருவியில் இருந்து நழுவித் தரையில் உருண்டது. தூக்கணாங்குருவிக் கூட்டை, லட்டு பிடித்ததுபோல் தோற்றம். ஒரு தாவரத்தின் வேர்ப் பந்து என்று உற்றுப் பார்த்தால்தான் தெரியும். தன் தாய்நிலத்தின் பெயரைச் சொல்லிக்கொண்டே உருள்வதைப்போல் சீரான தாளத்தில் உருண்டது. அதை ஓடிச்சென்று எடுத்த ஆய்வுக்கூட உதவியாளர் மீண்டும் அதைக் கருவியில் புகுத்தியதும் அந்த வேர்ப்பந்தின் பல்வேறு குணங்கள் சோதிக்கப்பட்டன. கூடத்தின் தலைவர்போல் காட்சியளித்த ஒரு சகுனிப் பெரியவர், வேர் பற்றிய குறிப்புகளைத் தன் கணினியில் பதிவு செய்துகொண்டிருந்தார்.

மத்திய உள்துறை அமைச்சகத்தின் செயலர் லிங்கா மற்றும் காவல்துறை உயர் அதிகாரிகள் சிலர் கண்ணாடி அறைக்கு வெளியே அமர்ந்து ஆய்வுக்கூடத்தின் பணிகளைத் திரைவழி கண்காணித்துக் கொண்டிருந்தனர். அவர்களுடைய பார்வையில் ஒரு தீவிரமானக் காத்திருப்பு காணப்பட்டது. அது அந்த அறையின் சராசரி வெப்பத்தை அதிகப்படுத்தியது. கூடத்தில் இருந்து பெரியவர் அவ்வப்போது ஒலிபேசி வழி செயலர் லிங்காவுடன் சில தகவல்களைப் பகிர்ந்துகொண்டிருந்தார்.

“தி மாடுலஸ் ஆப் ரப்ச்சர் இஸ் குட், கம்பரெசிவ் ஸ்ட்ரென்த் இஸ் நார்மல் ரேஞ்ச்...” என்று அவர் வேரின் தன்மைகளைப் பற்றி உரை விளக்கம் நிகழ்த்திகொண்டிருந்தபோது,

“சர், அத வச்சு யாரும் குடிச போடப் போறதில்ல. நமக்குத் தேவையான அம்சங்கள மட்டும் நீங்க டெஸ்ட் பண்ணி சொன்னா போதும்!”

உள்துறைச் செயலரின் அந்தத் தாவல், பெரியவருக்குப் பிடிக்கவில்லை. ஐந்து வினாடி மௌனம். அதுதான் அவர் கோபம். பெரியவர் கணினியில், தான் பதிவு செய்திருந்த பல்வேறு தகவல்களைச் செயலரின் மின்னஞ்சல் முகவரிக்கு அனுப்பினார்.

"மெயில்" என்று ஒலிபேசியில் துப்பிவிட்டு அவர் கொண்டு வந்திருந்த ஆப்பிள் துண்டுகளை உண்ணத் தொடங்கினார்.

செயலர் லிங்கா மின்னஞ்சலைத் திறந்து ஆய்வுக்கூடத்தின் அறிக்கையை முழுவதும் வாசித்தார். அதன் முடிவில் 'எக்ஸ்ட்ரீம் மேட்ச்' என்ற முடிவைப் பார்த்ததும் அவர் முகத்தில் மலர்ச்சி. அறிக்கையின் இரண்டாம் பாகத்தில் வேரின் முக்கியத்துவம் குறித்தும் அதன் தொலைநோக்குப் பயன்பாடுகள் குறித்த வரைபடங்களும் காணப்பட்டன. கேட்டலி என்ற தாவர இனத்தின் வேர் என்பதால், 'கேட்டலியம்' என்று அந்த வேர்ப்பந்துக்குப் பெயரும் சூட்டியிருந்தார் பெரியவர்.

"செடியோட பேர்தான வேருக்கு? கேட்டலினு சொன்னா போதாதா? புதுசா எதுக்குப் பேர்?"

லிங்கா ஒலிபேசியில் கேட்டதில் இருந்து, தொடர்ந்து ஐந்து ஆப்பிள் துண்டுகளைச் சுவைத்த பின்னரே பெரியவர் பேசினார்.

"நீங்க அந்த வேர வேராவே விட்டுட்டா அதே பேர் வச்சுக்கலாம். ஆனா, இப்ப அது வேற ஒரு பயன்பாட்டுக்கு 'ரா மெட்டிரியல்' ஆகப்போது. ஒரு பொருளுக்கோ உயிருக்கோ பண்பாட்டுப் பேரத் தாண்டி பயன்பாட்டுப் பேரும் வேணும்"

பதில் சொல்லிவிட்டு கடைசி ஆப்பிள் துண்டைக் காட்டி, "வேணுமா" என்று கேட்டார்.

லிங்கா, "வேண்டாம்" எனச் சிரித்தார்.

"ஸ்டீவ் ஜாப்ஸ் கடிச்சுக் கொடுத்தாதான் வாங்கிப்பீங்களா?"

பெரியவரின் பேச்சுக்கு ஈடுகொடுக்க லிங்காவுக்கு நேரமில்லை. மின்னஞ்சலை உள்துறை அமைச்சகத்துக்கும், பிரதமர் அலுவலகத்துக்கும் பகிர்ந்தார்.

ஜன்னல் கம்பிகளில் ஒட்டிக்கொண்டிருக்கும் மழைத் துளிகளைப்போல் மினுமினுப்பான நரைகளைக் கொண்ட தாடிக்காரரர்தான் நாற்பத்து ஐந்து வயது லிங்கா. சென்னை ஐ.ஐ.டி.யில் 'ஆல்ட்டர்னேட் கம்யூனிகேஷன்ஸ்' துறையில் ஆராய்ச்சி செய்து முனைவர் பட்டம் பெற்றவர். உள்துறை அமைச்சகப் பணிகளுக்கு இடையில் அவ்வப்போது தகவல்

தொடர்புக்கான புதிய தொழில்நுட்பங்களைக் கண்டறிந்து அவற்றுக்குக் காப்புரிமையும் வாங்கி வைத்துக்கொள்வது அவரது பொழுதுபோக்கு.

'ரியல் எர்த்' ஆய்வகத்தில் இருந்து பழைய டெல்லியின் பராத்தா வாலி கலி உணவுக்கடைக்குச் செல்லும் வழியில் சாலையோரம் சில புறாக்களைப் பார்த்துவிட்டார்.

"ஹே... ஹோல்ட் ஆன்!"

ஓட்டுநர் சட்டென வண்டியை நிறுத்தியதில் பாதி புறாக்கள் பறந்துவிட்டன.

சத்தமில்லாமல் இறங்கிச்சென்ற லிங்கா, மிச்சமிருந்த புறாக்களின் வால் பாதையில் சிறிதுநேரம் கைகட்டி நின்றார். அவை பறக்கும்வரை கூர்ந்து கவனித்துவிட்டுத் தன் செல்பேசியில் எதையோ குறித்துக்கொண்டார். கீழே கிடந்த இறகுகள் சிலவற்றைச் சேகரித்தார்.

பராத்தா வாலியில் ராப்ரி பராத்தா சாப்பிடும்போது அதன் உள்ளிருக்கும் பால் வெளியே ஒழுகுவதற்குள் லிங்காவுக்கு அமைச்சரிடம் இருந்து அழைப்பு வந்துவிட்டது. அவருக்கும் ஒன்று வாங்கி வரச்சொன்னார்.

"சர், டிட் யூ சீ த ரிப்போர்ட்?"

"கேட்டலியம்?"

"யெஸ் சர்"

"குட் நேம்"

லிங்கா சிரித்தார்.

"கிரேட் நியூஸ் பார் த நேஷன்"

"அப்சல்யூட்லி சர்"

"கம் டு தி டெஸ்ட்ரண்ட்"

"ஆன் தி வே சர்"

இன்னொரு ராப்ரி பராத்தா வாங்கிக்கொண்டு லிங்கா புறப்பட்டார்.

கபிலன் வைரமுத்து | 23

00000000004

அந்த நகரத்தில் எல்லா மனிதர்களும் கருப்புக் கண்ணாடி அணிந்திருந்தனர். அது ஏன் என்று மோகன் ஜனார்த்தனனைத்தான் கேட்க வேண்டும். மீட்டாவெர்ஸ் என்ற முப்பரிமாண சமூக வலைத்தளத்தில் அவர் உருவாக்கியிருக்கும் கற்பனை மெய்நிகர் உலகம் அது. தான் எழுதும் கதையில் எழுத்தாளர் ஒருவர் தன்னையே ஒரு கதாபாத்திரமாக அமைத்துக்கொள்வது போல், மோகன் உருவாக்கும் கற்பனை உலகில் அவருடைய பிரதிநிதி அவதாரமாக அவருடைய 'மிரர்' இருக்கிறது. அவரது தோற்றத்தையொத்த அந்தப் பொம்மை உருவம்தான் அந்த நகரத்துக்குள் வசித்து, அதன் வளர்ச்சியில் ஈடுபட்டு வருகிறது. மோகன் தன் நண்பர்களையும் தன் கணினி நகரில் 'மிரர்' செய்திருக்கிறார். அவரவர் கணக்கில் இருந்து அவர்கள் அனைவரும் அந்த நகரத்தில் அவ்வப்போது இணைந்துகொள்வர். நேற்று அந்த நகரத்தில் புதிய வகை மிருகம் ஒன்றை உருவாக்கினார். நீர் நகங்கள் கொண்ட மிருகம் அது. நகங்கள் இருக்கும் இடத்தில் நீள வெள்ளைக் கோடுகளைப்போல நீர் பாய்ந்துகொண்டே இருக்கும். அது நகரத்தையும் சுற்றுப்புறத்தையும் நனைத்துக்கொண்டே இருக்கும். அது வீட்டுப்பிராணியா அல்லது காட்டுப்பிராணியா என்று முடிவு செய்வதற்குள் அலுவலகத்தில் பல பணிகள் அவரை ஆக்கிரமித்துக்கொண்டன. இன்னும் அது முடிவு செய்யப்படாமலே இருக்கிறது. 'ஆக்மெண்டட் ரியாலிட்டி ஹெட் செட்' அணிந்திருந்தவர் அதை நள்ளிரவில் கழற்றிவைத்தார். சிரியஸ் நிறுவனத்தின் தலைவர் நிழல் உலகத்தில் நீண்டநேரம் இருக்க முடியாது.

மோகன் ஜனார்த்தனனின் தலைக்குமேல் இன்னொரு மனிதர் நின்றுகொண்டிருப்பது போன்ற உயரம். ஒரு தொழிலதிபருக்கே உரிய தங்க வழுக்கை. மீசை என்றுமே வளர்த்ததில்லை. ஆனால், தன் மெய்நிகர் மீட்டாவெர்ஸ் நகரில் தன்னுடைய தோற்றத்துக்கு மீசை வளர்த்து அழகு பார்த்துக்கொண்டிருக்கிறார். ஒரு புத்தகத்தின் அட்டைப்படத்துக்கு எப்பொழுதும் தயாராக இருக்கும் தீர்க்கமான முகம். நவீன இந்தியா குறித்தும் எதிர்கால தொழில்நுட்பங்கள் குறித்தும் அவர் எழுதிய புத்தகங்கள் பல்கலைக்கழகங்களில் பாடமாக ஏற்கப்பட்டிருக்கின்றன. ஐம்பத்து ஐந்து வயது என்று பிறப்புச் சான்றிதழ் சொல்கிறது. 'நான் எப்பொழுதுமே எதிர்காலமற்ற இருபத்தோரு வயது முட்டாள்' என்று அவரே சொல்வதுண்டு.

சென்னை, போயஸ் கார்டன் வீட்டில் இருந்து சிரியஸ் அலுவலகத்துக்குச் செல்லும் வழியில் பாம்குரோவ் காபியை அவர் தவற விடுவதில்லை. அவரைப் பார்த்ததும் உணவகத்தில் காக்கி உடை அணிந்த ராதாகிருஷ்ணன் தாத்தா சுதந்திரத்துக்கு முந்தைய ஒரு சிரிப்பைச் சிரித்து வரவேற்பார். இன்னும் ஒருமணி நேரத்தில் பிரதமர் அலுவலகத்திலிருந்து அழைப்பு வரும் என்ற பதற்றத்தையோ அவசரத்தையோ காபிக்குக் கிடத்தாமல் அதைக் குடித்து முடித்தார். கோப்பையின் கடைசி ஈரம் தீரும்போது அவர் மனம் அலுவலகம் வந்துவிட்டது.

"2018ல கிட்டத்தட்ட 200 கவர்ன்மென்ட் வெப்சைட்ஸ் அடையாள் தகவல்கள பப்ளிக்கா லீக் பண்ணாங்க. எல்லாரும் ஆக்சஸ் செய்யற மாரி ஆயிடுச்சு. இது அந்தந்த டிபார்ட்மென்ட்ஸ் தெரியாம செஞ்சது. அடையாள் நம்பர் பான் கார்டு, டிரைவிங் லைசன்ஸ்னு எல்லாத்தோடயும் லிங்க் ஆகியிருக்கிறதால அவங்க எதையோ ஆக்சஸ் பண்ணப் போய் அடையாள் கயோஸ்க் ஓபன் ஆயிருச்சு. அதே மாரி கவர்ன்மென்ட் எம்பளாயீஸ் 5000 பேரால அடையாள் டேட்டாவ ரீச் பண்ண முடிஞ்சிருக்கு. உங்க அட்வைஸ்படி அவங்க அத்தன பேருக்கும் எந்த ரைட்ஸ்சும் கொடுக்காம நாம ப்ளாக் பண்ண பிறகுதான் அது சரியாச்சு. ஆனா நேத்து நடந்தது யாரும் எதிர்பார்க்கல"

சிரியஸ் நிறுவனத்தின் அடையாள் இயக்குனர் பிரமிள் சாமிநாதன் தலைகுனிந்து பேசிக்கொண்டிருந்ததை மோகன் ஜனார்த்தனன் இமைக்காமல் பார்த்துக்கொண்டிருந்தார். முக்கிய பொறுப்பாளர்கள் சிலரும் அந்த அறையில் கைகட்டி நின்றனர்.

"ஒரு குடிமகனோட அடையாள் தகவல 500 ரூபாய்க்கு வித்திருக்காங்களே. அட்லீஸ்ட் ஒரு 1000 ரூபாய்னு வச்சிருந்தா நாம இத்தன நாள் செஞ்ச வேலைக்கு மரியாதையா இருந்திருக்கும்"

அது மோகன் ஜனார்த்தனின் எள்ளல் அல்ல மெஞ்சினம் என்று பிரமிளுக்குத் தெரியும். உடன் இருந்த குழுவினர்க்கும் தெரியும். அவர்கள் அனைவரும் ஒரு மன்னிப்பை எதிர்பார்த்துக் கொண்டிருந்தனர்.

“இந்தியால ஒரு குடிமகன் அதுவும் குறிப்பா ஏழைகள், ஒரு ஊர்ல இருந்து இன்னொரு ஊருக்கோ ஒரு மாநிலத்துல இருந்து இன்னொரு மாநிலத்துக்கோ போனா எந்த அடையாளமும் இல்லாம தொலைஞ்சு போறாங்க. எந்த நிறுவனத்துக்குப் போனாலும் இல்லாத டாக்குமெண்ட்ஸ் கேட்டு, புரியாத ஃபார்ம் கொடுத்து ஃபில்லப் பண்ணச் சொல்லி, இல்லாதவங்கள ஒரு மிரட்சியிலயே வச்சு மிரட்டிகிட்டு இருந்த நம்ம நாட்ல, இந்த அடையாள் நம்பர்தான் ஒரு பெரிய மாற்றத்தக் கொடுத்திருக்கு. ஒரு குடிமகன இந்த உலகம் நம்பறத்துக்கு ஓரே ஒரு எண் போதும். அரசு கொடுக்கிற எல்லா சலுகைகளையும் ஒருத்தர் அனுபவிக்க ஒரு அடையாளம் போதும். இப்படிப்பட்ட ஒரு ஸ்கீமோட டிக்னிட்டிய பாதுகாக்கறதத் தவிர இந்த வாழ்நாள்ல உங்களுக்கு வேறென்ன பெரும இருக்க முடியும்? வேற என்ன வேல இருக்க முடியும்?”

எல்லார் கண்களையும் பார்க்கிறார் மோகன். எந்தக் கண்ணிலும் வார்த்தை இல்லை.

“எப்படி நடந்துச்சு பிரமிள்?”

“சர், சவுண்ட்ஸ் லைக் டிபிகல் டேட்டா ஸ்வீப்பர். கஸ்டமர் யூசேஜ் அப்ப ஒரு மைக்ரோ செகண்ட் டேட்டா டீக்ரிப்ட் ஆகும். அடுத்த நொடியே என்க்ரிப்ட் ஆயிரும். அந்த மைக்ரோ செகண்ட் இன்டெர்வெல்ல டேட்டாவ ஸ்வீப் பண்ற ஒரு மால்வேர் எழுதி அடிச்சிருக்காங்க”

“பிரமிள், சைபர் ஸ்பேஸ்ல ஏராளமானத் திருடங்க இருக்காங்க. இன்னும் நிறைய வருவாங்க. திருடனப் பிடிக்கிறது நம்ம வேல இல்ல. வீட்டக் காப்பாத்தறதுதான் நம்ம வேல. வீட்டக் காப்பாத்தணும்னா வீட்ட சரியாப் பூட்டணும். வீட்டாளுகளோட அனுமதி இல்லாம வீட்டுக்குள்ள வேற யாரும் வரமுடியாத அளவுக்குப் பாதுகாப்பு அம்சங்கள பலப்படுத்தணும். எனக்கு மேலிடத்துல இருந்து வர்ற பிரஷர உங்க தலமேல வைக்கமாட்டேன். ஆனா உங்க பிரஷர் என்னென்னு நீங்க புரிஞ்சக்கணும்”

“யெஸ் சர், நேத்து நம்ம வல்னரபிலிட்டி அனலிஸ்ட் நித்திலன் மட்டும் இல்லனா இந்த லீக்க நாம நிறுத்தியிருக்க முடியாது சர்”

"ஆமாம். பாத்தேன். நைட்டோட நைட்டா அந்த மால்வேர்க்கு எதிரா ஒரு கில்வேர் எழுதி, ஹேக்கரோட சிஸ்டம கரெப்ட் பண்ணி, அவனக் கண்டுபிடிச்சும் கொடுத்திருக்காரு. கிரேட்!"

அப்போது அந்தப் பகுதியில் மின்சாரம் தடைப்படுகிறது.

"சர், நம்ம கம்பெனிக்கு மட்டும்தான் பவர் போயிருக்கு"

"ஸ்மார்ட் கிரிட் பவர் சோர்ஸ் பெயிலியர் ஆகியிருக்கும்னு நினைக்கிறேன். ரெகுலர் சோர்ஸ்சுக்கு மாத்திவிடச் சொல்லுங்க"

"சர்..."

"நித்தி கேபின்ல இருக்காரா?"

பிரமிள் நித்திலனுக்கு செல்பேசியில் அழைக்கிறார்.

"பார்க்கிங்ல இருக்காரு சர். வர சொல்லவா?"

'ஆம்' என்று தலையாட்டிவிட்டு ஜன்னலைத் திறந்துவிடுகிறார் மோகன். எதிரில் அமைக்கப்பட்டிருந்த ஸ்மார்ட் கிரிட் மின்கட்டுமானம் ஒரு பிரம்மாண்டமான பிணம்போல் காட்சியளித்தது.

000000000005

பழைய டில்லியின் சஞ்சய் வனம் பகுதியில் அமைந்திருந்தது அந்தச் சுரங்கப் பாசறை.

சில ஏக்கர் தூரத்துக்கு உருவாக்கப்பட்டிருந்த அந்தத் தொழிலறையில் சின்னச்சின்ன அறைகளாகக் கிடந்த கூடங்களில் வெவ்வேறு உதிரிப் பாகங்கள் தயாரிக்கப்பட்டுக் கொண்டிருந்தன. மையத்தளத்தில் வீற்றிருந்தது அந்த நீல ராட்சஸம்.

அதை ரயில் என்று சொல்லிவிட முடியாது. நீலநிறம் கொண்ட பல விண்வெளி ஓடங்கள் ஒன்றன்பின் ஒன்றாக இணைக்கப்பட்டதைப் போன்ற தோற்றம். காண்போரை அதற்கு உடனடியாக பெயர் வைக்கவிடாது. ஆனாலும், அந்தப் பாசறையில் இருந்தவர்கள் அதை ரயில் என்றுதான் அழைக்கிறார்கள். ‘வீர் ஜடாயு’ என்று அரசு வைத்தப் பெயர் அந்த ஓடங்களின் மையப்பகுதியில் மிளிர்ந்தாலும் அது அந்தப் பாசறை அதிகாரிகளுக்கும் ஊழியர்களுக்கும் பழகவில்லை.

உள்துறை அமைச்சர் ராஜ்குமார், பாதுகாப்புத்துறை துணை அமைச்சர் பகதூர் ஷா, ராணுவ முப்படை முதன்மைச் செயலர் கோவர்த்தன் சர்க்கார், பேரா கமேண்டோ படையின் சிறப்பு அதிகாரி நிஷா பைலட் ஆகியோர் மையத்தளத்துக்கு வருகை தந்தனர். அந்தத் தொழிலறையில் பணியாற்றும் பெரும்பாலான அதிகாரிகளும் ஊழியர்களும் தமிழர்கள் என்பதால் உள்துறை அமைச்சர் உள்ளே வந்ததும் ஒலிபேசியில் தட்டுத்தடுமாறி ஒரு திருக்குறள் சொல்வது வழக்கம். பணியாளர்கள் உதட்டளவில் சிரித்துவிட்டும், மனத்தளவில் வள்ளுவருக்கு வருத்தம் தெரிவித்துவிட்டும் பணியைத் தொடர்வர். உள்துறை அமைச்சரோடு வந்திருந்த அவர் பேரன் சௌரவ், அந்தத் திருக்குறளுக்கு அர்த்தம் கேட்டு அடம்பிடித்தான். தாத்தா

விழித்தார். அது ராணுவ ரகசியம் என கோவர்த்தன் அவன் வாயை அடைத்தார்.

ராப்ரி பராதாவுடன் உள்துறைச் செயலர் லிங்கா பாசறைக்குள் நுழைந்தார். அதன் வாசனையை அறிந்த சிறுவன் சௌரவ் அவரிடம் ஓடிச்சென்று அதைப் பிடுங்கிக்கொண்டான். மூன்றே கடியில் மொத்தத்தையும் விழுங்கிவிட்டான். தனக்குப் பாதி கிடைக்கும் என்ற உள்துறை அமைச்சரின் ஆசை நிராசையானது.

தலைமைப் பொறியாளர் ஜெய்சங்கர் அனைவரையும் ஊர்வலமாக அழைத்துச்சென்று அரசு ஆணையோடு உருவாகிக் கொண்டிருக்கும் 'வீர் ஜடாயுவின்' செயல்பாடுகள் எதுவரை வளர்ந்திருக்கின்றன என்று விளக்கினார். ஒவ்வோர் ஓடத்தையும் ஒரு 'பாக்கெட்' என்று அழைக்கிறார்கள். மொத்தம் பன்னிரண்டு பாக்கெட். முதல் பாக்கெட் சோதனைக்குத் தயாராக இருப்பதாகவும் இன்னும் ஓரிரு நாளில் அதை முழுமையாக இயக்கிக் காட்டுவதாகவும் ஜெய்சங்கர் உறுதியளித்தார்.

"அப்ப இன்னிக்கு டெஸ்ட் ரன் இல்லையா?" உள்துறை உரத்தக் குரலில் தன் ஏமாற்றத்தைப் பதிவு செய்தார்.

"என்ட்ராபி மெஷின்ல ஒரு சின்ன பிரச்சன சர். சரியாயிடுச்சு. இருந்தும் இன்னிக்கு உங்கள வச்சுகிட்டு ரிஸ்க் எடுக்க விரும்பல எங்களுக்குள்ள இரண்டு மூனு டெஸ்ட் ரன் ஓடினதும் உங்ககிட்ட சொல்லலாம்னு"

"லிங்கா, உங்க அதர்வாணா ரேடியோ எந்த அளவுல இருக்கு?" கோவர்த்தன் விசாரித்தார்.

"நாளை மறுநாள் டெமோ காட்ட முடியும் சர்"

நிஷா பைலட்டின் கண்கள் மட்டும் திடீரென அலைபாய்ந்தன.

"என்ன நிஷா?" கோவர்த்தனுக்குப் புரியவில்லை.

"சௌரவ்?" நிஷா வலதும் இடதும் தேடினாள்.

உள்துறை அமைச்சரின் பேரன் சௌரவ் அந்தத் தளத்தில் எங்குமே தென்படவில்லை. மொத்த அதிகாரப்படையும் பேரனைத் தேடி வெவ்வேறு திசைகளில் நகர்ந்தனர். அமைச்சர் தவித்துப் போனார். அப்போது யாரும் எதிர்பாராதவிதமாக சில மீட்டர் தூரத்தில் வீர் ஜடாயுவின் முதல் பாக்கெட் நகரத் தொடங்கியது. அதன் கண்ணாடி அறைக்குள் இருந்து சிரித்துக்கொண்டே சௌரவ் கையசைத்தான். ஜெய்சங்கர் திடுக்கிட்டுப் போனார்.

முதல் பாக்கெட்டைத் துணைப்பொறியாளர் குழு பரிசோதிக்கத் தொடங்கிய அந்த வேளையில் சௌரவ் அதில் நுழைந்துவிட்டான். பாக்கெட் நகரத் தொடங்கிவிட்டது. ஒரு

ஹைப்பர்போலிக் குழாய் வடிவிலான தண்டவாளத்தில் அது நுழைந்தது.

"சௌரவ்..!" என்று அமைச்சர் அந்தத் தண்டவாளம் நோக்கி ஓடினார். மற்றவர்கள் அவரைத் தடுத்து நிறுத்தினார்கள். ஜெய்சங்கர் தன் வாக்கி டாக்கியில் துணைப்பொறியாளர் அறையைத் தொடர்புகொண்டு,

"ஸ்டாப் தி ரன்... நவ்... உள்ள பையன் இருக்கான்... கேக்குதா... எனிபடி?"

தொடர்புகொள்வதில் கோளாறு.

நிஷா பைலட் மட்டும் எதையும் பொருட்படுத்தாமல் வேகமாக நகர்ந்துகொண்டிருந்த அந்த ரயில் பாக்கெட் நோக்கி விரைந்து ஓடினாள். அது ஒரு குகைப்பகுதிக்குள் நுழைந்தது. பாக்கெட் மீது பாய்ந்தாள். அதன் கண்ணாடி ஜன்னலை உடைத்து உள்ளே நுழைந்தாள். அதற்குப்பின் அந்தப் பாக்கெட் மறைந்துவிட்டது. சோதனை அறையின் எந்தக் கணினியிலும் பாக்கெட் எங்கே செல்கிறது என்ற பதிவு இல்லை. ஜெய்சங்கர் ஓடிச்சென்று கட்டுப்பாட்டு அறையில் இருக்கும் சாதனங்களின் அளவீனங்களை அதிவேகமாக மாற்றியமைத்தார். மெல்லமெல்ல பாக்கெட் அந்தக் குகையில் இருந்து மீண்டும் மையத்தளம் நோக்கி வந்தது. அமைச்சரும் அதிகாரிகளும் அதன் அருகில் ஓடிச்சென்று பார்த்தபோது சௌரவைத் தன் தோளில் தூக்கிக்கொண்டு நிஷா அந்தப் பாக்கெட் விட்டு வெளியே குதித்தாள். சௌரவ் மூர்ச்சையாகியிருந்தான். அவன் உடலிலும் நிஷாவின் உடலிலும் லேசான தீக்காயங்கள்.

முதல் உதவிக்குழு விரைந்துவந்து சௌரவுக்கு சிகிச்சை அளித்தது. அவன் விழித்துக்கொண்டான்.

"விலேஜ்... பயர்... டெட் பாடிஸ்" என்று ஏதோ கனவு கண்டவனைப்போல் 'வீல்'லென அழத்தொடங்கிவிட்டான். அமைச்சர் அவனை மார்போடு அணைத்துக்கொண்டார். நிஷா பைலட் முகத்தில் சில கீறல்கள். அவளுடைய முதுகிலும் இடையிலும் முதலுதவிக்குழு கசிவுமுறிவு மருந்துகளைத் தடவியது. நடந்ததை நடந்தபடியே சொல்லிவிட, தன் கட்டுப்பாட்டு அறையிலிருந்து தலை தெறிக்க ஓடிவந்தார் ஜெய்சங்கர். பணியாளர்கள் அனைவரும் வெவ்வெறு தளங்களில் இருந்து மையத்தளத்தில் கூடிவிட்டனர்.

"தப்புத் தப்பா திருக்குறள் சொன்னா இப்படித்தான் எடக்கு மடக்கா நடக்கும்" பணியாளர்களில் ஒருவன் பேசியது நிஷா பைலட்டுக்குக் கேட்டது. சத்தம் வந்த திசை நோக்கி அவள் முறைத்ததில் ஒரு பத்துப் பேருக்காவது வேர்த்திருக்கும்.

00000000006

சிரியஸ் அலுவலகத்திற்குள் நுழைந்ததும் காவலர் அறைக்கு பின்புறம் ஒரு வேப்பமரம் உள்ளது. அதன் நிழலில் அமர்ந்து அந்த நாளின் முதல் தேநீரைப் பருகிவிட்டு பணிக்குச் செல்வது நித்திலனின் வழக்கம். சி.இ.ஓ. மீட்டிங் என்பதால் அதற்கு நேரமில்லை. வேப்பமரமற்ற நாளாகவே அது தொடங்கியது.

ஐந்தாவது மாடியில் அமைந்திருக்கும் மோகன் ஜனார்த்தனனின் அறைக்கு வருவதற்குள் 'சர்வர் டவுன்', 'சிக்னல் டிராப்', 'நெட்வொர்க் ஜேம்' என்று ஒரே குடும்பத்தைச் சேர்ந்த வெவ்வேறு புலம்பல்களைச் செவிமடுத்துக்கொண்டே வந்தான் நித்திலன்.

அடையாள் தகவல்கள் கசிவு குறித்து பிரதமர் அலுவலகத்தோடு பேசிவிட்டு அந்தச் சூட்டைத் தணிக்க மீண்டும் தன் மீட்டா நகரத்திற்குள் புகுந்து புல்வெளிக்குத் தண்ணீர் பாய்ச்சிக் கொண்டிருந்தார் மோகன் ஜனார்த்தனன். அவர் உருவாக்கிய மிருகம் அவரது மிரர் உருவத்தை நக்கிக்கொண்டிருந்தது.

"உங்க மீட்டாவெர்ஸ் நகரத்துல ஏன் சர் எல்லாரும் கருப்புக் கண்ணாடி போட்டிருக்காங்க?"

கேள்வி கேட்டுவிட்டு மோகனின் கணினித்திரையில் விரிந்துகிடந்த அந்த நகரத்தையே பார்த்துக்கொண்டிருந்தான் நித்திலன். மோகன் தன் மெய்நிகர் கண்ணாடியை உயர்த்தி நித்திலனைப் பார்த்தார்.

"அது இப்ப ரொம்ப முக்கியமா நித்தி?"

"சாரி சர்"

“நேத்து நீங்க சரியான நேரத்துல ஹேக்கர கவுண்டர் பண்ணியிருக்கீங்க. குட் ஜாப். ஆனா நடந்த தப்பு நீங்க செஞ்ச வேலய விட பெருசு”

“தெரியும் சர். ‘டீக்ரிப்ஷன் டிலே’வ கம்மி பண்ணியிருக்கேன். நியூ கீஸ் டெவெலப் பண்ணிருக்கேன். உங்க அப்ரூவல்காக மெயில் அனுப்பியிருக்கேன். இனிமேல் இப்படி நடக்க வாய்ப்பில்ல”

“இனிமே நடக்காதுன்னு நாம கடவுள் பாஷ பேச முடியாது நித்தி. அது நடக்கும்போது பாத்துக்கலாம். நான் இன்னிக்கு உங்கள வரச்சொன்னது இதுக்காக இல்ல. உங்களுக்குப் புதுசா ஒரு டாஸ்க் அசைன் பண்ணியிருக்கேன். இது ஹோம் மினிஸ்ட்ரியோட ‘டபுள் ரெட்’ ஆப்ரேஷன். ஸ்ட்ரிக்ட்லி கான்ஃபிடன்ஷல். நம்ம ஆபிஸ்ல நான் நீங்க பிரமிள் மூனு பேர தவிர வேற யாருக்கும் இது தெரியாது. தெரிய வேணாம்”

“சர்”

“நீங்க ஒரு ‘மினி கண்டெய்னர் பெட்டி’ டிசைன் செய்யணும். அந்தப் பெட்டில ஸ்ட்ரெஸ் பால் சைஸ்ல சின்னச்சின்ன வேர் பந்துகள உள்ள வைக்கப்போறோம். ஒரு பெட்டில குறைஞ்சது நூறு பந்துகள் வைக்க முடியணும். முக்கியமா பெட்டியோட லாக்கர் சிஸ்டம் ரொம்ப ‘ஹார்ட் டு கிரேக்’கா இருக்கணும். பெட்டியோட டைமன்ஷன்ஸ், மத்த ஸ்பெசிபிகேஷன்ஸ் எல்லாம் பிரமிள் உங்கக்கிட்ட சொல்லுவாரு”

நித்திலனுக்கு எளிதில் “யெஸ் சர்” சொல்ல வராது.

“அது என்ன வேர் சர்? தெரிஞ்சுக்கலாமா?”

“கேட்டலியம்”

“டெட்லைன் எதாவது இருக்கா?”

“டென் வொர்க்கிங் டேஸ்”

“பத்து நாள் ரொம்ப...”

“ஜாஸ்தி. வேற எதாவது கேள்வி இருக்கா? இருந்தா கேக்காதீங்க. வேலய ஆரம்பிங்க”

“சர்”

மோகன் மீண்டும் தன் கணினி நோக்கித் திரும்பிக்கொண்டார். நித்தி எழுந்து தன் தோள்பையை மாட்டிக்கொண்டான். கதவருகே அவன் சென்றபோது,

“நித்தி, நீங்க இந்தப் பாதாள பைரவி, மாய மோதிரம் இதுமாரி படங்கள் பாத்திருக்கீங்களா?”

நித்திலனுக்குக் கேள்வி புரிந்தும் கேள்வியின் காரணம் புரியாமல் விழித்தான்.

"சின்ன வயசுல பாத்திருக்கேன் சர். ஆனா எதுவும் ஞாபகம் இல்ல"

"ஹாரி பாட்டர், ஸ்டார் வார்ஸ் இதெல்லாம்?"

"ஹாரி பாட்டர் புக் படிச்சிருக்கேன். மத்தபடி எதுவும்..."

"அந்த உலகமெல்லாம் சுவாரசியமா இருக்கு, நம்ம உலகம் போர் அடிக்குதுனு என்னிக்காவது நெனச்சதுண்டா?"

"இல்ல சர். நம்ம உலகமே எனக்கு சுவாரசியமாதான் இருக்கு. இந்த சுவாரசியத்தையே என்னால சமாளிக்க முடில"

"ஹாஹா..."

நித்திலன் தன் பணியறையில் தேநீர் இல்லாமல் அமர்ந்திருந்ததைப் பார்த்தவர்கள் அனுதாபத்தோடு அவனைக் கடந்து சென்றனர். அந்த வளாகத்தில் தேநீரைத் தவிர அவனுக்கு வேறு தோழமை இல்லை என்று எல்லாருக்கும் தெரியும். அவன் நிறுவனத்தில் அவன் பெரிதும் மதிக்கப்படுகிறான். ஆனால், அந்த மதிப்பைத் தாண்டிய மன நட்பு அவனுக்கில்லை. ராக்கேஷ், தமிழ்ச்செல்வி, முஸ்தபா என அவன் அணியில் இருப்பவர்கள் அவனோடு நெருங்கிப்பழக நினைத்தாலும் பணிச்சுமை காரணமாக நுனி நாக்கு அளவில்தான் பழகினான். அவன் திமிர் பிடித்தவன் என்று சுற்றுவட்டம் அவ்வப்போது கிசுகிசுக்கும். இந்தச் சமூகம் அதிகம் பேசுபவர்களைக்கூட சகித்துக்கொள்ளும். அதிகம் பேசாதவர்களைச் சகித்துக்கொள்ளாது.

உணவு இடைவேளையின்போது மடிக்கணியோடு வேப்பமரத்திற்கு வந்துவிட்டான். "காம்ப்ளக்ஸ் லாக்கர் சிஸ்டம்ஸ்" குறித்த இதழ்களைப் படித்துக்கொண்டிருந்தான். மரத்தின் ஓர் இளங்கிளை அவனை நோக்கி வளைந்திருந்தது. அவனுக்காக அது ஒரு முத்தத்தைத் தேக்கி வைத்திருந்ததுபோல் ஆடிக்கொண்டிருந்தது. காலை மோகன் ஜனார்த்தனன் அறைக்குச் சென்று வந்தது, கன்னித்தீவுக்குப் போய் காய்கறி வாங்கி வந்ததுபோல விசித்திரமாக இருந்தது அவனுக்கு. அவருடைய அவசரமும் கேள்விகளும் நித்திலனுக்குப் புரியவில்லை. தான் உருவாக்கப்போகும் கண்டெய்னர் பெட்டிக்கும் பாதாள பைரவிக்கும் என்ன தொடர்பு என்று அவன் யோசித்துக்கொண்டிருந்தான். அந்த யோசனையின் மீது 'பொத்'தென ஒரு காக்கை எச்சம் விழுந்தது.

நித்திலன் இரண்டு வழிகளில் இளைப்பாறுவான். ஒன்று வேப்பமரத்தடி தேநீர். மற்றொன்று மாயாபஜார் படத்தில் வரும்

"தங்கமே உன் போல தங்கப் பதுமை எங்கெங்குத் தேடியும் யாருமில்ல" பாடல். அந்தப் பாடலின் தொடக்கத்தில் நடிகை சாவித்திரியும் நடிகர் தங்கவேலுவும் மாறிமாறிச் சிரிப்பது நித்திலனுக்குப் பிடிக்கும். பாடலின் இறுதியில் தங்கவேலு கைத்தட்டிக்கொண்டே பாடுவதையும், சாவித்திரி மந்திரம் போட்டு அந்தக் கைகள் ஒட்டிக்கொள்வதையும் பார்த்துப்பார்த்துச் சிரிப்பான். அன்று ஏனோ அவனுடைய தங்கப் பதுமையான செங்காந்தளைத் தேடி தவித்தது மனம்.

00000000007

அவளுக்குக் கிடைத்தத் தகவலை உறுதிப்படுத்திக்கொள்ள அவள் மேற்கொள்ளும் முயற்சிகள்தான் அவளது தனித்துவம். ஆனாலும் நித்திலன், அவளை, "நீ ஒரு வடிகட்டின வாட்சேப் பார்வர்டு" என்றுதான் செல்லமாக அழைப்பான். அதனால் அவளுக்கு வருகிற கோபம் அவனுக்குப் பிடிக்கும்.

அடையாள் தரவுகள் கசிந்தது குறித்து செங்கா என்னும் செங்காந்தள் 'சிறுபுள்ளத்தனம்' என்ற தனது யூட்யூப் தளத்தில் செய்தி வெளியிட்டிருந்தாள். நித்திலன் எவ்வளவு தடுத்தும் அவள் கேட்கவில்லை. அவளைப் பொருத்தவரை வல்நர் நித்திலன் வேறு. தன் காதலன் நித்திலன் வேறு. சமூக விதிமுறைகளைப் பின்பற்றவில்லை என்ற காரணத்திற்காக அவளுடைய காணொளி நீக்கப்பட்டு, ஒளிபரப்புத்துறையின் மாநில அலுவலகம் சார்பில் அவளுக்கு எச்சரிக்கையும் விடுக்கப்பட்டது.

"இது என்ன 'ஜெல்லி'?"

நித்திலனுக்கு அந்த வார்த்தைப் புதிதாக இருந்தது. செங்காவின் படப்பிடிப்பு அரங்கில் அன்றைய அவளது காணொளிக்கான எழுத்துப் படிவங்களைப் புரட்டிக்கொண்டிருந்தான் நித்திலன்.

"வீடியோ பாத்துத் தெரிஞ்சுக்கோ"

அவள் சிகையலங்காரத்தில் மும்முரமாக இருந்தாள். செங்கா, பழம்பெரும் நடிகை ஜமுனாவை அழகானப் பிழைகளோடு வரைந்து வைத்தது போன்ற கறுப்பு வெள்ளை மெல்லழகி. எத்தனை இருட்டிலும் அவள் முகத்தோடு ஓர் ஒளிக்கீற்று பூத்துக் கிடக்கும்.

உதவியாளர் "ஆக்ஷன்" சொன்னதும் செங்கா வாய் மலர்ந்தாள்.

நித்திலன் தன் செல்பேசியில் அவனுக்குப் பிடித்ததொரு கோணத்தில் செங்காவைப் படம் பிடித்துக்கொண்டிருந்தான்.

"நியூ வேர்ல்ட் டெக்னாலஜி க்ரூப் போன வாரம் ஓர் அறிக்க வெளியிட்டிருந்தாங்க. எத்தன பேர் அத பாத்திருப்பீங்கன்னு தெரில. மனித உடல்கள கொரோனா வைரஸ் தாக்கின மாதிரி நம்ம ஒட்டுமொத்த டிஜிட்டல் உலகத்த செயல் இழக்கச் செய்யப்போற ஒரு வைரஸ்தான் 'ஜெல்லி'. ஆமாங்க, அதேதான். பேர்தான் ஸ்வீட்டா இருக்கும். ஆனா இது நம்மள மறுபடியும் கற்காலத்துக்குக் கொண்டு போகிற ஒரு சாத்தான்னு சொல்லலாம்.

நம்ம செல்பேசி, கம்ப்யூட்டர், ரோட்ல டிராபிக் சிஸ்டம், ஸ்மார்ட் கிரிட் பவர், பேங்கிங் சிஸ்டம் வரைக்கும் எல்லாமே ஸ்தம்பிச்சு போறத்துக்கு வாய்ப்பிருக்கிறதா சொல்லப்படுது. கணிப்பொறி வாழ்வாதாரம் காணாம போகலாம். இந்த உலகத்தோடு ஒட்டுமொத்த டேட்டாவும் கரெப்ட் ஆகலாம். இந்த ஜெல்லி வைரஸ் எங்க இருந்து ஆரிஜினேட் ஆச்சுனு இதுவரைக்கும் யாரும் ட்ரேக் பண்ணல. ஆனா, எனக்கு ஒரேயொரு கேள்வி. எல்லாத்தையும் டிஜிட்டலா மாத்தணும்னு அடம்பிடிக்கிறவங்க, அதுக்கு கோடிகோடியா விளம்பரம் செய்றவங்க, அந்த டிஜிட்டல் உலகத்துக்கான பாதுகாப்ப பத்தி கொஞ்சமாவது யோசிச்சாங்களான்னு தெரியல!"

சமூக வலைதளத்துக்கே உரிய உலகப் பேரழிவு தொணியில் அவள் பேசிக்கொண்டிருப்பதாக நித்திலன் நினைத்தான். அவனுக்குச் செங்காவின் உதடு பிடித்த அளவுக்குப் பேச்சுப் பிடிக்காது.

"ஒரு டிஜிட்டல் அப்போகலிப்ஸ்க்கு நாம தயாரா? கமெண்ட் பண்ணுங்க. இது பத்தி அடுத்த வீடியோல நிறையப் பேசலாம்"

'டிஜிட்டல் அப்போகலிப்ஸ்' என்ற வார்த்தை அமைப்பை நித்திலன் ரசித்தான்.

"வ்யூஸ் ஏத்தணும்னு இஷ்டத்துக்கு எதாவது அடிச்சுவிடறது? 'டிஜிட்டல் அப்போகலிப்ஸ்'. நல்லா வைக்கறீங்க பேரு"

அரங்கின் மாடியில் உள்ள தன் வீட்டின் சமையலறையில் நித்திலனுக்கு சப்பாத்தி சுட்டுக்கொண்டிருந்தாள் செங்கா. அவன் பச்சைமிளகாய் கோழிக்கு மசாலா தடவிக்கொண்டிருந்தான்.

"ஒரு தப்பு நடந்தா அத சுட்டிக்காட்றது தப்பா? அடையாள் டேட்டா லீக் ஆனத பத்தி நான் போட்ட வீடியோவ உங்காளுங்க

அதிகாரத்தப் பயன்படுத்தித் தூக்க வச்சுட்டாங்க. வார்னிங் வேற கொடுத்திருக்காங்க. நான் ரொம்ப பயந்துட்டேன்னு சொல்லு"

"செங்கா, நான் அப்பவே சொன்னேன். இதெல்லாம் உனக்குத் தேவ இல்லாத வேல. காரணமே இல்லாம.."

"காரணமே இல்லாம? உங்கள நம்பி பெர்சனல் டேட்டா அத்தனையும் கொடுத்த கோடிக்கணக்கான மக்கள் உன் கண்ணுக்குத் தெரியல? கேக்கத் தெரியாத அவங்க கேள்வி உனக்குக் காரணமா தெரியல?"

"இன்னிக்கு நம்ம குடிமக்கள் இந்தியால எந்த மூலைக்கும் போய் அரசாங்கத்தோட எந்தச் சலுகையையும் அனுபவிக்கறதுக்கு ஆயிரம் டாக்குமெண்ட்ஸ் தேவ இல்ல. அடையாள் ஒன்னு போதும். ஒரு தனி நபருக்கும், நம்ம அரசாங்கத்துக்குமான டிஜிட்டல் தொப்புள்கொடிதான் அடையாள். எவ்வளவு பெரிய முன்னேற்றம் இது!"

"அதான் ஒரு தொப்புள்கொடி 500 ரூபாய்ன்னு வித்த கருமத்தக் கண்கூடா பாத்தோமே. இந்த நாட்ட உங்களுக்கு ஒரு 'சர்வைலன்ஸ் ஸ்டேட்டா' மாத்தணும். எல்லாரையும் கண்காணிக்கணும். எவனும் கேள்வி கேக்காம பாத்துக்கணும். அதுக்கு டிசைன் டிசைனா டெமாக்ரசி விளையாட்டு விளையாடுவீங்க. தொப்புள்கொடியாம் தொப்புள்கொடி..."

"இத பார். எல்லா சிஸ்டம்லயும் பிரச்சன இருக்கும். கொஞ்சம் கொஞ்சமா சரியாகும். எந்தத் திட்டமா இருந்தாலும் அதுல நல்லது கெட்டது இரண்டும் இருக்கும். உன் சோஷியல் மீடியா ஒரு நெகடிவ் மீடியா. அது ஒரு மெகா குப்பத்தொட்டி. அங்க நின்னுகிட்டு நீ பாக்கும்போது எல்லாமே தப்பாதான் தெரியும்"

"சோஷியல் மீடியா நெகடிவ் மீடியா இல்ல. நிஜ மீடியா. எனக்குப் பூந்தொட்டியா இருக்கிறதவிட குப்பத்தொட்டியா இருக்கிறதுதான் பிடிச்சிருக்கு. அப்படியே இருந்துட்டுப் போறேன்"

"ம்ம்... உன்ன அந்தக் கடவுள்தான் காப்பாத்தணும்"

"அந்தக் கடவுள, முதல்ல உங்ககிட்ட இருந்து காப்பாத்தணும்"

"எனக்குச் சாமி நம்பிக்க இருக்குனு கிண்டலா?"

"எனக்கும்தாண்டா நம்பிக்க இருக்கு டாபரு. எனக்குள்ள சாந்தமா இருக்கிற கடவுள நீங்க ஆயுதம் கொடுத்து சர்வாதிகாரியா மாத்த நினைக்கிறதுதான் பிடிக்கல. அதுவும் என் அனுமதி இல்லாம"

"லூசு, சாந்தமா இருந்தா அது கடவுள் இல்ல. வெறும் கல்லு"

"நீ என்னமோ கடவுளோட கபடி ஆடின மாதிரி பேசிகிட்டு இருக்க. மூடிகிட்டு கோழிய கொதிக்க வை!"

"கோழிக்கு இப்ப கொதிக்கற மூட் இல்லையாம்"

அவளுடைய கோபத்தை எப்பொழுதும் ஒரு தழுவலுக்கான அழைப்பாகவே பார்த்துப் பழகியவன் நித்திலன். மயிலறகு போல் அவள் அருகில் சென்று அவளை இறுகக் கட்டிக்கொண்டு நகர்ந்தபோது, "விடுறா என்ன..." என்று அவள் நிலைதடுமாறி கூடத்தில் இருந்த இருக்கையில் கவிழ்ந்தாள்.

"ஹே... அடுப்புல சப்பாத்தி..."

அவள் தப்பிக்க நினைத்தபோது நித்திலன் அவள் உதடுகளில் ஓங்கி முத்தமிட்டான். அவளது சட்டையும் குட்டைப் பாவாடையும் அவன் தொடுதலுக்கு வழிவிட்டதுபோல் ஆங்காங்கே விலகியிருந்தது. நித்திலனுடைய சின்னஞ்சிறு தீண்டல்கள் செங்காவின் கண்களில் மயக்கமாக மொழிபெயரத் தொடங்கின. மெல்லமெல்ல ஆடைகள் நீங்கித் தூரப்போயின. செங்காவின் அடிவயிற்றில் உதடு பதித்து மேலும் கீழும் அலைபாய்ந்தான் நித்திலன். அவன் தவிப்பை அவள் விரும்பினாள். அரசு அடையாள், மக்கள் என பாதியில் நின்ற அவர்களின் சமூக விவாதம், பச்சைமிளகாய் கோழியில் படிந்திருந்தது.

நித்திலன், செங்கா முதுகில் வியர்வைத் துளிகளைப் பருகிக்கொண்டிருந்தபோது அவன் செல்பேசிக்கு வந்த பத்தாவது அழைப்பு அவனுக்குக் கேட்டுவிட்டது. தன்மீது குவிந்திருந்த அவளது விரக வாசனையை சிதறவிடாமல் எழுந்தான். அழைத்தவர் மோகன் ஜனார்த்தனன். பத்தாவது அழைப்பல்ல... பத்து முறையும் அவர்தான் அழைத்திருந்தார்.

00000000008

பலவீனமான 'பாஸ்வேர்டு'தான் காரணம் என்று 'ஜான் திரிப்பர்' சொல்லிவிட்டது. 'நெட்வொர்க் மார்பிங்' நடந்திருக்கலாம் என 'ஸ்பளங்க்' ஐயப்படுகிறது. நித்திலன் அந்த அறிக்கையை எடுத்துக் கொண்டு மோகன் ஜனார்த்தனன் அறைக்குச் செல்லும் வழியில் உள்துறை அமைச்சகத்தின் செயலர் லிங்கா, அடையாள் இயக்குனர் பிரமிள் சாமிநாதனோடு தீவிர உரையாடலில் ஈடுபட்டிருந்தார். கணிப்பொறியில் ஒரு பறவையின் படத்தைக் காட்டி லிங்கா விளக்கியதை பிரமிள் இமை கொட்டாமல் கேட்டுக்கொண்டிருந்தார்.

"அத்தன தடவ கால் பண்ணியும் அட்டெண்ட் பண்ண முடியாத அளவுக்கு அப்படி என்ன செஞ்சுகிட்டு இருந்தீங்க?"

அன்று காலை மோகன் ஜனார்த்தனன் கேட்ட கேள்விக்கு ஒரு நோஞ்சான் பொய்யை நித்திலன் சொன்னபோது, அந்தப் பொய்யில் தோய்ந்திருந்த காமக்குறும்பைக் கண்டும் காணாமல் கடந்துவிட்டார் மோகன்.

இரண்டு நாட்களுக்கு முன் இந்திய ராணுவத்தின் கணிப்பொறியில் இருந்து ஒரு குறிப்பிட்ட ஒலிக்கோப்பு களவாடப் பட்டிருக்கிறது. சீன அரசின் இணைய உளவாளிகள் இதைச் செய்திருக்கக்கூடும் என்பது இந்திய உள்துறை அமைச்சகத்தின் யூகம். ஒலிக்கோப்பு எந்த முறையில் களவாடப்பட்டிருக்கிறது என்பது தெரிந்தால் இனியொருமுறை அது நடக்காமல் தடுக்கலாம் என்று பாதுகாப்புத் துறையும் உள்துறையும் அவரவர் 'சைபர் யூனிட்' வல்லுநர்களை விரட்டிக்கொண்டிருந்தனர். உள்துறை அமைச்சர் ராஜ்குமார், தன் நண்பர் மோகன் ஜனார்த்தனின்

உதவியை நாடியிருந்தார். மோகன் அந்தப் பணியை நித்திலனிடம் ஒப்படைத்திருந்தார்.

அதிகாலை முதல் பல்வேறு மென்கருவிகள் கொண்டு சோதனை நடத்தி முடித்திருந்தான் நித்திலன்.

"பாஸ்வேர்ட் ரொம்ப வீக்கா இருந்திருக்கு சர். அத பயன்படுத்தி நெட்வொர்க் மார்பிங் பண்ணிருக்காங்க"

"நெட்வொர்க் மார்பிங்?"

"ஆமாம் சர். நம்ம நெட்வொர்க்கோட செட்அப் மாதிரியே ஒரு போலி நெட்வொர்க் உருவாக்கி அதுவழியா அவங்களுக்குத் தேவையான தகவல்கள ரீரூட் பண்ணியிருக்காங்க. மத்ததெல்லாம் இந்த ரிப்போர்ட்ல இருக்கு"

"தேங்க் யூ நித்தி"

"சர்..."

"சொல்லுங்க"

"அந்த ஆடியோ க்ளிப்ல 'கேட்டலியம்', 'ஜடாயு' இந்த இரண்டு வார்த்தைகள் அதிகமா இருந்துச்சு. வாய்ஸ் ஹிந்தில இருந்ததால எனக்குப் புரியல. 'கேட்டலியம்'ங்றது... நாம பேசிக்கிட்டு இருக்கிற விஷயமா?"

"ஆமா"

"ஜடாயு?"

"பெட்டி செய்யச் சொன்னனே. அது எந்த அளவுல இருக்கு?"

"பெட்டிக்கு லாக்கர் கோட் டெவலப் பண்ணிக்கிட்டு இருக்கேன் சர். பிரமிள் பெட்டியோட ஃபிசிகல் பேராமீட்டர்ஸ் சொல்லியிருந்தாரு. டிசைன் போய்க்கிட்டு இருக்கு. இன்னிக்கு நைட்டு ஆல்பா மாடல் டெலிவர் பண்றதா சொல்லியிருக்காங்க"

"காத்து, மழ, புயல், மண்ணரிப்பு எல்லாத்துக்கும் அந்தப் பெட்டி தாக்குப்பிடிக்கணும்"

"யெஸ் சர்"

"மாடல் வந்ததும் சொல்லுங்க. சந்திப்போம்"

"சர்"

சிரியஸ் நுழைவாயிலின் நேரெதிர் குறுக்குச்சந்தில் 'நாகாத்தாள் பஜ்ஜி' கடையில் நித்திலன் நின்றிருந்தபோது உள்துறைச் செயலர் லிங்காவின் கார் வெளியேறியது.

காருக்குப் பின்னால் பிரமிள் சாமிநாதன் தொத்திக் கொண்டு இருக்கிறாரா என்று எட்டிப்பார்த்தான். அவரால் முடியும் என்றாலும் அது நேரவில்லை.

எங்கேயோ ஒரு 'நோவா கப்பல்' தயாராகிக்கொண்டிருப்பதாக நித்திலன் பகல் கனவு கண்டான். பஜ்ஜியின் எண்ணெய்ப் பிசுக்கு அவன் கனவிலும் ஒட்டிக்கொண்டதால் கப்பல் பளபளப்பாக இருந்தது. காற்று, மழை, புயல், மண்ணரிப்பு என்ற மோகனின் சொல்லடுக்கு அவனுக்கு அந்தக் கனவைத் தந்திருக்கலாம்.

"அது வேல செய்யல சர். கஸ்டமர் கேர்'க்கு பேசினா எத்தன நாள் ஆகும்னு தெரிலனு சொல்றானுங்க"

பஜ்ஜி கடையில் எப்பொழுதும் 'பே டி எம்' வழி பணம் செலுத்தும் நித்திலன் அன்று தன் வேலட்டில் இருந்த சில்லறைகளை பட்டர் பிஸ்கெட் டப்பாவின் மூடியில் கொட்டினான். அவை 'டின் டின்' என்ற சத்தத்தோடு ஆசையாக உருண்டு சமநிலைக்கு வந்தன. கடைக்காரர் மிச்சம் வைக்காமல் அள்ளிக்கொண்டார். நித்திலன் அங்கேயே நின்றிருந்தான். தான் இரண்டு ரூபாய் அதிகமாக எடுத்துக்கொண்டதைத் தாமதமாக உணர்ந்த கடைக்காரர் சாயம்போன ஆரஞ்சு மிட்டாய்களை நித்திலன் கையில் திணித்தார்.

"அவர் ஹோம் மினிஸ்ட்ரி செக்ரெட்டரி லிங்காதான சர்?"

பிரமிள் லிங்கா சந்திப்புப் பற்றி தெரிந்து கொள்ளவில்லையேல் அவனுக்குத் தலையே வெடித்துவிடும் போலிருந்தது. ஆனால், ஆரஞ்சு மிட்டாய் என்ற மலிவான லஞ்சத்தைக் கொடுத்துவிட்டுப் பிரமிளிடம் எதையும் எதிர்பார்த்திருக்கக் கூடாது.

"அவரோட புது ப்ராஜக்ட் பத்தி பேசிக்கிட்டு இருந்தாரு. நானும் அதுக்குக் கொஞ்சம் இன்புட்ஸ் கொடுத்தேன்"

அந்த ஆரஞ்சு மிட்டாயை அவர் வாயில் இருந்து பிடுங்கி நாய்க்குப் போடவேண்டும் போலிருந்தது நித்திலனுக்கு. இருக்கையில் வந்தமர்ந்ததும் அவனுடைய மின்னஞ்சலுக்குக் கண்டெய்னர் பெட்டியின் ஆல்பா மாடல் படங்கள் அனுப்பப்பட்டிருந்தன. அவையும் ஆரஞ்சு வண்ணத்தில் இருந்தன.

00000000009

கேட்டலியம் பந்துகளைப் பாதுகாப்பாக அடுக்க, பெட்டியின் உள்பகுதியில் குழிகள் அமைக்கப்பட்டிருந்தன. பெட்டியின் விளிம்புகள் மூங்கில் கூழினால் வார்க்கப்பட்டிருந்தன. ஆட்டுத் தோலையும் இரும்புத்திரளையும் குழைத்துச் செய்த பெட்டியின் வெளிப்புறம் உறுதியாகவே இருந்தது. நித்திலன் வழங்கிய குறிப்புகளின் படி பெட்டியின் முகப்புப் பகுதியில் சாக்பீஸ் கோடு அளவுக்கு மூன்று துளைகள் இடப்பட்டு அதில் ஒளிக்குவி கண்ணாடிகள் பொருத்தப்பட்டிருந்தன. வலது பக்கத்தில் ஒரு ‘மைக்ரோ சிப்’ பொருத்துவதற்கான வசதி செய்யப்பட்டிருந்தது. மேற்புறத்தில் தீப்பெட்டி அளவுக்கான காட்சித்திரை தென்பட்டது. வடிவமைத்தவர்கள் பெட்டியைக் குறித்த ஒரு வரைகலை குறும்படத்தை அனுப்பியிருந்தார்கள். அதில் பெட்டி உருண்டு புரண்டு திறந்து மூடி தரையில் மோதி, தண்ணீரில் மிதந்து, விலங்குகளின் நகங்களால் கீறப்பட்டு, பற்களால் கடிக்கப்பட்டு, டைனோசரிடம் மிதிவாங்கி, யானையிடம் அடிவாங்கி, இடி மின்னலுக்கு உள்ளாகி, கொஞ்சம்கூட பாதிக்கப்படாமல் ஒரு காவி நிற கன்னுக்குட்டியைப்போல் சிம்மாசனத்தில் அமர்ந்து தன்னுடைய பெருமையைப் பேசிக்கொண்டிருந்தது. ‘நிறம் தரம் நிரந்தரம்’ போன்ற பின்னணிக் குரல் மட்டும்தான் பாக்கி. நித்திலனுக்குப் பெட்டியின் வடிவமைப்பைவிட அந்த விளம்பரப்படம் மிகவும் பிடித்திருந்தது.

“உணா போலாமா?”

ஒரே நாளில் அல்லது ஒரே மாலையில் பல்வேறு உணவுக் கடைகளுக்கு உலா சென்று உண்டு வருவதற்கு செங்கா வைத்த பெயர் உணா. அவள் அனுப்பிய கேள்வியைப் பார்த்ததும் நித்திலனுக்கும் பசிக்கத் தொடங்கிவிட்டது.

அது ரமலான் மாதம். மாலைவேளையில் இப்தார் பலகாரங்கள் கமகமக்கும் காலம். மண்ணடித் தெருக்களில் உணா போக முடிவு செய்து புறப்பட்டனர். மெட்ரோ ரயிலில் பயணித்துக்கொண்டிருந்தபோது நித்திலன் லாக்கர் சிஸ்டம் குறித்து தான் எழுதத் தொடங்கியிருக்கும் பைத்தான் நிரல்களைப் பற்றி சிந்தித்துக்கொண்டிருந்தான்.

அவன் சிந்தனையில் சொடக்குப் போட்டாள் செங்காந்தள்.

"காலேஜ்ல கரெக்ட் பண்ண நினச்சு மிஸ் ஆன ஃபிகர பத்தி யோசிச்சுக்கிட்டு இருக்கியா?"

அவன் சிரிக்கிறான்.

"மெமரி இஸ் எ நேஸ்டி பிரான்க்ஸ்டர்னு என் தோழி மதுரா அடிக்கடி சொல்லுவா"

"எம்மா தாயே, சத்தியமா அதெல்லாம் யோசிக்கல. மண்ணடில அந்தக்கட பேரு மறந்திருச்சு. அததான்..."

"ஹதிம்?"

"ஆங்... ஹதிம் ஹதிம்..!"

"அத என்கிட்ட கேட்டிருக்கலாமே. அப்பனா என்கிட்ட சொல்ல முடியாத ஒன்ன நீ யோசிச்சிருக்க. உண்மைய ஒத்துக்கோ"

"நீ ஓயாம பேசிக்கிட்டே இருந்தா அது எங்க போய் முடியும்னு உனக்கும் தெரியும் எனக்கும் தெரியும். வேணாம்"

நித்திலன் நாணிச் சிரித்தான்.

"இது பப்ளிக். இங்க நீ என்ன ஒன்னும் பண்ண முடியாது"

அந்தப் பொது இடத்திலும் அவனை எல்லை மீறத்தூண்டும் நோக்கோடு அந்தக் கடைசி வாக்கியம் உச்சரிக்கப்பட்டது. நித்திலனின் கண்கள் பார்த்து அவளது முடியாது, முடிந்தது. அருகில் அமர்ந்திருந்த பெரியவர் முத்தக்காட்சிக்குத் தயாரானார்.

நித்திலன் செங்காவின் கரம் பிடித்தான். அவள் விரல்களைத் தன் விரல்களோடு கோர்த்தான். அவள் பெருவிரலை தன் முகத்தருகே கொண்டுசென்று அதை வலமும் புறமும் முறுக்கிப் பார்த்தான். அவளின் ரேகைகளின் மேடுபள்ளங்களைத் தன் ஆட்காட்டி விரலால் உணர முயற்சித்தான்.

"டேய் கொய்யா. இது ரொமேன்ஸ் மாரி தெரில. ஏதோ ஆபிஸ் வேல பாக்கறனு நினைக்கிறேன்" என்று கையை உதறினாள்.

"அடடா... கண்டுபிடிச்சிட்டியே"

பெரியவர் ஏமாற்றத்தோடு அடுத்த நிறுத்தத்தில் இறங்கினார்.

"பெருச ஆசகாட்டி மோசம் பண்ணிட்டியே நித்தி. அது கோச்சுக்கிட்டு போயிருச்சு"

ஹதிம் கடையில் நித்திலனுக்குப் பிடித்த இரானி மலாய் தந்தூரி தீர்ந்துவிட்டது. செங்காவுக்குப் பிடித்த லக்னோ மட்டன் கெபாப் சுடச்சுடக் கிடைத்தது. கீமா சமோசா குட்டித் தலையணைப் போல் மெத்தென இருந்தது. அதன் மடிப்புப்பகுதி அந்தத் தலையணையில் ஒட்டிக்கிடந்த முரட்டுக் கனவைப்போல் முறுகலாக இருந்தது. பிடித்தது பிடிக்காதது என எதையுமே விட்டுவைக்கவில்லை இருவரும். வேறு கடைகளுக்குச் செல்லவும் விருப்பமில்லை.

பார்வையற்ற பெண்ணொருத்தி அந்தக் கடைக்கு வந்து "மேங்கோ புடிங் இருக்கா" என்று கேட்டாள். அவள் கருப்புக் கண்ணாடி அணிந்திருந்தாள். செங்கா ஒரு மேங்கோ புடிங் எடுத்து கடைக்காரரிடம் காட்டிவிட்டு அந்தப் பெண்ணின் கைகளில் வைத்து மூடினாள். அந்தப் பெண் நன்றி சொல்லி சில்லறைக் கொடுத்துவிட்டு தன் நடைத்தடி உதவியோடு நகர்ந்து போனாள். அவள் அணிந்திருந்த கருப்புக் கண்ணாடி நித்திலனை வேறொரு சிந்தனையில் ஆழ்த்தப் போதுமானதாக இருந்தது.

ரோஸ் லசி குடித்துக்கொண்டே இருவரும் நடந்தபோது நித்திலனை உலுக்கினாள் செங்கா.

"என்ன சர் சைலண்ட் ஆயிட்டீங்க?"

"ஒன்னும் இல்ல. உன்னோட 'ஜெல்லி' வீடியோக்கு ரெஸ்பான்ஸ் எப்படி இருந்துச்சு?"

செங்கா சிரித்ததில் அவள் வாயில் இருந்த லசி தெறித்தது.

"நித்தி, நம்ம மக்கள் எல்லாத்துக்கும் வாழப் பழகிப்பாங்க. எதுவுமே இவங்கள எதுவும் செய்யாது. என்ன நடந்தாலும் வீடியோ கேம்ல அங்கயும் இங்கயும் ஓடிஓடி செத்துப்போற பொம்மையா இருக்கக் கத்துகிட்டோம். ஜனநாயகம் தோத்துக் கிட்டு இருக்கு. இது 'எலக்ட்ரல் ஆட்டோக்ரெசி' காலம். முழுசா 'டெக்னோக்ரெசியா' மாறும். இனி மக்கள் பிரச்சனனு இங்க எதுவும் இல்ல. எல்லாமே அதிகாரத்தோட பிரச்சனதான்"

"மட்டன் கெபாப் மட்டமா இருந்துச்சா? ரொம்பப் புலம்பறியே"

"உன் புதிய இந்தியா புத்திக்கு இது புலம்பலாத்தான் தெரியும்"

அந்தப் பார்வையற்ற பெண் தூரத்தில் அமர்ந்திருந்தாள். அவள் விரல்களால் தன் செல்பேசியைத் தொட்டுத்தடவி தன் வங்கிக் கணக்கை இயக்க முயற்சித்துக்கொண்டிருந்தாள். இணைப்புக் கிடைக்கவில்லை. அவளைக் கடந்துபோகும் வரை நித்திலன் மௌனமாக இருந்தான்.

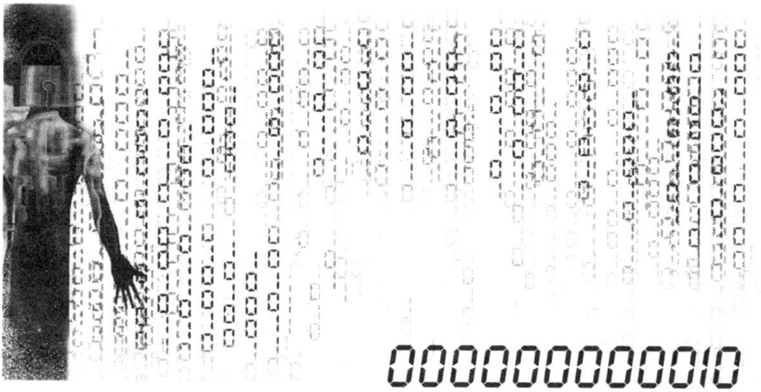

0000000000010

பனிக்கரடியின் தலைபோல் இருந்தது அந்த லாலிபாப். காதுகள் உண்டு. தேன் முந்திரித் துகள்களாலான மீசையும் உண்டு. ஸ்விட்சர்லேந்து நாட்டின் மிச்சிகன் சாக்லெட் ஆலையில் இருந்து இந்தியாவின் ஐம்பது செல்வக் குடும்பங்களுக்கு மட்டும் அனுப்பப்படும் சிறப்பு சாக்லெட்டுகளில் இந்தக் கொக்கேன் லாலிபாப்பும் ஒன்று. அந்தச் செல்வக் குடும்பங்களில் மோகன் ஜனார்த்தனன் குடும்பமும் ஒன்று.

மாக்கியவெல்லி அதிகாலை பல் தேய்ப்பதற்குள் ஒரு கொக்கேன் லாலி பாப்பைச் சுவைத்துவிட வேண்டும் என்பதில் உறுதியாக இருப்பவன்; மோகன் ஜனார்த்தனனின் பதிமூன்று வயது மகன். தான் ஓர் இத்தாலி சிந்தனையாளரின் பெயரை தினந்தோறும் சுமந்து கொண்டிருப்பதாக என்றுமே அவன் வருந்தியதில்லை. மோகன் ஜனார்த்தனன் விரும்பிப் படித்த அரசியல் நூல்களின் ஆசிரியர்தான் மாக்கியவெல்லி என்று அவன் தெரிந்துகொள்ள இன்னும் சில ஆண்டுகள் ஆகலாம் அல்லது தெரிந்துகொள்ளாமலே போகலாம். அவனுடைய நண்பர்கள் அவனை மாக் என்று அழைத்து, அதுவே அவனுக்குப் பிடித்துவிட்டது.

மோகனுடனான விவாகரத்துக்குப்பின் மாக்கியவெல்லியின் தாய் புஷ்பலதா தன் காதல் நண்பரோடு வெளிநாடு பறந்துவிட்டார். மகன் தந்தையோடு இருக்க நீதிமன்றத்தில் தீர்ப்பானது. தன் தாய்-தந்தையர் இடையே நடந்த சம்பவங்கள் எதுவும் மாக்கியவெல்லிக்கு நினைவில்லை. அவன் ஸ்பரிசக்கூட்டில் தாயின் தீண்டல் தங்கவில்லை.

மயில்தோகை மெத்தையில் படுத்துக்கொண்டு வாயில் லாலி பாப்போடு செல்பேசியில் 'லீக் ஆப் லெஜண்ட்ஸ்' விளையாடிக் கொண்டிருந்தான் மாக். தூரத்தில் மோகன் தன் கணினியில் வடிவமைத்துக்கொண்டிருக்கும் மீட்டாவெர்ஸ் நகரத்தை ஓரக்கண்ணால் பார்த்துக்கொள்வான். மாக்கியவெல்லியும் ஒரு மிரராக மோகனின் நகரத்தில் சுற்றிக்கொண்டிருப்பான். அன்று அவர் தன் கணினி நகரத்தின் எல்லைச் சுவர்களை எழுப்பிக் கொண்டிருந்தார். இருநூற்றுக்கும் மேற்பட்ட மெய்நிகர் பணியாளர்கள் வியர்வை சிந்தி வேலைப் பார்த்துக் கொண்டிருந்தனர். ஒவ்வொரு துளி வியர்வைக்கும் அந்தக் குறிப்பிட்ட பணியாளருக்கு மதிப்பெண் கூடும். ஆனால், ஒரு பணியை முழுமை செய்யும் போதுதான் ஒரு துளி வியர்வை சிந்தும். அந்த உலகில் தொழிலாளிகளின் வியர்வையைக்கூட முதலாளிகள்தான் நிர்ணயிக்கிறார்கள். அவர்களுக்குப் புத்துணர்ச்சி வழங்க தூரத்து மலையருவி அவ்வப்போது நீர்ச் சால்வைகளை அனுப்பிக் குளிர்விக்கும்.

சுவரை எழுப்பும்போதே அதில் ஓவியங்களையும் எழுப்பிக் கொண்டிருந்தார் மோகன். ஒரு ராட்சஸ யானையின் படத்தை நகரின் சுவரில் அவர் எழுப்பியபோது மாக்கியவெல்லியைத் திரும்பிப் பார்த்தார். அவன் லாலிபாப்பை எடுக்காமல் பலூன் கன்னத்தோடு சிரித்தான்.

செல்பேசியில் 'லீக் ஆப் லெஜண்ட்ஸ்' விளையாட்டில் 'கேரன்' கதாபாத்திரத்தில்தான் எப்பொழுதும் விளையாடுவான் மாக். அம்புக்குறி பாதையில் கேரனை அழைத்துச் செல்வான். அந்தக் கதாபாத்திரத்தின் வாளிலும், தோள் கவசங்களிலும் மினுமினுக்கும் நீல முத்துகள் மாக்கியவெல்லியை மகிழ்விக்கும்.

"என்ன பிரேக்பாஸ்ட் சாப்பிடலாம்?"

அவன் பேசவில்லை.

"ப்ரூட் லூப்ஸ்? பிரட் ஆம்லெட்..? தோசை..?"

அவன் இரண்டு விரல்களைக் காட்டினான்.

"நேத்துதானடா பிரட் ஆம்லெட். இன்னிக்குமா?"

அவன் புருவங்களைச் சுருக்கினான். அப்போது மின்சாரம் தாக்கியதைப்போல விருட்டென தன் இருக்கைவிட்டு எழுந்தார் மோகன். ஒரு சுண்டெலி அவர் கால்களை உரசிவிட்டுத் தரையில் விரிக்கப்பட்டிருந்த நீலக் கம்பளத்திற்குள் ஓடியது. மோகன் கம்பளத்தைத் தூக்கி உதறினார். சுண்டெலி நாற்காலியில் ஏறிவிட்டது.

மோகன் ஓடிச்சென்று துடைப்பத்தைக் கொண்டுவந்து எலியை விரட்டினார். நாற்காலியில் இருந்த சுண்டெலி தாவித்தாவி மெத்தையில் படுத்திருந்த மாக்கியவெல்லியின் வயிற்றில் குதித்தது. மோகன் பதறினார். மாக் செல்பேசியில் விளையாடிக் கொண்டிருந்தான். சுண்டெலி கிடுகிடுவென அவன் கால்கள் வழி இறங்கியபோது அவன் கூச்சத்தால் சிரித்தான். அது மயில் மெத்தைக்கு அடியில் ஓடி ஒளிந்தது.

மாக்கியவெல்லி மெல்ல எழுந்து தன் அறைக்குச் சென்றான். அவனுடைய கிச்சன் செட் விளையாட்டுத் தொகுப்பில் இருந்து ஒரு பச்சைக் கத்தியை எடுத்து வந்தான். ஒரு கையில் லாலிபாப்பை சுவைத்துக்கொண்டும் ஒரு கையில் கத்தியோடும் மெத்தையை காலால் உதைத்துக் கவிழ்த்தான். மெத்தையின் அடிப்பகுதி மேல்பகுதியானது. அதில் சுண்டெலி ஓடிக்கொண்டிருந்தது.

“டேய், அது பொம்ம கத்தி, அத வச்சு என்ன பண்ண போற?”

மாக்கியவெல்லி தன் செல்பேசியை பல்லிடுக்கில் வைத்துக் கொண்டான். சிரித்துக்கொண்டே சுண்டெலி அருகில் சென்று தன் கத்தியால் அதன் தலையை ஒரே வெட்டில் வெட்டியெறிந்தான். அவன் வெட்டிய வேகத்தில் சுண்டெலியின் தலை எதிரில் கிடந்த மேசை விளக்கில் மோதித் தரையில் விழுந்தது. எலியின் இரத்தம் மோகனின் கால்ச்சட்டையில் தெறித்தது. மாக்கியவெல்லி செலுத்திய குரூரமான அழுத்தத்தில் நிஜக் கத்தியைவிடக் கூர்மையாக இறங்கியது அந்தப் பொம்மைக் கத்தி.

மீண்டும் மயிலறகு மெத்தையைக் கவிழ்த்துப்போட்டு அதில் படுத்துக்கொண்டு விளையாடத் தொடங்கினான். எலியின் தலையையும் உடலையும் மோகன் அப்புறப்படுத்தினார். மாக்கியவெல்லியின் பச்சைக் கத்தி எலியின் ரத்தத்தோடு தரையில் கிடந்தது. மோகன் அதைக் கழுவி வைத்துவிட்டு பிரட் ஆம்லெட் செய்வதற்குச் சமையலறைக்குச் சென்றார்.

அவர் முதல் ஆம்லெட்டை ஊற்றியபோது இந்தியப் பெருங்கடல் ஆய்வகம் குறித்த அந்த முக்கியச் செய்தி அவர் செல்பேசியில் துளிர்விட்டது.

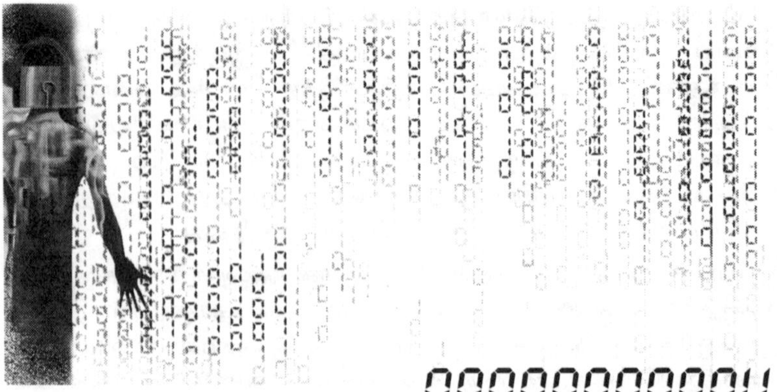

00000000011

'அடையாள்' இயக்குனர் பிரமிள் திருமணமானவர். குழந்தை பெறுவதில் அவருக்கும் அவர் மனைவிக்கும் விருப்பமில்லை. திருமணமாகும் எல்லாரும் குழந்தை பெறவேண்டும் என்ற அவசியமில்லை என்பது அவர்கள் கருத்து. ஆனால், இன்று நடுத்தர வயதை நெருங்கும்போது இருவருமே ஒரு வெறுமையை உணர்கிறார்கள். ஒரு குழந்தையைத் தத்தெடுக்கலாமா என சமீபகாலமாக பிரமிளின் மனைவி கார்த்திகா யோசித்துக் கொண்டிருக்கிறார். அலுவலகத்தில் நித்திலனிடம் மட்டும் பிரமிள் இது தொடர்பாக கலந்து பேசுவார்.

நித்திலன் தன் பணிக்கூடத்தில் கேட்டலியம் பெட்டிக்கான மின்னணு பூட்டு விசை குறித்த நிரல்களை எழுதிக்கொண்டிருந்தான். கட்டைவிரல் கைரேகையை முதல்மேடு, இடைமேடு, கடைமேடு என்று மூன்றாகப் பிரித்திருந்தான். மூன்று நபர்களின் கைரேகைகள் ஒன்றன்பின் ஒன்றாக, அதாவது முதல் நபரின் முதல்மேடு, இரண்டாம் நபரின் இடைமேடு, மூன்றாம் நபரின் கடைமேடு என அனைத்தும் பதிக்கப்பட்ட பின்னரே பெட்டித் திறக்குமாறு வடிவமைப்பைத் திட்டமிட்டிருந்தான். ரேகைகள் பதிக்கப்பதிக்க பெட்டியின் நடுப்பகுதியில் இருக்கும் காட்சித்திரையில் ஒரு தோற்றம் உருவாகும். முதல் ரேகைக்கு ஒரு மீசை – இரண்டாம் ரேகைக்கு ஒரு மகுடம் – மூன்றாம் ரேகைக்கு முகம். அது மராத்திய அரசர் சத்ரபதி சிவாஜியின் உருவம். அரசரின் முகம் சரியாக வந்துவிட்டால் பெட்டி திறந்துவிடும். இல்லையேல் தவறான ரேகைகள் பதிக்கப்பட்டிருக்கின்றன என அர்த்தம். அந்த மூன்றுபேர் யார் என்று நித்திலனோ, மோகன் ஜனார்த்தனனோ முடிவு செய்ய முடியாது. பிரதமர் அலுவலகம்

அல்லது பாதுகாப்புத்துறைச் செயலகம்தான் முடிவெடுக்க வேண்டும்.

"நித்தி, வைக்கிறதுதான் வைக்கிற... ஒரு சமந்தா, பூஜா இல்ல காஜல் அகர்வால் முகமா வைக்கக் கூடாதா? வீரசிவாஜி எதுக்குப்பா?"

அவன் பரிசோதித்துக்கொண்டிருந்தபோது சில கோப்புகளோடு உள்ளே நுழைந்த பிரமிள் சிரித்துக்கொண்டே கேட்டார்.

"பெட்டிய நாம கண் கூசற ஆரஞ்சு கலர்ல வச்சிருக்கிறத நீங்க எப்ப கேள்வி கேக்கலயோ, அதுக்கப்பறம் வேற எதையுமே கேள்வி கேக்கக்கூடாது"

நித்திலன் சிரித்தான். அது அபூர்வமான நிகழ்வு.

"தேங்கா ஒடச்ச மாரி சொல்லு பாக்கலாம். எனக்கு வயசு 45. என் மனைவி கார்த்திகாக்கு 42. ஒரு குழந்தைய தத்தெடுக்கலாமா, வேணாமா?"

"குழந்தையத்தான் தத்தெடுக்கணுமா?"

"ஏன்?"

"இல்ல, நான் சும்மாதான் இருக்கேன். என்ன வேணா..?"

"தேங்கா ஒடச்ச மாரி சொல்லச் சொன்னேன்"

"தாராளமா எடுக்கலாம். நாற்பது ஒரு வயசா? இளம கொஞ்சம் இளச்சு சிக்குனு இருக்கிற வயசு இதுதான். எத்தன குழந்தைய வேணாலும் தத்தெடுக்கலாம். ஆனா..."

"ஆனா?"

"கைக்குழந்தையா இல்லாம, ஒரு எட்டு வயசு, பத்து வயசு குழந்தையா இருந்தா பெட்டர்"

"ஏன்?"

"அந்தக் குழந்தைய நீங்க பெருசா படிக்க வைக்கணும், கல்யாணம் செஞ்சு பாக்கணும்னு நினச்சீங்கனா பத்து வயசுல இருந்து தொடங்கினா உங்களுக்குப் ப்ரீதிங் டைம் இருக்கும்"

"ரொம்ப நாளைக்கு ப்ரீதிங் இருக்காதுனு சொல்ற?"

"அப்படியும் வச்சுக்கலாம்"

"இப்பதான சிக்குனு இருக்கிற வயசுனு சொன்ன?"

"உண்மைதான். ஆனா அடுத்தக் கிருமி எப்ப வரும்ன்னு யாருக்கும் தெரியாது"

பிரமிள் சிரித்தார்.

"அதான் வந்துருச்சே. டிஜிட்டல் கிருமி"

"புரியல"

“நியூஸ் பாக்கல? ‘டிஜிட்டல் அப்போகலிப்ஸ் இஸ் ஹியர்’ நேத்துல இருந்து ஓடிக்கிட்டு இருக்கு”

‘டிஜிட்டல் அப்போகலிப்ஸ்’ என்ற பெயரைக் கேட்டதும் நித்திலனுக்கு அதிர்ச்சியாகவும் பெருமையாகவும் இருந்தது. அவன் நினைவில் செங்காவின் தொனதொன உதடுகள் குமிழி கட்டி மறைந்தன. பிரமிளும் நித்திலனும் பேசிக்கொண்டே வாகன நிறுத்துமிடத்தின் எதிரில் உள்ள கூடைப்பந்து மைதானத்துக்கு வந்துவிட்டார்கள். அங்கே, பணியில் இருந்து சற்றே இளைப்பாறுகிறேன் பேர்வழி என பந்தை உருட்டி கூடையைத் தவிர எல்லா இடங்களிலும் வீசிக்கொண்டிருந்தார்கள் சில உயர்மட்ட நிபுணர்கள். பந்து சோர்ந்துவிட்டது.

“நேத்து இந்தியப் பெருங்கடல் சப்மெரின் கேபில்ஸ்சோட ‘லேண்டிங் ஸ்டேஷன்ஸ்ல’ எல்லா சிஸ்டமும் ஏதோ வைரஸ்னால கரெப்ட் ஆயிருச்சு. ஹியூஜ் டேட்டா லாஸ். இந்தியாவுக்கும் ஆசியால உள்ள மத்த நாடுகளுக்குமான இன்டெர்நெட் கம்ப்ளீட் ஷட் டவுன். சேட்டிலைட் ஆல்ட்டர்நேட் மூலமா கொஞ்சம் கொஞ்சமா ரிவைவ் பண்ணிக்கிட்டு இருக்காங்க”

“இன்னும் ஏன் இந்தக் கடல் வழி இன்டர்நெட்ட கட்டிக்கிட்டு அழணும்? அதான் சேட்டிலைட், பலூன்னு காத்துல ஆயிரம் வழி இருக்கே”

“ஏன்னு கேட்டா எனக்குத் தெரியாது. ஆனா இன்னிக்கு 95 சதவிகித சர்வதேச டேட்டா கடல்வழியாத்தான் டிரான்ஸ்பர் ஆகுது. மொத்தம் நானூறு ஆப்டிக் ஃபைபர் கேபிள் இருக்கு. ஏழு லட்சம் கிலோ மீட்டர். உலகத்த முப்பத்து இரண்டு தடவ சுத்திவர முடிஞ்ச நீளம். 1858ல அமெரிக்க அதிபர் ஜேம்ஸ் புச்சனனுக்கு விக்டோரியா மகாராணி அனுப்பின டெலி கிராப்தான் கடல்வழி நடந்த முதல் தகவல் தொடர்பு. அன்னில இருந்து இன்னிக்கு வரைக்கும் ஒவ்வொரு கடல்லயும் நம்ம பேச்சு, எழுத்து, புகைப்படம், விளம்பரம், ரகசியம் எல்லாமே கலக்க ஆரமிச்சிருச்சு”

“கடற்கரைல கால் நனைக்கும்போது நுரைய எடுத்துப் பாத்தா பல திடுக்கிடும் உண்மைகள் கிடைக்கும்னு சொல்றீங்க”

பிரமிள் சிரிக்கிறார்.

“இப்ப கேள்வி என்னென்னா, கடலுக்கு அடியில இருக்கிற இந்த சப்மெரின் கேபிள்ஸ்ச கன்ட்ரோல் பண்றது யாரு. அந்தக் காலத்துல நிறைய நாடு பிடிக்கறவந்தான் பேரரசன். இப்ப இன்டெர்நெட்டையும் டேட்டாவையும் யார் கட்டுப்படுத்தறாங்களோ அவங்கதான் ராஜா”

“இப்ப ராஜா யாரு?”

“இப்ப யாருனு தெரியாது. டெக் ஜெயண்ட் கார்ப்பரேட்ஸ்தான் இந்தக் கேபில்ஸ் மேல அதிகமா இன்வெஸ்ட் பண்றாங்க. அவங்கள்ல ஒருத்தர்தான் ராஜாவா இருப்பாங்க. கடல், காத்து, நிலம்னு எல்லாமே அவங்க கட்டுப்பாட்டுலதான் இருக்கு. ‘லேட்டன்சி’னு சொல்லுவாங்க. அதாவது டேட்டா டிலே. ஒரு தகவல் ஒரு புள்ளில இருந்து இன்னொரு புள்ளிக்குப் போற கால அளவு. அதக் குறைக்கத்தான் பெரிய நிறுவனங்கள் தங்களுக்குள்ள போட்டிப் போட்டுக்கிட்டு இருக்காங்க. இதுக்கு நடுவில எவனோ வைரஸ் அனுப்பி உயிர வாங்கறான்”

“இந்த வைரஸ் எங்க இருந்து வந்துச்சு?”

“யாருக்குத் தெரியும்? என்னமோ பேர் சொன்னாங்களே..?”

நித்திலனுக்கு ஞாபகம் வந்துவிட்டது.

“ஜெல்லி?”

“ஆங்... ஜெல்லி... ஜெல்லி. பேர் வைக்கறானுங்க பாரு ஜெல்லி, ஜவ்வு மிட்டாய்னு”

அன்று மாலை நித்திலன் வீடு திரும்புகிற வழியில் பலரும் தங்கள் செல்பேசியில் இணைப்புக் கிடைக்கவில்லை என்று புலம்புவதைக் காண முடிந்தது. கடைகளில் ‘ஒன்லி கேஷ்’ என்று பலகைகள் தொங்கிக்கொண்டிருந்தன.

“புளி சாதம் பிரமாதம். போன் பண்ணேன். சிக்னல் கிடைக்கல”

அவன் வீட்டு வாசலில் ‘ஓரியோ டைரி மில்க்’ சாக்லேட்டோடு ஆகாஷ் அம்மா மஞ்சுளா நின்றிருந்தார்.

“இன்னிக்கு ஆகாஷ் பர்த்டே”

நித்திலன் புன்னகையோடு அதை வாங்கிக்கொண்டான். மஞ்சுளா தன் வீட்டிற்குச் செல்ல படியேறினாள். நித்திலன் தன் வீட்டுக் கதவைத் திறந்து உள்ளே நுழைவதற்குள் அதைச் சொல்லிவிட வேண்டும் என்று நினைத்தாள். ஒவ்வொரு படியையும் ஒரு ‘பாக்கியலட்சுமி’ தொடர் அத்தியாயமாக மெல்லக் கடந்தாள் மஞ்சுளா. நித்திலன் கதவைத் திறந்தான்.

“உங்களுக்கு இந்த ப்ளாக் ஷர்ட் ரொம்ப நல்லா இருக்கு”

நித்திலன் மேலே பார்த்தான்.

“அத கீழயே சொல்லியிருக்கலாமே. ஏன் அவ்வளவு தூரம் போன பிறகு சொல்றீங்க?”

மஞ்சுளா சிரித்துக்கொண்டே வேகமாகப் படியேறி மறைந்து விட்டாள்.

"எது..? ஆகாஷ்க்கு பர்த்டேவா..? அவங்க அம்மா டைரி மில்க் கொடுத்தாங்களா?"

செங்காந்தள் செல்பேசியில் விசாரணைத் தொடங்கியிருந்தாள்.

"நீ என்ன பண்ற, எதுக்கும் அவங்க வீட்டுக்குப் போய் ஆகாஷ்க்கு ஹேப்பி பர்த்டே சொல்லிட்டு வா. உண்மைலயே அவனுக்குப் பர்த்டேவான்னு எனக்குத் தெரிஞ்சாகணும்"

"போடி லூசு!"

"லூசு..? நானு..? பசங்களுக்குச் சாப்பாடுக் கட்டித் தரன்னு சொல்லிட்டு ஆண்டீஸ கரெக்ட் பண்ணிகிட்டுத் திரியற, மவனே. நேர்ல வா நீ..!"

"செங்கா, நீ சொன்ன ஜெல்லி, டிஜிட்டல் அப்போகலிப்ஸ், எல்லா நியூஸ்லயும் பாத்தேன்"

"அதுக்குத்தாண்டா போன் பண்ணேன். என் 'சிறுபுள்ளத்தனம்' சேனல ப்ளாக் பண்ணிட்டாங்க. மெயில் அனுப்பியிருக்கேன். உங்காளுங்கதான் கம்ப்ளெயின்ட் ரைஸ் பண்ணிருக்காங்க. என்ன மட்டும் இல்ல. என்ன மாதிரி இருபத்து மூனு சேனல ப்ளாக் பண்ணி சிலபேர அரெஸ்ட்டும் பண்ணியிருக்காங்க"

"எதுக்கு செங்கா? நீ எதுவும் தப்பா சொல்லலயே!"

"டெல்லில ஒரு பெரிய ஸ்பேஸ் ஷிப் செஞ்சுகிட்டு இருக்கிறதா ஒரு தகவல் வந்துச்சு. அதப் பத்தி அடுத்தவாரம் பேசலாம்னு என் வீடியோவ முடிச்சிருந்தேன்"

"என்ன ஸ்பேஸ் ஷிப்?"

"அதப் பத்தி வேற எதுவும் தகவல் கிடைக்கல. உனக்கு எதாவது?"

"செங்கா, ஏன் திரும்பத்திரும்ப கவர்ன்மென்ட் ப்ராஜக்ட்ஸ் பத்தியே பேசிக்கிட்டு இருக்க..? தயவுசெய்து நிறுத்து. ரொம்ப கான்பிடன்ஷியலான விஷயங்க மேல கை வைக்காத!"

"அத விடு. நான் அரெஸ்ட் ஆனா நீதான் வந்து பெயில்ல எடுக்கணும். அப்ப ஒக்காந்து ஓரியோ டைரி மில்க் தின்னுக்கிட்டு இருக்காத"

"எதுவும் நடக்காது. நீ தைரியமா இரு"

எங்கோ ஒரு நோவா கப்பல் உருவாகிக்கொண்டிருப்பதாக நித்திலன் கண்ட பகல் கனவை செங்காவின் வார்த்தைகள் அவனுக்கு மறுஒளிபரப்புச் செய்தன.

00000000012

மோகன் ஜனார்த்தனன், பிரமிள், நித்திலன் மூவரும் தங்கள் கைரேகைகளைப் பதித்தப் பிறகு பெட்டியின் திரையில் வீரசிவாஜி உருவம் தோன்றி, பெட்டித் திறந்தது. மோகனுக்கு அனுப்பப்பட்டிருந்த வேர்ப்பந்து மாதிரிகளைப் பெட்டியில் உள்ளடக்கிப் பரிசோதித்தனர். கச்சிதமாகப் பொருந்தியது.

“சிப் மூலமா நெட்வொர்க் எனேபில் பண்ணிருக்கேன் சர். ஒவ்வொரு பெட்டியும் நம்ம நெட்வொர்க்ல இருக்கு. ட்ராக் பண்ண முடியும். நம்ம அடையாள் ப்ராஜக்ட்காக பயன்படுத்தின அதே அல்காரிதம்தான்”

“வெல்டன் நித்தி. ரீமோட் ஆக்சிஸ் இருக்கா?”

மோகன் அந்தக் கேள்விக்கு வருவார் என்று நித்திலனுக்குத் தெரியும்.

“இல்ல சர். பிசிகல் டச் இல்லாம தூரத்துல இருந்து யாரும் பெட்டியத் திறக்க முடியாது. மொத்தம் 2000 பெட்டிகள் டிசைன் ஸ்டேஜ்ல இருக்கு. சர்..?”

“சொல்லுங்க நித்தி..”

“இந்தக் கண்டெயினர் பெட்டிகளுக்கு ‘மோட் ஆப் டிரான்ஸ்போர்ட்’ என்னென்னு தெரிஞ்சா அதுக்கு ஏத்த மாதிரி ஒரு ஷீல்ட் டிசைன் பண்ணலாம். எப்படி? எங்க?”

அப்பொழுது எதிர்பாராதவிதமாக மோகனின் மகன் மாக்கியவெல்லி அந்த அறைக்குள் வந்தான். அவனுக்குப் பிரமிளைப் பிடிக்கும். அவர் தோளில் சாய்ந்துகொண்டான்.

“இன்னிக்கு ஸ்கூல் லீவ். வீட்ல போர் அடிச்சுக்கிட்டுக் கிடந்தான். கூட்டிட்டு வந்துட்டேன்”

அந்தக் காரணத்தை யாரும் மோகனிடம் கேட்கவில்லை.

நித்திலன் மாக்கியவெல்லியைப் பற்றி நிறைய கேள்விப் பட்டிருக்கிறான். அந்தச் சிறுவனுக்கு தன் வயதிற்குரிய மனவளர்ச்சி இல்லை என்று பிரமிள் சொல்லியிருக்கிறார். இன்றுதான் முதல்முறையாக நேரில் பார்க்கிறான். மாக்கியவெல்லி நித்திலனைப் பார்த்துச் சிரித்தான். நித்திலன் அவன் தலையைக் கோதினான். மாக்கியவெல்லி சட்டென நித்திலனின் கையைத் தட்டிவிட்டான். அவனுக்கு அந்தப் பரிதாபம் பிடிக்கவில்லை.

“மாக், பிகேவ் யூர்செல்ப்”

மோகன் அதட்டினார். அவன் அதைக் கண்டுகொள்ளாமல் மோகனின் சுழல் நாற்காலியில் அமர்ந்து வேகமாகச் சுற்ற முயற்சித்தான். அவன் நினைத்த வேகத்திற்கு நாற்காலி சுற்றவில்லை என்பதைப் புரிந்துகொண்ட பிரமிள் புன்முறுவலோடு நடந்து சென்று நாற்காலியைச் சுற்றிவிட்டார். மாக்கியவெல்லி கண்களை இறுக மூடிக்கொண்டு சிரித்தான்.

“செங்கா உங்க தோழியா?”

மோகன் கேட்டதும், நித்திலன் சுழல் நாற்காலியில் அமராமலே சுழன்றான்.

“ஆமாம் சர்...”

“ரொம்ப பாப்புலர் யூட்யூபர். இல்ல?”

“அப்படியா சர்?”

“அப்படியாவா?”

“இல்ல, யூட்யூபர்தான். ஆனா பாப்புலரான்னு தெரியல...”

“அஞ்சு மில்லியன் பாலோவர்ஸ்னா சும்மாவா நித்தி. ரொம்ப சிரமப்பட்டு உருவாக்கியிருக்காங்க”

“எதாவது பிரச்சனையா சர்?”

“அடிக்கடி ஸ்டேட்டோட ஹை சென்சிட்டிவ் ப்ராஜக்ட்ஸ் பத்தி நிறைய பேசறாங்க. ப்ராட்கேஸ்ட் டீமோட சேர்ந்து, உள்துறை லிங்கா ஒரு பெரிய யூட்யூபர்ஸ் லிஸ்ட் ரெடி பண்ணி யிருக்காரு. நிறைய பேர அரெஸ்ட் பண்ணியிருக்காங்க. செங்கா உங்க ஃபிரண்ட்ன்றதால அவங்களுக்கு வார்னிங் மட்டும் கொடுத்திருக்காங்க”

மாக்கியவெல்லி நாற்காலிவிட்டுத் தவறி தரையில் விழுந்தான். பிரமிள் ஓடிச்சென்று அவனைத் தூக்கினார். மோகன் அவனை

அழைத்துத் தன் மார்போடு அணைத்துக்கொண்டார். அந்த அணைப்பில் இருந்து விடுபட அவன் முயற்சிக்கவில்லை.

"நித்திலன், நீங்க ஒரு பயணம் போக வேண்டியிருக்கும். விவரமா சொல்றேன்"

மோகன் மாக்கியவெல்லியை அழைத்துக்கொண்டு ஓய்வறைக்குச் சென்றார். அவனுக்கு மூக்குச் சிந்திவிட்டு முகம் கழுவினார். அவன் கால்சட்டையைக் கழற்றிவிட்டு சிறுநீர் கழிக்கச் சொன்னார். "வர்ல" என்று அவன் மீண்டும் கால்சட்டையை மாட்டிக்கொண்டான். மாட்டியதும் "இப்ப வருது" என்றான்.

வேப்பமரத்தடியில் பருகிய தேநீரில் அன்று சூடில்லை அல்லது சூடு தெரியவில்லை.

நித்திலன் சிரியஸ் நிறுவனத்தின் அடையாள் பணியில் பணிபுரிகிற ஊழியன் மட்டும் அல்ல. ஆளும் அரசின் 'ஐ.டி விங்' ஆலோசனைக் குழுவிலும் உறுப்பினர். அரசாங்க வட்டாரத்தில் அவனுக்கென்று செல்பேசி அளவில் ஒரு செல்வாக்கு உண்டு. அவனுக்காக செங்காவை கைது செய்யவில்லை என்று சொன்னதும் அவனுக்குள் ஒரு சல்யூட் சத்தம் கேட்டது. தலைவாரச் சென்றவன் வழக்கத்தைவிட கூடுதல் நேரம் கண்ணாடியைப் பார்த்தான்.

செங்காவைத் தொடர்புகொள்ள முடியவில்லை. அன்றிரவு நித்திலனின் தாய் பரமேஸ்வரி காண் அழைப்பில் வந்தார். "உங்களுக்கு மட்டும் எங்க இருந்து நெட்வொர்க் கிடைக்குது" என்ற சலிப்போடு நித்திலன் அவரைப் பேசவிட்டுக் கேட்டான். அவர் பேசுவதே அவனுக்குத் தாலாட்டுப்போல இருந்தது. தூங்கிவிட்டான். எங்கே தாம் பேசுவதை நிறுத்திவிட்டால் நித்திலன் எழுந்துவிடுவானோ என நினைத்து, பரமேஸ்வரி நிறுத்தாமல் பேசிக்கொண்டிருந்தார். இரண்டாம் அழைப்பில் செங்காவின் பெயர் வந்தது. மூடிய கண்களோடும் அந்தப் பெயரை அவனால் படிக்க முடிந்தது.

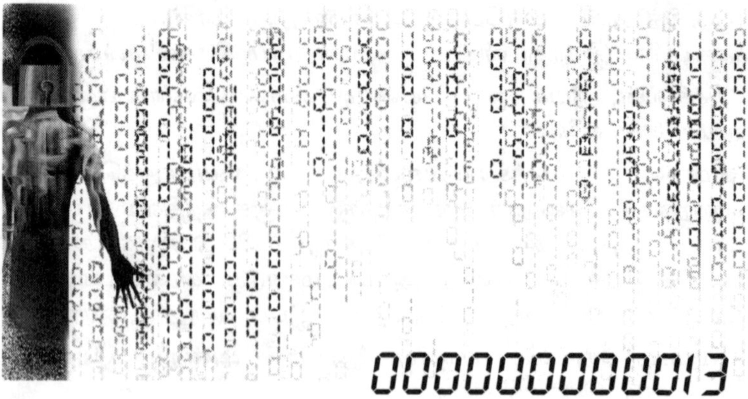

00000000013

மேங்க்ருவ் மரங்களுக்கு இடையே வானரப் படையைப்போல் துள்ளிக்குதித்து ஓடிக்கொண்டிருந்தது ஒரு கூட்டம். அவர்களைத் துரத்திக்கொண்டு வருகையில் பாதி வழியில் தன் துப்பாக்கியை ஒரு மரப்பொந்தில் தவறவிட்டாள் நிஷா பைலட். அதை எடுக்க முயற்சி செய்வதற்குள் அவர்கள் தப்பிவிடக்கூடும் என, தன் காலுறையில் சொருகியிருந்த கத்தியை உருவிக்கொண்டுப் பாய்ந்தாள்.

"ஈஸ்ட் – சவுத் ஈஸ்ட்"

அவளுக்குப் பின்னால் தொடர்ந்து வந்த அவளது கமேண்டோ படைக்கு திசைகள் சொல்லிக்கொண்டே ஓடினாள். அந்தமான் காடுகள் நிஷாவிற்குப் புதிது. நம் மரபணுவில் எல்லா காடுகளையும் சந்தித்தச் சுவடுகளும், எந்தக் காட்டையும் மலையையும் எதிர்கொள்ளும் வல்லமையும் உண்டு என்று அவள் நம்புகிறாள். பயிற்சி வகுப்பில் புதியவர்களுக்கு இதைத் தவறாமல் போதிப்பாள்.

ஒரு நெடிய பள்ளத்தாக்கின் அருகே அந்தக் கூட்டம் நின்றுவிட்டது. அதற்குமேல் தப்பிக்க வழியில்லை என்றாலும் பள்ளத்தாக்கில் குதித்துத் தப்பிக்கவோ தற்கொலை செய்யவோ அவர்கள் தயங்கமாட்டார்கள் என்று யூகித்த நிஷா,

"பிரமிட் பாட்டம்" என்று தன்னைத் தொடர்ந்து வந்த வீரர்களுக்கு ஆணையிட்டாள். அந்தப் படையில் சிலர் சிறுத்தைகளைப் போல் பள்ளத்தாக்கில் பாய்ந்து சரடுகளைப் பிடித்துக்கொண்டு பிரமிட் வடிவில் சுற்றி வளைத்து கீழிருந்து மேலாக அந்தக் கூட்டத்தைத் துப்பாக்கி முனையில் நிறுத்தினர்.

அவர்களில் ஒருவன் நிஷாவைத் தாக்க ஓடினான். அவள் அருகில் இருந்த மரக்கிளையில் இடது கால் வைத்து மேலெழுந்து பாய்ந்து வலது காலைச் சுழற்றி அடித்தாள். அவன் மயங்கி விழுந்தான். மற்றவர்கள் அவர்களே மண்டியிட்டார்கள்.

கீழே விழுந்தவன் முதுகில் மாட்டியிருந்த பையைப் பிடுங்கி அதைத் திறந்து பார்த்தாள் நிஷா. உள்ளே பல்வேறு வண்ணங்களில் ரசாயனங்கள் காணப்பட்டன. அந்த ரசாயனங்களைத் தயாரிக்கும் கருவிகளும் கிடைத்தன. அவை அனைத்தும் உடைந்த நிலையில் இருந்தன.

"டார்கெட் கேப்ச்சர்ட். ஐட்டெம்ஸ் சீஸ்ட்"

ராணுவச் செயலகத்திற்குத் தகவல் அனுப்பிவிட்டு காட்டுக்குள் கூடாரமிடச் சொன்னாள் நிஷா பைலட். கைது செய்யப்பட்டவர்களை வீரர்கள் பாதுகாப்பாக அழைத்துச் சென்றனர். அவர்கள் கைவிலங்கிடப்பட்டு ஒரு தனிக்கூடாரத்தில் தங்கவைக்கப்பட்டனர்.

அருகாமையில் இருந்த கிராமத்தில் இருந்து உணவு பொருட்கள் வரவழைக்கப்பட்டன. கூடாரங்களின் மையத்தில் நெருப்பு வளர்க்கப்பட்டு அதில் கோழிகளையும் மீன்களையும் சுட்டுத் தின்றனர்.

'ரியல் எர்த்' ஆய்வகத்தின் வேதியியல் வல்லுநர் குழுவுக்காக நிஷாவும் படையும் காத்திருந்தார்கள். அவர்கள் அந்தமான் கரையை நெருங்கிவிட்டதாகச் செய்தி வந்தது.

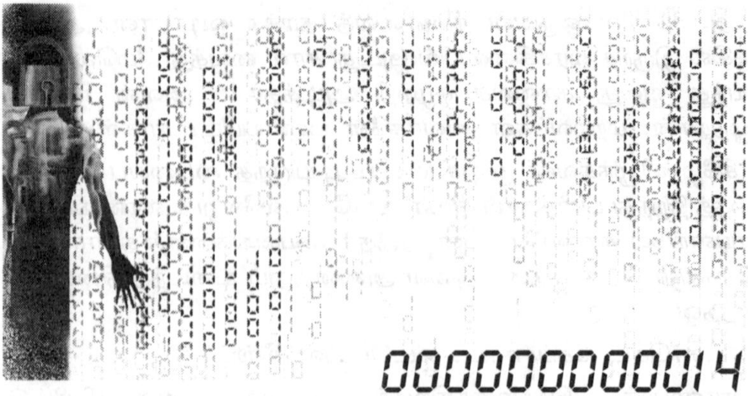

00000000014

அதிகாலை எழுந்ததும் மழையின் முகத்தில் விழித்தான் நித்திலன். மாடியில் காயப்போட்டிருந்த துணிகள் நனைந்திருக்கும் தான். அந்த அன்றாடக் கவலையைவிட ஒரு மழையின் துளி பெரிது என்ற மனநிலைக்கு அவன் வந்துவிட்டான். கருவிகளில் இருந்து விடுபட நினைக்கும் அவனது சிகிச்சைமுறை மெல்லமெல்ல அவனை இயற்கைக்கு அருகில் கொண்டு சேர்த்தது. தன் அலுவலகத்தில் இருக்கும் வேப்பமரத்திற்குத் தருகிற மரியாதையை எல்லா பச்சைக்கும் தரத் தொடங்கிவிட்டான். காலையில் குறைந்தபட்சம் இருபது நிமிடங்களாவது பறவைகளின் ஒலியை செவிமடுக்க வேண்டும் என்று அவன் அட்டவணையில் இருந்தது. அவன் முப்பது நிமிடங்கள் அதைச் செய்கிறான். அவனுக்கு அவை வெறும் ஒலிகளாகத் தெரியவில்லை. வானம் பறவைகளின் வழியாகப் பிரசங்கம் செய்கிறது என்று எண்ணிக்கொள்வான். அன்று அவனது வானம் மழையாக மலர்ந்திருந்தது.

பள்ளிச் சிறுவர்களுக்கான மதியஉணவுப் பணியை பாதி முடித்தபோதுதான் அவன் வாட்சேப்பில், "இன்று பள்ளிகள் விடுமுறை" என்று தகவல் வந்தது. எனில் சமைத்ததை என்ன செய்யலாம்? மதிய உணவை ஏன் காலை உணவாய் மாற்றக்கூடாது. அலுவலகம் செல்வதற்கு இன்னும் இரண்டுமணி நேரம் இருந்தது. அத்தனை நிமிடங்கள் தன் வீடு ஏன் மௌனமாக இருக்க வேண்டும்? 'காலை உணவுக்கு அனைவரும் என் வீட்டுக்கு வருகை தாருங்கள்' என்று மணித்துளியளவில் ஓர் அழைப்பிதழ் செய்து அதை அடுக்குமாடிச் சிறுவர்கள் குழுவில் பதிவிட்டான். அடுத்த பத்து நிமிடத்தில் அவன் வீடு நிறைந்துவிட்டது. ஆகாஷ்,

சாதனா, புவனேஷ், கீர்த்தி, வைபவ், இருகேஷ், கமல், ப்ரித்வி என அனைவரும் கூடி, உணவுத் திருவிழா இனிதே தொடங்கியது.

"டேய் ஆகாஷ், இதுக்கு மேல சாம்பார் சாதம் எடுக்காத"

"நான் ஒரு தடவதாண்டா எடுத்தேன். புவனேஷ்தான் அண்டாக்குள்ள கையவிட்டு கிலோ கணக்குல எடுத்துகிட்டு இருக்கான்"

"கீர்த்தி, அப்பளத்த இங்கக் கொடு"

"உனக்கு வேணும்னா நீ போய் எடுத்துக்கோ"

"நீ மட்டும் பிங்க் கலர் வத்தல் எல்லாத்தையும் எடுத்துக்கிட்டல"

"உனக்கு வேணுமா சாதனா?"

"அது எச்ச, எனக்கு வேணாம்"

"நீயே ஒரு எச்ச"

"இரு அம்மாகிட்ட சொல்றேன்"

"ஆயாகிட்டயே சொல்லிக்கோ"

"சாம்பார்சாதத்துக்கு எதுக்குடா ஆயாவெல்லாம் இழுக்குறீங்க"

"ஆயா பாயா குப்பத்தொட்டி போயா"

பலத்த சிரிப்பொலி. வெளியே மழை தோற்றுவிட்டது.

குலாப் ஜாமூன் சட்டியோடு ஆகாஷ் அம்மா மஞ்சுளா உள்ளே நுழைந்தார். நித்திலன், "எதுக்கு இதெல்லாம்..." என்று வாங்கிக்கொண்டான். ஆளுக்கொரு குலாப் ஜாமூன் பரிமாறியும் இன்னும் இரண்டு மழைநாட்களுக்குப் பாக்கி இருந்தது. சிறுவர்கள் தங்கள் விளையாட்டுப் பொருட்களையும் எடுத்து வந்திருந்ததால் உணவுத்தெருவாக இருந்த வீடு சட்டென விளையாட்டுத் திண்ணையாக மாறியது. யாரும் புறப்படுவதற்கான அறிகுறிகள் இல்லை. வாண்டுகள் கலைத்துப்போட்ட சமையலறையை ஒழுங்குப்படுத்த மஞ்சுளா முயற்சி செய்துகொண்டிருந்தாள்.

மழை ஏதேனும் ஓர் அதிசயத்தை நிகழ்த்தாமல் திரும்பாது என்று நித்திலன் படித்திருக்கிறான். அன்று அதை நேரில் பார்த்தான். அந்தக் காலைநேரத்தில் கூடுதலாக யாரோ அழைப்பு மணி அடித்தார்கள். கதவைத் திறந்தால் குடையோடு நின்றாள் செங்கா.

எந்தக் குடையும் மழையை வென்றதில்லை என்பதை அவள் மேலாடை ஈரம் உறுதிப்படுத்தியது.

"செங்கா, வாவ். நீ எங்க இந்த நேரம்?"

"வர்லாமா?"

"ப்ளீஸ் கம்"

உள்ளே லூடோ கிங், கால்பந்து, கேரம் போர்ட், கண்ணாமூச்சி என சிறுவர்கள் அங்கும் இங்கும் குடியமர்ந்திருந்தனர். செங்கா நடப்பதற்கே திணறினாள்.

"என்னடா இது?"

"ஸ்கூல் லீவ்... அதான்"

"நீ எப்படா ஸ்கூல்ல சேந்த?"

அப்போது எங்கிருந்தோ செங்கா முகத்தில் ஒரு தலையணை வந்து விழுந்தது. அவள் ஒரு நொடி தடுமாறி பின் தலையணையைப் பிடித்தாள்.

"கீர்த்தி, எதுக்கு அந்தப் பொண்ண அடிச்ச" ஆகாஷ் துடித்தான்.

"பொண்ணா?" செங்கா திகைத்தாள்.

"குலோப் ஜாமுன் சாப்பிடுங்க" பின்னால் இருந்து ஒரு பெண் குரல். செங்கா திரும்பிப் பார்த்தாள். மஞ்சுளா கிண்ணத்தோடு நின்றிருந்தாள்.

"செங்கா, அது ஆகாஷ், கீர்த்தி, புவனேஷ், இருகேஷ். உள்ள கொஞ்சம் பேர் இருக்காங்க. இவங்க ஆகாஷ் அம்மா மஞ்சுளா"

சிக்னல் கிடைக்காமல் சிக்கி நிற்கும் காணொளிபோல் செங்கா நின்றாள்.

"ரொம்ப கூச்ச சுபாவம் போலிருக்கு"

மஞ்சுளா தான் வைத்திருந்த கிண்ணத்தை நித்திலனிடம் கொடுத்துவிட்டு சமையலறைக்குச் சென்றுவிட்டாள்.

"டேய் நித்தி, என்னடா நடக்குது இங்க?"

"ஜஸ்ட் எ பிரேக்பஸ்ட் பேஷ்"

நித்திலனிடம் குலாப் ஜாமுன் வாங்கி வாயில் ஒன்று போட்டாள்.

"சூப்பரா இருக்குடா. நீ செஞ்சியா?"

"அது அம்மா செஞ்சது" ஆகாஷ் மஞ்சுளாவை விட்டுக் கொடுக்காமல் காட்டிக்கொடுத்தான். செங்கா நித்திலனைப் பார்த்தாள்.

"குழந்தைகளுக்காக செஞ்சு எடுத்திட்டு வந்தாங்க செங்கா"

"அப்படினு இந்தக் குலாப் ஜாமுன்ல எழுதியிருக்கா?"

"மெல்லமா பேசு லூசு. எல்லாத்தையும் தப்பாவே பாக்காத"

"நான் பாக்கவே இல்ல ராசா. எதையுமே பாக்கல"

நித்திலன் வீட்டில் முப்பொழுதும் செய்தித் தொலைக்காட்சி ஓடிக்கொண்டிருக்கும்.

அவன் பார்க்கமாட்டான். ஆனால், அதை ஓடவிட்டுப் பழகிவிட்டான்.

செங்காவும் நித்திலனும் பால்கனிக்கு வந்தார்கள். தன் யூட்யூப் அலைவரிசை மீண்டும் இயங்கத் தொடங்கிவிட்டதாகவும் அதற்கு, தான் எடுத்த முயற்சிகள் குறித்தும் விளக்கினாள். நித்திலனுக்காக அவள் வாங்கிய புதுச்சட்டை ஒன்றை ஒரு கசக்கு கசக்கி அவனுக்குப் பரிசளித்தாள்.

"அந்த அக்காக்கு நம்ம நித்தி மேல ஒரு க்ரஷ் போல" ஆகாஷ் கிசுகிசுத்ததைக் கேட்டு செங்காவும் நித்திலனும் சிரித்தார்கள். அவர்கள் இருவரும் சிரிப்பதைக் கீர்த்தி தன் செல்பேசியில் படம் எடுத்தாள்.

"இந்த வயசுலயே போனா?" செங்கா உச்சு கொட்டினாள்.

"இல்ல ஆண்டி. இது என் தங்கச்சி ஃபோன். என் போன் சார்ஜ்ல போட்டிருக்கேன்"

அவர்கள் விளையாடத் திரும்பிவிட்டார்கள்.

"அந்தமான் பகுதியில் ஊடுருவிய சீனத் தீவிரவாதிகளை, பேரா கமேண்டோ சிறப்பு அதிகாரி நிஷா பைலட் கைது செய்தார். தப்பி ஓட நினைத்த தீவிரவாதிகளை நிஷா பைலட்டின் கமேண்டோ படை சுற்றி வளைத்துப் பிடித்தது. தீவிரவாதிகளிடம் இருந்து விநோதமான ரசாயனங்கள் கைப்பற்றப்பட்டன' அந்தச் செய்திக் காட்சிகள் பால்கனியின் கண்ணாடி ஜன்னலில் பிரதிபலித்தன.

"இவங்கதான் நிஷா பைலட்டா?"

நித்திலன் ஜன்னல் பிம்பத்தில் இருந்து தொலைக்காட்சியைத் திரும்பிப் பார்த்தான்.

"ஏன்? உனக்குத் தெரியுமா?"

"இல்ல. இனிமேதான் தெரிஞ்சுக்கணும்"

"புரியல"

"அடுத்த வாரம் இவங்கள சந்திக்கச் சொல்லி ஆபிஸ்ல சொன்னாங்க"

"பாத்துடா, சோறு வச்சுப் புள்ள புடிக்கறான்னு உன்னையும் தூக்கி உள்ள வச்சிரப் போறாங்க"

கண்ணாடி ஜன்னலின் பிரதிபலிப்பை உற்றுப்பார்த்தாள் செங்கா.

"டிவில பாக்கும்போது சைனாக்காரங்க மாதிரி இருக்கிறவங்க, இந்தக் கண்ணாடில பாக்கும்போது நம்ம வடகிழக்கு மாநிலங்கள சேந்த மாதிரி இல்ல"

"என்ன சொல்ல வர..? அவங்கள இவங்கனு பொய்யா சித்தரிக்கிறாங்கனா?"

"இருக்கலாம். எதிரி யாருனு சொல்லிட்டா அவங்க ஏன் எதிர்க்கறாங்கன்னு காரணத்த சொல்லணும். அந்தக் காரணத்த பாத்து பயந்து எதிரிய மாத்திக்கிற கும்பல்தானடா நீங்க!"

"செங்கா, இது ஏதோ எல்லை பிரச்சன, விளையாட்டில்ல"

"ஆமா, உங்களுக்கு எப்பவும் எல்லைல மட்டும்தான் பிரச்சன. அங்கயே நில்லுங்க. உள்ள வந்துடாதீங்க"

"சரி அத விடு. ஏதோ ஸ்பேஸ் ஷிப் பத்தி சொன்னியே. என்னாச்சு?"

"எனக்கு, உங்க சர்க்காரோட பைத்தியக்காரத்தனங்கள பத்தி வீடியோ பண்ணி போர் அடிச்சிருச்சு. அநேகமா அதுவும் இன்னொரு பைத்தியக்காரத்தனமாத்தான் இருக்கும். அதனால ப்ரீயா விட்டுட்டேன்"

"நேர்மையான ஆட்சியாளர்கள் நார்மலான கண்ணுக்குப் பைத்தியமாத்தான் தெரிவாங்க"

"இந்த ஜாமுன் ஜீராவ மூஞ்சிலயே ஊத்திருவேன்... வேற எதாவது பேசு!"

"உனக்கு லூடோ கிங் பிடிக்குமா?"

"ஆடுவேன்"

கீர்த்தியும் புவனேஷும் ஆடிக்கொண்டிருந்த விளையாட்டில் நித்திலனும் செங்காவும் கலந்துகொண்டார்கள். மஞ்சுளா தன் ஜாமுன் சட்டியை எடுத்துக்கொண்டு கதவை சத்தமில்லாமல் சாத்திக்கொண்டு கிளம்பினார்.

"என்னடா நித்தி, பர்ஸ்ட் நைட்டுக்கு கதவ சாத்தி விடற மாரி சாத்திட்டுப் போறாங்க"

"ஷூ... குழந்தைங்கெல்லாம் இருக்காங்க"

"உனக்கு குலாப் ஜாமுன் கொடுக்கும்போதும் குழந்தைங் கெல்லாம் இருந்தாங்கதான?"

நித்தி உருட்டியபோது ஆறு விழுந்தது. முதல் காயை அவன் நகர்த்தினான்.

000000000015

மோகன் ஜனார்த்தனனுக்குக் கடவுள் நம்பிக்கை கிடையாது. ஆனால், கோவில்களுக்கும் தேவாலயங்களுக்கும் அடிக்கடிச் சென்று வருவார். ஒருவேளை ஏதோ ஓர் இறையருள் கிடைத்து தன் மகன் மாக்கியவெல்லியின் மனக்குறை மாறிவிடாதா என உள்ளூர அவர் எண்ணியதுண்டு. அன்று அவர் சாந்தோம் தேவாலயத்தைவிட்டு வெளியே வந்தபோது காரில் நித்திலன் காத்திருந்தான். இருவரும் மெரினா கடற்கரையின் கலங்கரை விளக்கத்தின் உச்சிக்கு வந்து நாற்காலியிட்டு அமர்ந்தனர். அவர்களுக்குத் தேநீர் பரிமாறப்பட்டது. வங்காள விரிகுடா வைரக் கம்பளமாய் மின்னிக்கிடந்தது.

“காலேல உங்க டெமோ ரொம்பத் தெளிவா இருந்துச்சு. பி.எம்.ஓ. உங்கள அப்ரிஷேட் பண்ணாங்க”

“பிரதமர், உள்துறை அமைச்சர் ராஜ்குமார், பாதுகாப்புத்துறை துணை அமைச்சர் பகதூர் ஷா, ராணுவ முப்படை முதன்மைச் செயலர் கோவர்த்தன் சர்க்கார் இத்தன பேரும் இந்த சூம் மீட்டிங்ல இருப்பாங்கனு நீங்க முதல்லயே சொல்லீருந்தா இன்னும் விவரமா ப்ரிப்பேர் பண்ணிட்டு வந்திருப்பேன் சர்”

“அத முதல்லயே சொல்லிருந்தா டென்ஷன் ஆயிருப்பீங்க. அதான் சொல்லல”

“உங்க லாக்கர்ல இரண்டு சின்ன மாற்றம் செய்யச் சொல்லியிருக்காங்க. மூனு பேரோட ரேகைகளுக்குப் பதிலா மூனுமே பிரதமரோட ரேகையா வச்சுக்கலாம்”

“ஓ...”

“என்ன?”

“பெட்டிக்கு த்ரீ லெவல் செக்யூரிட்டி பெட்டரா இருக்குமே சர்”

“நித்தி, ஆயிரம் ஆலோசனைகளுக்குப் பிறகுதான் அவங்க பேசுவாங்க. அவங்க சொல்றத கண்ண மூடிகிட்டுச் செய்யறதுதான் நம்ம வேல”

“டன் சர்”

“வீரசிவாஜி படம் வந்தபிறகு கூடவே ‘ஜெய்ஹிந்த்’ சவுண்ட் க்ளிப் சேத்துக்கச் சொன்னாங்க”

“நோட்டட் சர்”

உச்சியில் இருந்து காணும்போது இயற்கையின் உலகம் மனிதனின் உலகம் என இரண்டாகத் தெரிந்தது மோகனுக்கு. அதில் அவர் ஒரு நகைச்சுவையை உணர்ந்திருக்கக்கூடும். அதற்காக அவர் சிரித்தாரா அல்லது தேநீரின் சுவை அந்தப் புன்னகையைத் தந்ததா தெரியவில்லை.

நித்திலன் மனதில் ஓடிக்கொண்டிருந்த கேள்விகள் அவன் மடியில் வந்து அமர்ந்தன. அதற்குமேல் அவன் கேட்கவில்லையேல் அந்தக் கேள்விகள் கலங்கரை விளக்கத்தில் இருந்து குதித்து தற்கொலை செய்துகொள்ளும் என அவன் நினைத்தான்.

“சர், கேட்டலியம் வேர்களுக்கு எதுக்கு இவ்வளவு முக்கியத்துவம் கொடுக்கிறோம்?”

“உங்க தோழி செங்கா எதுவும் சொல்லலயா?”

நித்திலன் சிரித்துக்கொண்டே தாடியைச் சொரிந்தான்.

“அவ கிடக்கறா சர். எதையாவது உளறிக்கிட்டு”

“அவங்க உளறலனு உங்களுக்கும் தெரியும், எனக்கும் தெரியும். இன்னிக்கு சில யங் யூடியூபர்ஸ் ரொம்பவே அட்வான்சா இருக்காங்க. அவங்க செய்தி எடுக்கற சோர்சஸ் எல்லாம் பாக்கும்போது ஆச்சரியமா இருக்கு!”

“‘ஜெல்லி’ உண்மையா சர்?”

“ரஷ்யா உக்ரைன் போரோட பின்விளைவுகள்ல ஒன்னுதான் இந்த ஜெல்லி. ‘சைபர் ஸ்பேஸ் வார்’க்காக உக்ரைன சேந்த ஒரு நெட்வொர்க் கம்பெனிதான் இந்த வைரஸ உருவாக்கினதா சொல்றாங்க. அது எந்த அளவுக்கு உண்மைனு தெரியல. இது இப்ப அவசியம் இல்லனு அவங்க அரசு சொன்ன பிறகும் எங்கயோ இந்த ஜெல்லி பயர் ஆயிருக்கு. இன்னிக்கு நம்மளோட ஒவ்வொரு அசைவையும் முடிவு செய்யறது டேட்டாதான்.

ஐயனோஸ்பியர், ஸ்ட்ரேட்டோஸ்பியர், ட்ரோபோஸ்பியர் மாரி இன்னிக்கு உலகத்தச் சுத்தி ஒரு டேட்டாஸ்பியர் இருக்கு. அத ஒட்டுமொத்தமா சீரோ ஸ்டேட்க்கு கொண்டுவர வரைக்கும் இந்த ஜெல்லி நிக்காது. இண்டர்நெட் இஸ் டையிங். அது மட்டுமில்ல எலக்ட்ரானிக் சிஸ்டம்ஸ் எதுவா இருந்தாலும் அத மறுபடியும் இயக்க முடியாத அளவுக்கு இந்த ஜெல்லி வைரஸ் கரெப்ட் பண்ணும். யாருமே பயன்படுத்த விரும்பலனாலும் போருக்காக தயாரிக்கிற ஆயுதங்கள் அழிவ ஏற்படுத்தாம அழியாது. ஏதோ ஒரு வீடியோல, இத 'மெய்நிகர் காவுகோள்'னு சொல்லியிருந்தாங்க. ரொம்பச் சரியான வார்த்த"

"இதுல கேட்டலியம்..?"

"ஜெல்லி தன் ஆட்டத்த முடிக்கும்போது எல்லா டிஜிட்டல் அசெட்ஸ்சும் அழிஞ்சிருக்கும். டிஜிட்டல் உலகம் மறுபடியும் முதல்ல இருந்து தொடங்க வேண்டியிருக்கும். எல்லாரும் டேட்டாவ மீட்டெடுக்க என்ன வழினு தேடுவாங்க. அதுக்கு ஒரு வழி கிடச்சிரும். நெட்வொர்க்க ரீஸ்டோர் பண்ண முயற்சி செய்வாங்க. அதுவும் நடந்திரும். ஆனா, எந்த மேசைலயும் கம்ப்யூட்டர் இருக்காது. யாருடைய செல்போனும் வேல செய்யாது. ஸ்மார்ட் க்ரிட் பவர் சோர்ஸ் இருக்காது. டிஜிட்டல் டிராஃபிக் சிஸ்டம் இருக்காது!"

"அப்ப அதெல்லாம் தயாரிக்க கேட்டலியம் வேணும்"

"எக்சேக்ட்லி. இன்னிக்கு மின்னணு சாதனங்கள் தயாரிக்க கேலியம், ஜெர்மேனியம், இண்டியம், செலினியம், டேண்டலம், டெலிரியம் இப்படி பல கனிமங்கள பயன்படுத்தறாங்க. இந்த எல்லா கனிமங்களையும் விட நூறு மடங்கு பயனுள்ளதா கேட்டலியம் வேர்கள் இருக்குனு ஆய்வு சொல்லுது. ஒரு வேர்ப்பந்து பல லட்சம் மின்னணு சாதனங்களுக்கான உள்கட்டமைப்புகளுக்கு உதவும்னு நிரூபிச்சிருக்காங்க. இந்த கேட்டலியம் வேர்கள் அந்தமான்ல மட்டும்தான் உருவாகுது. அந்த மண்ணுடைய இயல்பும், பாறைகளோட குணமும், தாவரத்தோட பண்புகளும் சேந்து இந்தப் பயன் கிடைக்கிறதா சொல்றாங்க. அத நாம பாதுகாக்கணும்"

நித்திலன் நிமிர்ந்து உட்கார்ந்தான்.

"சர், அத எப்படிப் பாதுகாக்கப் போறோம்? எத்தன நாளைக்குப் பாதுகாக்கப் போறோம்?"

"அதுக்குத்தான் நீங்க சூப்பரா ஒரு லாக்கர் செஞ்சிருக்கீங்களே"

"அது இல்ல சர். இந்த வேர்கள எதுக்குப் பெட்டில வச்சுப் பாதுகாக்கணும்? அத அப்படியே காட்லயே வளர விடலாமே.

ரிசெர்வ் பாரஸ்ட்ல யார் என்ன செய்ய முடியும்?"

"யார் என்ன செய்ய முடியும்னு நீங்க நேத்துப் பாக்கலயா? நாகாலாந்த சேந்த சில தீவிரவாதிகள் நேத்து அந்தமான்ல கேட்டலியம் இருக்கிற பகுதில விஷம் கலந்து அந்த வேர்கள அழிக்கப் பாத்திருக்காங்க. நல்லவேள அப்படி எதுவும் நடக்கல"

"நாகாலந்தா? நியூஸ்ல சீனர்கள்னு ரிப்போர்ட் ஆயிருந்ததே சர்!"

"நான் நியூஸ் பாக்கல. எனக்கு வந்தத் தகவலச் சொல்றேன்"

"நம்ம நாட்ட சேந்தவங்களே எதுக்கு சர் இந்தத் தப்பச் செய்யணும்?"

"இந்தியாவ அவங்க நம்ம நாடுனு நினைக்கல"

செங்கா கசக்கிக் கொடுத்த சட்டையின் சுருக்கங்களை அந்த வாக்கியத்தில் அவன் பார்த்தான்.

"அது மட்டும் இல்ல நித்தி. நம்மகிட்ட இப்படி ஒரு ரிசோர்ஸ் இருக்குனு மத்த நாடுகளும் மோப்பம் பிடிக்க ஆரம்பிச்சுட்டாங்க. நீங்ககூட ஒரு ஆடியோ க்ளிப் அனலைஸ் பண்ணீங்களே ஞாபகம் இருக்கா?"

"இருக்கு சர்"

"எப்ப வேணாலும் அந்தக் காட்டுப்பகுதி அழிவுக்குள்ளாகலாம். அதனால குறைந்தபட்சம் சில லட்சம் வேர்கள அங்க இருந்து அப்புறப்படுத்திப் பாதுகாக்கணும்னு பிரதமர் அலுவலகம் முயற்சி செஞ்சுகிட்டு இருக்காங்க"

"இதுல நம்ம வேல, பெட்டி செய்யறதோட முடியுதா சர்?"

"பெட்டிய செஞ்சு கொடுத்திட்டு ஓடிருவீங்களா? நல்லா இருக்கே கத"

நித்திலன் கழுத்துக்குள் சிரித்துக்கொண்டான். அவனுக்கிருந்த கடைசி கேள்வியைக் கேட்டுவிட்டான்.

"பெட்டிகள எங்க வச்சுப் பாதுகாக்கப் போறோம் சர்?"

மோகன் எழுந்துகொண்டார். கைகளைப் பின்னால் கட்டிக்கொண்டு வங்காள விரிகுடாவையே பார்த்துக் கொண்டிருந்தார். ஒருவேளை கடலுக்கடியில் இவர்கள் மாயத்தீவு எதையேனும் கட்டி முடித்திருக்கிறார்களோ? அங்குதான் பெட்டிகளை வைத்துப் பாதுகாக்கப் போகிறோமோ? என்று நித்திலன் நினைத்தான். தன் கற்பனையை அவன் வெளிப்படுத்தாமலே மோகன் சிரித்தார்.

"எதுக்கு சர் சிரிக்கிறீங்க?"

அவர் அந்தச் சிரிப்பில் பாதியை உதிர்த்துவிட்டுப் பேசினார்.

"கேட்டலியம் வேர்ப்பந்துகள எங்க வச்சுப் பாதுகாக்கப் போறாங்களோ அங்க பிரமிளும் நீங்களும் போக வேண்டியிருக்கும்"

"ப்ளஷர் சர்"

"போன வாரம் ஒரு சம்பவம் நடந்துச்சு. உங்களுக்குத் தெரிஞ்சிருக்க வாய்ப்பில்ல..."

நித்திலன் எழுந்துகொண்டான்.

"மத்திய உள்துறை அமைச்சர் ராஜ்குமாரோட பேரன் சௌரவ் ஒரு கலவரத்துல மாட்டிக்கிட்டு தப்பிச்சு வந்திருக்கான். பேரா கமேண்டோ நிஷா பைலட்தான் அவனக் காப்பாத்திருக்கா. அந்தக் கலவரம் அருணாச்சல் பிரதேசம் சங்லங் மாவட்டத்துல இருக்கிற விஜய்பூர் கிராமத்துல நடந்துச்சு. அதுல கொல்லப்பட்ட பெரும்பாலானவங்க சக்மா பழங்குடியினத்த சேந்தவங்க"

"ஓ..!"

"கலவரம் நடந்த வருஷம் 1994"

"புரியல சர்"

"நிஷா பைலட் மீட்டிங் என்னிக்கு?"

"புதன் கிழம சர்"

"ஆல் தி பெஸ்ட்"

0000000016

கேட்டலியம் திட்டத்தில் நித்திலனுக்கு இருக்கும் ஆர்வம் பிரமிளுக்கு இல்லை. 'அடையாள் பணிகளே விழிபிதுங்க வைக்கும் நிலையில் இதை வேறு தலையில் சுமக்க வேண்டுமா?' என்று புலம்பிக்கொண்டிருந்தார். நேற்று நாகர்கோவிலில் இருந்து தம் பணி மையத்துக்கு வந்து சேர்ந்த பயோமெட்ரிக் தகவல் ஒன்றில் கைரேகை காணவில்லை. பிரமிள் விசாரித்தபோது அவர் ஒரு எழுபது வயது முதியவர் என்றும் அவர் பெருவிரலில் ரேகைகளே இல்லை என்றும் களப்பணியாளர் மின்னஞ்சலில் குறிப்பிட்டிருந்தார். ரேகை இல்லாதவர்கள் ஒரு புறம், கையே இல்லாதவர்கள் மறுபுறம் என பிரமிள் சாமிநாதனுக்கு அடுக்கடுக்காய்ச் சிக்கல்கள் வரிசையில் நின்றன. அந்த நிலையில் கருவிழித் தகவலே போதுமானது என்று மையக்குழு அறிவுறுத்தியிருந்தது.

விபத்தில் கைகளையும் கண்களையும் இழந்த ஆட்டோ ஓட்டுநர் மகேசன் என்பவரை அடையாள் பதிவேட்டில் கொண்டுவருவது எப்படி என்று அன்றைய இரவு மெய்நிகர் சந்திப்பில் பிரமிள் அணி விவாதித்தனர். மகேசனுக்கு சிகிச்சை அளிப்பது எப்படி என்று எந்தக் குழுவாவது விவாதித்துச் சொன்னால் நன்றாக இருக்கும் என்று அவர் மகள் தாரணி கோரிக்கை வைத்தாள். அத்துடன் அந்தச் சந்திப்பு நிறைவுபெற்றது.

அன்று பிரமிள் கார்த்திகா திருமண நாள். அதிகாலை ஐந்து மணிக்கு உறங்கப்போன பிரமிளிடம் கார்த்திகா எந்த வாழ்த்தையும் எதிர்பார்க்கவில்லை. பிரமிளுக்கு அவள் வாங்கி வைத்திருந்த புதிய செல்பேசியை நேரம் பார்த்துக் கொடுக்க

காத்திருந்தாள். தான் சொந்தமாக நடத்திக்கொண்டிருந்த உடற்பயிற்சிக் கூடத்துக்கு அவளுக்கு நேரமாகிக்கொண்டிருந்தது. அங்கே அவள் முதலாளியாக மட்டும் இல்லாமல் பயிற்சியாளராகவும் இருக்கிறாள்.

பிரமிள் கார்த்திகாவோடு அதிகம் பேசமாட்டார். அவருக்கு சனி, ஞாயிறு என்பதே இல்லை என்பதால் இருவரும் திரைப்படத்திற்கோ, உணவு விடுதிக்கோ, கடற்கரைக்கோ, கடைத்தெருவுக்கோ செல்வதில்லை. இரவு நேரம் வீட்டில் அமர்ந்து ஓ.டி.டி.யில் வரும் திரைப்படங்களையும் தொடர்களையும் கண்டு ரசிப்பதுதான் அவர்களது திருமண வாழ்வின் ஒரே பந்த நிகழ்வு. பிரமிளுக்கு முப்பது வயது முதலே உடலுறவில் விருப்பமில்லாமல் போனது. அதை கார்த்திகாவால் மீட்டெடுக்க முடியவில்லை. அது அவள் வேலையல்ல என்று ஒரு கட்டத்துக்குப் பின் அவள் விலகிவிட்டாள். ஒரு குழந்தையைத் தத்தெடுக்க வேண்டும் என்ற முடிவு அவளிடம் இருந்துதான் சமீபத்தில் தொடங்கியது. நாற்பது வயதில் அந்த வேட்கை அதிகரித்தது.

பதினேழாவது திருமண நாளை ஒரு குழந்தையோடு தொடங்கவேண்டும் என்ற கார்த்திகாவின் விருப்பம் நிறைவேறவில்லை. பிரமிள் கண்விழித்தபோது எதிரில் நின்றிருந்த கார்த்திகாவின் முகம் எந்த எதிர்பார்ப்புமின்றி பூத்திருந்தது.

"இனிய திருமண நாள் வாழ்த்துகள் பிரமிள்!"

"ஓ..! ஏ... கார்த்தி... விஷ் யூ தி சேம்!"

"எனக்கு சென்டர்க்கு டைம் ஆச்சு. நான் வரேன். டேபிள்ல இட்லி, சட்னி இருக்கு. கேரட் அல்வா மாதிரி ஒன்னு செஞ்சிருக்கேன். சாப்பிட்டுப் போங்க"

பிரமிள் குளித்துவிட்டு உணவு மேசைக்கு வந்தபோது அங்கே ஒரு வாழ்த்து அட்டையும் பரிசும் இருப்பதைப் பார்த்தார். இட்லியைத்தான் முதலில் பிரித்தார். கேரட் அல்வாவை சுவைத்துக்கொண்டே அந்தப் பரிசு என்னவாக இருக்கும் என்று யோசித்துக்கொண்டிருந்தார். அதைப் பாதிப் பிரித்தபோதே அது ஒன் ப்ளஸ் செல்பேசி என்று தெரிந்துவிட்டது. மின்விசிறியின் வேகத்தால் வாழ்த்து அட்டை வாசகங்கள் வெளியே வழியத் தொடங்கின.

'பிரமிள்,

நாம பேச வேண்டியது நிறைய இருக்கு. வாழ வேண்டிய நாட்கள் காத்துக்கிட்டு இருக்கு. ஆனா, நம்ம பயணத்துல மூனாவது உயிர் முக்கியம். அந்த உயிர்தான் மிச்சமிருக்கிற நம்ம வாழ்க்கைக்குப் புது அர்த்தம் தரப்போகுது. சீக்கிரமா அந்த உயிர

எனக்கு அறிமுகப்படுத்துங்க. நம்ம எதிர்காலத்தோட முகத்தப் பாக்க நான் காத்துக்கிட்டு இருக்கேன். இனிய திருமண நாள் வாழ்த்துகள்!'

அலுவலகத்தில் நித்திலன் அந்த வரிகளைப் படித்துவிட்டு பிரமிளைப் பார்த்துச் சிரித்தான்.

"என்ன பிரமிள் சர். எதிர்காலத்தோட முகம் யாருனு முடிவு பண்ணிட்டீங்களா?"

பிரமிள் மௌனம் காத்தார்.

"டெல்லிக்கு டிக்கெட் போட்டாச்சு. புதன்கிழம காலேல கிளம்பறோம்"

"நீ மட்டும் போயிட்டு வா நித்தி. எனக்கு எக்கச்சக்கமா வேல இருக்கு"

"பேரா கமேண்டோ மீட்டிங். பி.எம்.ஓ. ப்ரோட்டோகால். அதுக்கப்பறம் உங்க முடிவு"

00000000017

மாக்கியவெல்லி வீட்டின் பின்புறமுள்ள தோட்டத்தில் அமர்ந்து அழுதுகொண்டிருந்தான். அவன் வலது கையில் நகக் கீறல்கள். அதைத் தன்னிடம் இருந்தே ஒளித்துக்கொள்ள அவன் முயற்சி செய்தான். அவன் பள்ளிச்சீருடையின் வியர்வை நாற்றம் தோட்டமெங்கும் பரவிக்கொண்டிருந்தது. ஒரு செம்பருத்திச் செடியைத் தன் அழுகைக்குத் தேர்ந்தெடுத்திருந்தான். அதையே கண் இமைக்காமல் பார்த்திருந்தான். மோகன் ஜனார்த்தனன் வீட்டுக்குள் நுழைந்ததும் அவனைத் தேடவில்லை. அவர் நேராக தோட்டத்துக்கு வந்தார். நிறுவனத்தில் இருந்தும் உள்துறை அலுவலகத்தில் இருந்தும் தொடர்ச்சியாக வந்த அழைப்புகளை அவர் ஏற்கவில்லை. மாக்கியவெல்லிக்கு அருகில் சென்று எதுவும் பேசாமல் அவன் கண்ணீரில் கலந்துகொண்டார். அவர் வாங்கி வந்திருந்த இனிப்பைத் திறந்து வைத்தார். அவனுக்குப் பிடித்த சாக்லெட் சோம்பப்படி. அதில் ஒன்றை எடுத்து கடித்துக்கொண்டே கண்ணீரைத் தொடர்ந்தான். சோம்பப்படி அவன் வலது கை கீறல்களின் மீது சிந்தியது.

சிந்தனைச் சவால் உள்ள குழந்தைகளுக்கானச் சிறப்புப் பள்ளியில் மாக்கியவெல்லி ஆறாம் வகுப்பு மாணவன். அவன் பள்ளியில் அறிவியல் கண்காட்சிக்கானப் பணிகள் நடைபெற்று வந்தன. காடுகளின் ஒலிகளைக் கொண்டு ஓர் இறைவழிப் பாடலை உருவாக்குவதே ஆறாம் வகுப்புக்குக் கொடுக்கப்பட்ட பணி. அதைத் தங்கள் இசை ஆசிரியரோடு சேர்ந்து செய்யவேண்டும். ஆனால், மாக்கியவெல்லி ஆந்தையின் ஒலிகளைக்கொண்டு ஒரு பாடலை உருவாக்கியிருந்தான். அது

வார்த்தைகளற்ற வெறும் இசைக்கோர்ப்பாக இருந்தது. வகுப்புத் தலைவன் உமர், மாக்கியவெல்லி செய்வது தவறு என்றும், என்ன சொல்லப்பட்டிருக்கிறதோ அதன்படி பாடலை உருவாக்க வேண்டும் என்றும் கடுமையாகக் கூறியிருக்கிறான்.

மாக்கியவெல்லி தன் கொக்கேன் லாலிபாப்பை எடுத்து சப்பிக்கொண்டும், தன் செல்பேசியில் அவன் உருவாக்கிய ஆந்தை இசையை இசைக்கவிட்டும் மேசையில் படுத்துத் தூங்கிவிட்டான். உமர் ஓடிவந்து தூங்கிக்கொண்டிருந்த மாக்கியவெல்லியின் கன்னத்தில் அறைந்ததில் அவன் அலறிக்கொண்டு எழுந்தான். அவன் வாயில் இருந்த லாலிபாப் உடைந்துவிட்டது. மாக்கியவெல்லி ஆத்திரம் கொண்டு பாய்ந்து உமரைக் கீழே தள்ளினான். அருகில் இருந்த மேசையை எடுத்து உமர் மீது வீசினான். உமரின் கழுத்தைப் பிடித்திழுத்துக் கொண்டுபோய் அவன் தலையைச் சுவற்றில் அடித்தான். விரல்களை மடக்கி அவன் முகத்தில் ஓங்கிக் குத்தினான். அவனைத் தரதரவென இழுத்துச்சென்று படியில் இருந்து உருட்டிவிட்டான். அருகில் இருந்த மாணவர்கள் மாக்கியவெல்லிக்குப் பயந்து தள்ளியே நின்றனர்.

உமர் ‘அம்மா’ என அழுதான். அவனால் வலி தாங்க முடியவில்லை. மாக்கியவெல்லி படிகளில் இறங்கி வந்தான். உமர் விழுந்துகிடந்த கடைசிப் படியில் அமர்ந்தான். உமர் மாக்கிய வெல்லியின் கைகளைப் பிடித்துக் கீறினான். மாக்கியவெல்லி உமரின் கைகளைப் பிடித்துத் தூக்கினான். அவனை முதல் உதவி சிகிச்சைக்கு அழைத்துச் சென்றான். உமருக்கு சிகிச்சையளித்தபோது மாக்கியவெல்லி அழத்தொடங்கினான். அழுதுகொண்டே தன் வகுப்புக்குச் சென்றான். அவன் வகுப்பில் உள்ள சிலர் அவன் தலையில் ‘விட்டுவிட்டென’ குட்டினார்கள். தன் இருக்கைக்குச் சென்று தன் முகத்தைப் புதைத்துக்கொண்டான். ‘மாக்கியவெல்லி எங்கடா?’ என்று ஆசிரியர் வந்து கேட்கும்போது அவன் தூங்கிவிட்டான்.

இரண்டாவது சாக்லெட் சோம்பப்படியின்போது மாக்கிய வெல்லியின் கண்ணீர் வடிந்திருந்தது. அவன் செல்பேசியை எடுத்து அவன் உருவாக்கியிருந்த ஆந்தை இசையை ஓடவிட்டார் மோகன் ஜனார்த்தனன். அது அந்தத் தோட்டத்தின் நிறத்தை மாற்றியது. மாக்கியவெல்லி எழுந்துசென்று செம்பருத்திச் செடியின் மீது சிறுநீர் கழித்தான்.

00000000018

டெல்லிக்குச் சென்று வந்ததிலிருந்து செங்காவிடம் நிறைய பேசவேண்டும் என நித்திலன் எண்ணிக்கொண்டிருந்தான். அதற்கான நேரம் வாய்க்கவில்லை. தம் கணினி மற்றும் தரவு அமைப்புகளுக்குள் தாமே ஒரு வெளித்தாக்குதல் போல் ஊடுருவிச் சோதனை செய்யும் ‘பெனட்ரேஷன் டெஸ்டிங்’ பணிகளில் அவன் மூழ்கியிருந்தான். அதன் விளைவாக சில தகவல்களை மறையாக்கம் செய்யும் ‘ஹேஷிங் அல்காரிதம்’ எழுதவேண்டி யிருந்தது.

எதைச் செய்தபோதும் அவன் மனம் ‘வீர் ஜடாயு’வில்தான் பயணித்துக்கொண்டிருந்தது. முப்படை முதன்மைச் செயலர் கோவர்த்தன் மற்றும் நிஷா பைலட், நித்திலனின் முதுகுக்குப் பின்னால் ஒரு பழமையான கத்தியோடு நின்றுகொண்டிருப்பதாக அவன் உணர்ந்தான். கோவர்த்தன் பேசிய சமஸ்கிருதத்தமிழும் நிஷா பைலட் பேசிய பெங்காலித்தமிழும் நித்திலனுக்குத் தன் தனித்தமிழை மறக்கச் செய்தன.

செங்காந்தள் ஒரு படப்பிடிப்புக்காக கிழக்குக் கடற்கரைச் சாலைக்குச் செல்லவிருப்பதாகச் சொல்லியிருந்தாள். ஊத்தண்டி அருகே ஒரு பிரபல பேய் பங்களா இருப்பதாகவும், அதில் ஒருநாள் இரவு முழுக்கத் தூங்காமல் தங்கியிருந்து பேயை வைத்து ஒரு நேர்காணல் நிகழ்ச்சி நடத்தப்போவதாகச் சொன்னாள். செங்காவின் குழுவைச் சேர்ந்தவர்கள் பேயின் வருகைக்குப் பொருத்தமாக பங்களாவை அலங்கரித்துக்கொண்டிருந்தனர். நித்திலன் வந்து சேர்ந்தான்.

“இது என்ன செங்கா பைத்தியக்காரத்தனம்? இங்க உண்மைலேயே பேய் இருக்கா? இல்ல நீதான் அந்தப் பேயா?”

“இது சும்மா ஒரு டிராமா டா. டிமான்டி காலனி மாதிரி இந்த வெலிங்டன் பங்களாவுக்கு செம பில்ட் அப் குடுக்கறாங்க. ஒருநாள் இங்க வாழ்ந்துதான் பாப்போமேனு கேமராவோட வந்துட்டோம். இதெல்லாம் கண்டன்ட் பிசினஸ். கண்டுக்காத”

“ஒரு பக்கம் பகுத்தறிவுனு பேசிட்டு இன்னொரு பக்கம் பேய பேட்டி எடுக்கிற?”

செங்கா வாய்பேசாமல் ஒப்பணையில் ஈடுபட்டிருந்தாள்.

“உங்க பகுத்தறிவுக்காரங்க முக்காவாசி பேர் கோயிலுக்குப் போறவங்கதான்”

“கோயிலுக்குப் போகக்கூடாதுனு எந்தப் பகுத்தறிவாதிடா சொன்னது?”

“அப்ப கந்தனுக்கு அரோகராவும் சொல்லுவீங்க... கருப்புச் சட்டையும் மாட்டிப்பீங்க... இல்லியா?”

“ஆமாம். அப்படித்தான். பகுத்தறிவையும் ஆன்மிகத்தையும் எதிரெதிர் திசைல வைக்கிறதே தப்பு. வெளிய இருக்கிற உலகத்தப் புரிஞ்சுக்க பகுத்தறிவு. உள்ள இருக்கிற உலகத்தப் புரிஞ்சுக்க ஆன்மிகம். இரண்டும் வேறவேற. ஆனா இரண்டும் தேவை”

அவள் கண்மை வரைந்தாள். அவள் அகன்ற விழிகளின் அழகை அது அடிக்கோடிட்டுக் காட்டியது. பொழுது சாய்ந்து கொண்டிருந்தது. இன்னும் சிலநேரங்களில் பேய் இறங்கலாம் என படக்குழு எதிர்பார்த்திருந்தனர்.

“செங்கா”

“என்னடா? புதுசா கூப்பிடற..?”

“எனக்குப் பயமா இருக்கு”

“ஏன்? பேய நினச்சா?”

“எனக்குச் சில உண்மைகள் தெரியும். என் பக்கத்துல நீ இருக்க. கொஞ்ச தூரத்துல கேமரா இருக்கு. அதனால பயமா இருக்கு”

பங்களாவின் பின்புறமுள்ள சவுக்குத் தோப்புக்குள் இருவரும் நடக்கத் தொடங்கினர்.

“இங்கதான் ஜெய்ஷங்கர் துப்பாக்கியத் தூக்கிட்டுத் திருடங்களப் பிடிக்க ஓடுவாராம். ‘தாய் சொல்லைத் தட்டாதே’ படத்துல எம்.ஜி.ஆர் சண்ட சீன் இங்கதான் எடுத்தாங்களாம்”

“அவர் பெயரும் ஜெய்ஷங்கர்தான்”

"யார் பேரு?"

நித்திலன் ஒரு மரத்தில் சாய்ந்தான். எதை முதலில் சொல்வதென்ற முடிவுக்கு இன்னும் வரவில்லை.

"எதுனாலும் சொல்லு நித்தி. உன் அனுமதி இல்லாம நான் எதையும் வெளிய சொல்லமாட்டேன். இது நீ அடுத்து கொடுக்கப்போற முத்தத்துமேல சத்தியம்"

அவன் அந்த முத்தத்தைத் தந்துவிட்டான். அவள் வெற்றி பூத்தாள்.

டெல்லி சஞ்சய் வனத்தின் சுரங்கப் பாசறையில் வீர் ஜடாயுவை நித்திலனுக்கு அறிமுகப்படுத்தினாள் நிஷா பைலட். வீர் ஜடாயுவின் பிரம்மாண்டத்தை வியப்பதா அல்லது நிஷா பைலட்டின் உடற்கட்டை ரசிப்பதா எனத் தெரியாமல் அவன் திகைத்து நின்றான். அது விண்வெளி ஓட வடிவில் ஒரு சராசரி ரயில் என்று எண்ணிக்கொண்டிருந்தவனுக்கு அந்தச் செய்தி மழைத்துளிக்குள் ஒரு யானையின் தும்பிக்கை நுழைந்தது போலிருந்தது.

வீர் ஜடாயு ஒரு கால ரயில். காலத்தால் பின்னோக்கி செல்லக்கூடிய ரயில். தற்போது இருபது ஆண்டுகள் முதல் இருநூறு ஆண்டுகள் வரை பின்னோக்கிச் செல்லும் வல்லமையுடன் அது தயாராக இருக்கிறது. 'ரிவெர்ஸ் என்ட்ராபி' மூலம் காலச் சுழலைப் பிரித்து அதன் திசையை மாற்றியமைத்திருக்கிறார்கள். வீர் ஜடாயுவின் தொழில்நுட்பம் அறிவியல் முறையில் வடிவமைக்கப்பட்டிருக்கிறது. அதன் செயல்பாடு யோகவியல் முறையில் உருவாக்கப்பட்டிருக்கிறது. அலிபாபா குகையின் கதவை அடிமைகள் இயக்குவதுபோல் ரயிலின் இலட்சணங்களை யோகிகள் குழுவொன்று தங்கள் மன அலைகளையும் பிரபஞ்ச நிகழ்வோடைகளையும் ஒருங்கிணைத்து இயக்குகிறார்கள். புராண காலங்களுக்குச் சென்று நிகழ்கால சமூகத்தின் கற்பனையில் இருக்கும் மகா புருஷர்களை மீண்டும் அழைத்துவருவதே வீர் ஜடாயுவின் லட்சியம்.

ஒரு சோதனை ஓட்டமாக கோவர்த்தன், நிஷா பைலட், பிரமிள், நித்திலன், ஜெய்ஷங்கர் அனைவரும் ஒரு பாக்கெட்டில் ஏறி பயணித்திருக்கிறார்கள். 1946 ஆம் ஆண்டு சந்திரலேகா என்ற திரைப்படத்தின் படப்பிடிப்புத்தளத்திற்கு ரயில் அவர்களைக் கொண்டுசேர்த்தது. அந்தப் படத்தின் பிரசித்திப் பெற்ற 'ட்ரம் டேன்ஸ்'சுக்கான ஒத்திகை நடந்துகொண்டிருந்தது. நடிகை டி.ஆர்.ராஜகுமாரியோட நித்திலனும் பிரமிளும் ஒரு காலத்துளி பதிந்துகொண்டனர். காலத்துளி என்பது நினைவுத்திசுவில்

நேரடியாகப் பதியும் காட்சி. அதை ஒருவர் நினைவால் மீண்டும் எழுப்பும்போது அது எதிரில் இருப்பவர்களுக்கும் மறுஒளிபரப்பாகும்.

'கேட்டலியம் பெட்டிகளை எங்கே வைத்துப் பாதுகாக்கப் போகிறோம்? எத்தனை நாட்கள்?' என்று பல கேள்விகளோடு அந்தப் பாசறைக்கு வந்தவன் தன் எல்லா கேள்விகளையும் இழந்து நின்றான். கலங்கரை விளக்கத்தின் உச்சியில் மோகன் ஜனார்த்தனன் சிரித்த சிரிப்புக்குப் பின்னால் காலத்தின் முதுகு காத்திருக்கும் என்று அவன் எண்ணிப்பார்க்கவில்லை.

பாட்டி வடைசுட்டக் கதையை, பால் குடித்துக்கொண்டே கேட்கும் குழந்தையைப்போல் செங்கா மையிட்ட தன் கண்களை விரித்து கேட்டுக்கொண்டிருந்தாள்.

"வீர் ஜடாயு?"

"ம்"

"பின்னோக்கிப் போற கால ரயில்?"

"ஆமா"

"அப்ப முன்னோக்கி போற எதையுமே நீங்க கண்டுபிடிக்க மாட்டீங்களாடா?"

நித்திலன் அதை எதிர்பார்க்கவில்லை.

"உனக்கு எல்லாமே விளையாட்டா இருக்குல?"

"சத்தியமா இல்ல நித்தி. இந்த வெல்லிங்க்டன் பேய் பங்களா கதையவிட ஒன் கத ரொம்ப மோசமா இருக்கு"

நித்திலன் நீண்ட நாட்களுக்குப்பின் ஒரு சிகரெட்டைப் பற்ற வைத்தான்.

"நான் சொல்றத நீ நம்பல?"

"நம்ப முடியலயே. 2009ல, டைம் ட்ரேவல் பத்தி பரிசோதிச்சு பாக்க, ஸ்டீபன் ஹாக்கிங் ஒரு முயற்சி செஞ்சாரு. ஒரு தண்ணி பார்ட்டி ஆர்கனைஸ் பண்ணாரு. நிறையப் புகைப்படங்கள் எடுத்தாரு. ஆனா, அந்தப் பார்ட்டி நடந்து முடிஞ்ச பிறகுதான் அப்படி ஒன்னு நடக்கப்போதுன்னு விளம்பரப்படுத்தினாரு. டைம் ட்ரேவல் உண்மையா இருந்தா எதிர்காலத்துல இருக்கிற யாரோ ஒருத்தர் அந்த விளம்பரத்தப் படிச்சிட்டுப் பேக்வேர்ட்ஸ் ட்ரேவல் பண்ணி வந்து பார்ட்டிய அட்டெண்ட் பண்ணுவாங்கனு அவர் நினைச்சாரு. அப்படி வரவங்க அவர் புகைப்படங்களிலும் இருப்பாங்கன்னு நினச்சாரு. அன்னிக்கு முழுக்க அவர் மட்டும் தனியா உட்காந்து காத்துகிட்டு இருந்தாரு. அப்படி யாரும் வரல. அதுக்காக டைம் ட்ரேவல் பொய்னு அவர் சொல்லல.

ஆனா, ஹாக்கிங் தோத்துப்போன எடத்துல நீங்க ஜெயிச்சுட்டதா சொல்றீங்க. அதான் இடிக்குது”

நித்திலன் இழுத்துவிட்டப் புகை கிழக்குக் கடற்கரைச் சாலை நோக்கி நகர்ந்தது.

“உள்துறை அமைச்சரோட பேரன் சௌரவ் அந்த ரயிலோட ஒரு பாக்கெட்ல மாட்டிக்கிட்டான். அது அவன 1994வது வருஷம் நடந்த விஜய்ப்பூர் கலவரத்துக்குக் கொண்டுபோயிருச்சு. அங்க அகதிகள் முகாம்களுக்கு யாரோ தீ வச்சிருக்காங்க. அந்த நெருப்புல மாட்டி அவனும் நிஷா பைலட்டும் செத்துப்பொழச்சு திரும்பி வந்தாங்க”

“1994 சரி. இந்த ரயில் புராண காலத்துக்குப் போகப்போதுனு சொன்ன பாத்தியா? அதுதான் பயமா இருக்கு. உங்காளுங்க நம்ம மக்கள மறுபடியும் மகாபாரத போருக்குள்ள கொண்டுபோய் தள்ளாம விடமாட்டாங்கனு நினைக்கிறேன்”

அவன் சிகரெட் விரலை வைத்துச் செங்காவின் தலையில் தட்டினான்.

“ஜெல்லி கொஞ்சம்கொஞ்சமா நிறைய பேரோட வாழ்வாதாரத்தையே அழிச்சுக்கிட்டு இருக்கு நித்தி. புதுசுபுதுசா நெட்வொர்க் எரர் வருது. எங்கப் பாத்தாலும் சர்வர் டவுன், மெஷின் கரெப்ட், டேட்டா நாட் ஃபவுண்ட். கால் டேக்சி சாப்ட்வேர் வாஷ் அவுட், விமான சேவைகள் ரத்து. அடிப்படை தேவைகளுக்குக்கூட இண்டெர்நெட்ட நம்பி யிருக்கிற ஒரு ஜெனரேஷன் பைத்தியம் பிடிச்சுக் கிடக்கறாங்க. நாங்க எங்க சேனலுக்கு வீடியோஸ் ஷூட் பண்றதுகூட பேங்க்கிங் பண்ணதான். எதையும் அப்லோட் செய்ய முடியல. இது எங்க போய் முடியப்போகுதுனு தெரியல. உங்களுக்கு இத பத்தியெல்லாம் அக்கறையே இல்லையா? நிகழ்காலம் தொலஞ்சுகிட்டு இருக்கும்போது இந்தத் தொலைநோக்கம் தேவையா? எல்லாரும் தவியா தவிச்சுக்கிட்டு இருக்கும்போது இந்த டைம் ட்ரேவல் லொட்டு லொஸ்கு இப்ப அவசியமா?”

“அரசாங்கம் தாமரப் பூ மாதிரி. அதுல நூத்துக்கணக்கான இதழ்கள் உண்டு. சில இதழ்கள் நிகழ்காலத்தத் தாங்கும். சில இதழ்கள் எதிர்காலத்தத் தாங்கும்”

“உண்மதான். தாமர எப்படித் தன்ன வளர்த்துவிட்ட தண்ணீர சீண்டவே சீண்டாதோ, அது மாதிரி உங்கள வளத்துவிட்ட மக்கள உங்க அரசு என்னிக்குமே திரும்பிப் பார்க்காது”

மக்கள் மேல அக்கறை இல்லாமதான் எதிர்காலத்துக்குத் தேவையான ஒரு பொருள பாதுகாக்கறத்துக்கு இத்தன ரிஸ்க் எடுக்கிறோமா?’

“மக்கள் மேலயா? அந்தக் கேட்டலியத்த காப்பாத்தி மக்களுக்கா கொடுக்கப் போறீங்க? முதலாளிகளுக்குத்தான் கொடுப்பீங்க. டிஜிட்டல் டிஜிட்டல்னு எல்லாத்தையும் டிஜிட்டல் ஆக்குனீங்களே, இப்ப ஒட்டுமொத்த டிஜிட்டலுக்கும் ஆப்பு வந்திருக்கிற சமயத்துல அதுக்கு மாற்று என்னென்னு சொல்லி மக்களுக்கு உதவாம உங்க கேட்டலியத்தத் தூக்கிட்டு ரயில் ஏறினா என்னடா அர்த்தம்?”

செங்கா கேட்ட கேள்வி நட்சத்திரங்களில் மோதி எதிரொலித்தது.

“எதிர்காலம் இல்லாதவன்தான் நித்தி கடந்தகாலத்துக்குப் போவான்”

“செங்கா, நான் ஆளுங்கட்சிலயும் இல்ல, அதிகாரத்துலயும் இல்ல. என்ன எதுக்கு கேள்விகேட்டு சாகடிக்கிற?”

“அவங்க ஐ.டி.விங்க்ல நீ ஆலோசகரா இருக்கியே. அது போதாது? வெளிய இருந்தாலும் அவங்களுக்கு நீ உள்ளூர் ஆட்டக்காரன்தான்”

“வருங்கால இந்தியாவுக்கு ஒரு நல்ல தலமய வேற யாரு கொடுப்பாங்கன்னு நீ நினைக்கிற?”

“நித்தி, நீ தலைமையக் கொடு இல்ல தலமுடியக் கொடு. அதப்பத்தி எனக்குக் கவலயில்ல. எல்லா அநியாயத்துலயும் உன்னையும் சம்மந்தப்படுத்தறன்னு நினைக்காத. நீ ஒரு தாடி வச்ச டாட்லர். உனக்கு விவரம் பத்தாது. விவரத்தவிட்டு விலகி நிக்கிறது நம்ம தலைமுறையோட வியாதி. உனக்கும் ஒருநாள் கோபம் வரும். இன்னிக்கு நான் கேக்கிற கேள்விய நாளைக்கு நீ கேப்ப. எனக்கு அந்த நம்பிக்க இருக்கு”

நித்திலன் பெருமூச்சுவிட்டான்.

“சரி அத விடு. நீ அந்த ரயில்ல எங்க போற? எந்த வருஷத்துக்குப் போகப் போற?”

“1935. வல்லபாய் பட்டேலோட நண்பர் சேஷையாவுக்குச் சொந்தமான மாந்தோப்புக்குப் போறோம். கண்டெயினர் எல்லாத்தையும் அந்தத் தோப்புக்குப் பின்னால இருக்கிற மாட்டுத்தொழுவத்துல வைக்கப்போறோம். அந்த மாந்தோப்புக்குள்ள இருக்கிற கெஸ்ட் ஹவுஸ்ல தங்குறோம். எப்ப சொல்றாங்களோ அப்ப திரும்பி வருவோம்”

“வல்லபாய் பட்டேல பாப்பீங்களா?”

“நிச்சயமா பாப்போம். ஆனா, அவரப் பாக்கும்போது இந்தியாவப் பத்தி நீ கேக்க நினைக்கிற கேள்வியெல்லாம் நான் கேக்க மாட்டேன்”

செங்கா முகம் சின்னதானது. நித்திலன் அவள் கன்னத்தில் குத்தினான்.

"ம்ம்... என்னென்னமோ கம்பி கட்ற கதையெல்லாம் சொல்ற. நம்பி தொலைக்கறேன்"

இருவரும் பங்களா நோக்கி நடந்தனர்.

"இப்ப நாம மறுபடியும் அந்தப் பங்களாவுக்குப் போகும்போது, டைம் டிராவல் பண்ணி, நீ பேசினது நான் கேட்டது நீ சிகரெட் பிடிச்சது எல்லாம் முதல இருந்து நடக்குமோ?"

உதட்டைக் குழைத்துக்கொண்டு கண்களை உருட்டினாள்.

"அப்படி நடந்தா பரவால செங்கா. அன்னிக்கு ஒருநாள் மயக்கத்துல இருக்கும்போது நீ என் முதுகுல கடிச்ச ஞாபகம் இருக்கா? அதுக்கும் முன்னாடி போக வேணாம். இன்னொரு கடிய என்னால தாங்க முடியாது"

நித்திலனின் கிண்டலில் தன்னுடைய ஆளுமை வெளிப்பட்டதாக செங்கா நினைத்தாள். ஓடை சிலுசிலுப்பைப் போல் ஒய்யாரமாய்ச் சிரித்தாள். பங்களாவிற்குள் நுழைந்ததும் அவளுக்குள் புதிதாய் ஒரு படபடப்பு.

"நித்தி, இந்த வீர் ஜடாயுல நீ கண்டிப்பா போகணுமா? இதத் தவிர்க்க முடியாதா?"

அவன் அந்தக் கேள்வியைச் சவுக்குக் காட்டிலேயே எதிர்பார்த்தான்.

"இது டெக்னிக்கல் கமிட்மெண்ட் இல்லடா. தேசப் பாதுகாப்பு. இன்னும் சொல்லப்போனா தேசியவாத கடம"

"உன் தேசியவாதத்துக்குத் தன்னக் காப்பாத்திக்கவே சக்தி இல்ல. உன்ன எப்படி அது காப்பாத்தும்? எனக்குப் பயமா இருக்கு"

"சென்னைல இருந்து மதுரைக்கோ கன்னியாகுமரிக்கோ போற மாதிரிதான். பயப்படாத"

செங்கா அவன் தோளில் சாய்ந்துகொண்டாள். நித்திலன் அவளைத் தாங்கிப்பிடிக்க கொஞ்சம் திணறினான். அவள் மனதில் இருந்த தவிப்பு கனம் வாய்ந்ததாக இருந்தது.

00000000019

நோவா கப்பல் என்று விவரிக்கப்படும் பெருங்கதை குமரிக்கண்டத்தின் அழிவை மையமாகக் கொண்ட ஓர் உண்மைச் சம்பவம் என்று ஆதாரங்களோடு விளக்கிக்கொண்டிருந்தார் பிரமிள். எல்லா பழஞ்சமூகங்களிலும் ஒரு வெள்ளப்பெருக்குக் கதை உண்டு என்றும் அதற்கான மூலம் குமரிக்கண்டத்தில்தான் இருக்கிறது என்றும் அவர் நம்புகிறார். வரலாறு பிடிக்கும் அவருக்கு. அதுவும் வரலாற்றில் மறைக்கப்பட்ட பக்கங்களைத் தன் பக்கத்தில் வைத்துக்கொள்வதில் அலாதிப் பிரியம் அவருக்கு. மனிதன் தோன்றிய இடம் ஆப்பிரிக்கக் கண்டமாக இருக்கலாம். ஆனால், நாகரிகம் தோன்றிய இடம் தற்போதைய இந்திய நிலப்பரப்பில்தான் என்று ஓலைச்சுவடிகள் மற்றும் கல்வெட்டு வழி அவர் வலைப்பக்கத்தில் நிரூபித்திருக்கிறார்.

“நம்மளோட நோவா கப்பல்ல நாய், பூன, பறவ, யான இதெல்லாம் எதுவும் கொண்டு போலயா? கேட்டலியம் மட்டும்தானா?”

வீர் ஜடாயு பயணத்திற்கான முன்னேற்பாடுச் சந்திப்பில் நித்திலன் கேட்ட முதல் கேள்வி. தட்டில் இருந்த ‘குட் டே’ பிஸ்கெட் மற்றும் முந்திரி பருப்புகளை விரும்பாதவன் போல தள்ளி வைத்திருந்தான். தண்ணீரை மட்டும் அடிக்கடி குடித்தான்.

“நாய், பூன, பறவ எதுவும் இல்ல. ஆனா யான இருக்கு?”

கேட்டலியம்தான் பிரமிள் சொல்லும் யானை என்று நித்திலன் நினைத்திருந்தான்.

“இல்ல. நீ நினைக்கிறது இல்ல. நம்ம அடையாள் டேட்டா வால்ட்’ல இருக்கிற *120* கோடி மக்களோட மொத்த

பயோமெட்ரிக்ஸ் தகவல்களையும் அந்த 2000 கண்டெயினர் பெட்டிகள்ல டிஸ்ட்ரிபியூட்டடா பிரிச்சுவச்சு கொண்டுபோகப் போறோம்”

“சொல்லவே இல்ல”

“எத எப்ப யார்கிட்ட சொல்லணும்னு பிரதமர் அலுவலகம்தான் முடிவு செய்யும்”

“டிஸ்ட்ரிபியூட்டடா ஏன் வைக்கிறோம்?”

“ஏன் வைக்கிறோம்? நீயே சொல்லு. நீ எப்பவோ கொடுத்த ஐடியாதான் இது”

“ஓகே. ஒவ்வொரு டிஸ்க்ல ஒவ்வொரு கீ இருக்கும். எல்லா டிஸ்கையும் ஒன்னா கனெக்ட் பண்ண பிறகுதான் அந்த கீ கம்ப்ளீட் ஆகி டேட்டா வால்ட் ஓபன் ஆகும்”

“கரெக்ட்”

நித்திலனுக்கு வேறொரு சந்தேகம்.

“சர், எதுக்கு இந்த வேல? இப்ப இருக்கிற பிரச்சனைக்கு நம்ம டேட்டா சென்டர நெட்வொர்க்ல இருந்து எடுத்தாலே போதுமே. அது மட்டும் இல்லாம பேக்அப் டேட்டா சென்டர் ஒன்னு இங்க இருந்து அஞ்சு கிலோமீட்டர் தொலைவில இருக்கு. இதுக்கு மேல டேட்டாவ எப்படிப் பாதுகாக்க முடியும்?”

“தேவப்படுது நித்தி. நெட்வொர்க்ல இருந்து ரிலீஸ் ஆகறத்துக்கு இன்னும் பெர்மிஷன் கிடைக்கல. நாளைக்குக் கிடச்சிரும். ஆனா, இதுவரைக்கும் நம்ம டேட்டா சென்டர்ல இருக்கிற ஒரு மெஷின்ல கூட ஜெல்லி வைரஸ் உள்ள வர்லனு நீ சொல்ல முடியுமா? வந்திருந்தா? மொத்த டேட்டாவும் போச்சே. இது என்ன வைரஸ்னு கண்டுபிடிக்கறத்துக்குள்ள 120 கோடி மக்களோட அடையாள் தகவல்களும் அழிஞ்சு போச்சுனா? கலவரம் நடக்கும்போது வஸந்த் அண்ட் கோ கடைல புகுந்து டி.வி. ப்ரிட்ஜ தூக்கிட்டுப்போற மாதிரி, ஜெல்லிய சாக்கா வச்சு எதிரி நாடுகள் நம்மளோட டேட்டா சென்டர்ஸ டார்கெட் பண்றதா இண்டெல் வந்திருக்கு. ‘எக்ஸ்டர்னல் பேக்அப்’ கண்டிப்பா தேவ”

“சும்மா இல்ல. இருபது பெட்டா பைட் டேட்டா. எதுல ஸ்டோர் பண்ணுவீங்க? நம்மகிட்ட என்ன ஸ்டோரேஜ் இருக்கு?”

“எல்லாத்தையும் எங்களுக்குக் கத்துக் கொடுத்திட்டு எதுவுமே தெரியாத பாப்பா மாதிரி கேள்வி கேக்கிற பாத்தியா?”

நித்திலன் சில வினாடிகள் யோசித்தான். அவன் மனக்கண்ணில் கடந்த மாதம் அவன் தன் நிறுவனத்திற்கு அறிமுகப்படுத்திய சாம்பல் நிறக்கண்ணாடி சேமிப்பகம் வந்து போனது.

"சர் 'டீப் கிரே கிளாஸ் டிஸ்க்'னு மட்டும் சொல்லாதீங்க"

பிரமிள் சிரித்தார்.

"சர் அது இப்பதான் டெவெலப்மன்ட் ஸ்டேஜ்ல இருக்கு. அந்த டிஸ்க்ல செக்யூரிட்டி டெஸ்ட்டிங் நிறைய பண்ண வேண்டியிருக்கு"

"உனக்கு, அதுக்கு 48 மணிநேரம் அவகாசம் இருக்கு"

"இது கொடூரமான ஜோக் சர்"

"மேப்பார் டீம வரச் சொல்லிருக்கோம். அவங்க உதவியும் உனக்குத் தேவப்படும்"

பிரமிள் தன் பணிமேசையில் இருந்து ஒரு சதுரக் கண்ணாடியை எடுத்தார். அதைப் பொருத்தப்போகும் ஒட்டகத் தோல் கவசத்தையும் காட்டினார்.

"சர் இந்த டீப் கிரே டிஸ்க்ல மொத்தமே 100 டி.பி. டேட்டாதான் ஸ்டோர் பண்ண முடியும். அடையாள் டேட்டா மொத்தம் 20,000 டி.பி. இருக்கு. 2000 டிஸ்க் தேவப்படும்"

"ரெடியா இருக்கு நித்தி. கேட்டலியம்க்கு நாம இரண்டாயிரம் பெட்டி செஞ்சிருக்கோம். ஒவ்வொரு பெட்டிலயும் கீழ கேட்டலியம், மேல கேட்டலியம் நடுவுல ஒரு கிளாஸ் டிஸ்க்"

"இத கணக்குப் போட்டுத்தான் இரண்டாயிரம் பெட்டிகள்னு சொன்னாங்களா?"

"ஆமா"

"அப்ப கேட்டலியம் முக்கியம் இல்லையா? அது வெறும் கதையா? பசுத்தோல் போர்த்திய புலி மாதிரி கேட்டலியம வச்சு டேட்டாவ கவர் பண்றோமா?"

"கேட்டலியம் முக்கியம்தான். அதவிட இந்திய ஜனத்தொகையோட ஒட்டுமொத்த டேட்டா முக்கியம். ஒரு சின்ன முக்கியத்த வச்சு ஒரு பெரிய முக்கியத்தப் பாதுகாக்கிறோம். பசுத்தோல் போர்த்திய புலி இல்ல. புலிக்குட்டித்தோல் போர்த்திய புலி"

நித்திலன் தாடியைச் சொரிந்தான்.

"குழப்பமா இருக்கா நித்தி?"

"ஆமா"

“அதுதான் அரசாங்கத்துக்கு வேணும்”

நித்திலன் முந்திரிப் பருப்புகளை நாடினான்.

“எல்லாத்தையும் தெரிஞ்சுக்கணும்னு நினைக்கிறது தற்கொல செய்ய நினைக்கிறதுக்கு சமம். உயிரோட இருக்கணும்னா புரியாம இருக்கணும்”

பிரமிள் சொன்னதை விழுங்க முடியாதவன்போல நித்திலன் மீண்டும் தண்ணீர் குடித்தான்.

கருவிழி படத்தில் தேவையற்ற பகுதிகள் நீக்கப்படுகின்றன. கருவிழியின் வட்டநிலை, நிறம் மற்றும் கோடுகள் குறித்த தகவல்கள் தரவுச் சதுக்கங்களில் சேகரிக்கப்படுகின்றன. மூன்று அளவுகளையும் ஓர் எண்ணாக மாற்றும் கணினி கணக்கீடு நிகழ்கிறது. ஒரு தனி நபரின் கருவிழித் தகவல் ஒரு தனி மறையெண்ணாக பதிவு செய்யப்படுகிறது. அந்தப் பதிவுகள் மையக் கணினிகளுக்கு அனுப்பப்படுகின்றன. கருவிழி பணியகத்தில் நித்திலன் உட்பட முக்கிய நபர்களுக்கே அனுமதியில்லை. பாதுகாப்புக்கான சோதனை ஓட்டம் எதையேனும் நிகழ்த்த வேண்டுமெனில் அமைச்சகத்தின் அனுமதி பெற்றுதான் அதைச் செய்யவேண்டும். அல்லது பிரமிள் கோரிக்கை வைத்து அதற்கு மோகன் ஜனார்த்தனன் அவசர நிலைக்கான சிறப்பு அனுமதி வழங்க வேண்டும்.

“ஐரிஸ் டேட்டா பேக்அப் எடுக்கணும் சர். சர்வர் மெஷின்ஸ், க்ளவுட் ஆப்ரேஷன்ஸ் எல்லாமே கரெப்ட் ஆயிகிட்டு வருது”

கருவிழி மையத்தில் பணியாற்றும் பொறியாளர் கமலேஷ் யாதவ் பிரமிள் சாமிநாதனுக்குக் கோரிக்கை விடுத்திருந்தார். மோகன் ஜனார்த்தனன், தானே அந்தப் பிரதிகளை எடுப்பதாக பிரமிளிடம் சொல்லிக்கொண்டிருந்தபோது ஒரு கண்டெயினர் பெட்டியோடு அறைக்குள் வந்தான் நித்திலன். பெட்டிகள் அனைத்தும் பிரதமரின் கைரேகைக்குத் திறக்குமாறு மாற்றியிருந்தான். வீர சிவாஜி படம் வந்ததும் ‘ஜெய்ஹிந்த்’ என்ற ஓசையோடு பெட்டி திறக்குமாறு நிரல்களைத் திருத்தியிருந்தான்.

அடுக்குமாடிக் குடியிருப்பின் மொட்டைமாடியில் ஐந்து மணிக்குக் கிளிகளும், ஐந்து முப்பது மணிக்குப் புறாக்களும், ஆறு மணிக்கு காகங்களும் வந்து போகும்.

எல்லா பறவைகளும் ஆடி ஓய்ந்த ஏழுமணி அளவில்தான் நித்திலன் அன்று மாடிக்கு வந்தான். மாலையில் பறந்த பறவைகளின் சிறகு சுவடுகளை வானத்தில் தேடிக்கொண்டிருந்தான். செங்காவும் உடன் இருந்தால் சில சுவடுகளைக் கண்டறிய

முடியும் எனத் தோன்றியது அவனுக்கு. சாலையில் வழக்கமான நெரிசலைப் பார்க்க முடிந்தது. மசால்வடைக் கடையில் கூட்டம் அதிகரித்திருந்தது. வடையோடு செல்ஃபி எடுத்த இளம்பெண் வடையைத் தவறவிட்டாள். அவள் தோழர்கள் அதற்கு கரகோஷம் செய்தனர். மெய்நிகர் காவுகோளாவது மண்ணாவது. நம் மக்கள் எது நடந்தாலும் அதோடு வாழப் பழகிவிட்டனர் என்று ஒரு நாய் வந்து கவ்வும் வரை தத்துவம் பேசிக்கிடந்தது தரையில் கிடந்த வடை.

"நீ ஏன் இந்த அழுக்குச் சட்டைய துவைக்காம போட்டுக்கினு வர?"

"ஏன் இந்தச் சட்டைக்கு என்னா இப்போ?"

"செக்யூரிட்டி சட்டனா கஞ்சி கிஞ்சிப் போட்டு வெரப்பா இருக்க வேணா"

"யார் இருக்கா கஞ்சி போட"

"வூட்ல பொண்டாட்டி இல்லியா"

"அவ எவன்கூடவோ ஓடி பூட்டா"

மூன்றாவது மாடிக்கு மேல்வேலைக்கு வரும் பெண், வாசலில் அமர்ந்திருந்த செக்யூரிட்டி பெரியவரிடம் அதற்குமேல் பேச விரும்பவில்லை. அவள் வருத்தத்தின் வெளிப்பாடாக உரையாடலை நிறுத்திக்கொண்டு சைக்கிள் மிதித்துப் புறப்பட்டுவிட்டாள். அவர் சட்டை எப்பொழுதும் அழுக்காகத்தான் இருக்கிறது. ஆனால், அதையும் ஒரு வேலைக்காரிதான் கண்டுபிடித்து விசாரிக்கிறாள். இந்த அடுக்குமாடிக் குடியிருப்பில் வசிக்கும் ஒருவர்கூட ஏன் அவரை விசாரிக்கவில்லை? மாடியில் இருந்து வேடிக்கைப் பார்த்துக்கொண்டிருந்த நித்திலனுக்குள் ஒரு கேள்வி உயிர்த்தெழுந்த வேகத்தில் உதிர்ந்தது.

தகவல் தொடர்புக்காக பழைய கேபிள்களை மீட்டுருவாக்கம் செய்யவும், புதிய இணைப்புகளைத் தரைவழி அமைக்கவும் அரசு ஊழியர்கள் நாடு நகரகமெங்கும் போர்க்கால அடிப்படையில் பணியாற்றிக் கொண்டிருந்தனர். நித்திலன் வசிக்கும் தெருவிலும் அந்தப் பணிகள் தொடங்கியிருந்தன. மொட்டைமாடியில் இருந்து பார்க்கும்போது ஊழியர்கள் உருவாக்கிய பள்ளங்கள் பூமியின் கருவிழிகளைப்போல் திறந்துகிடந்தன. சாலைகளைத் தோண்டிப் போட்டுவிட்டு காணாமல் போக அவர்களுக்கும் ஒரு காரணம் கிடைத்துக்கொண்டுதான் இருக்கிறது.

❖

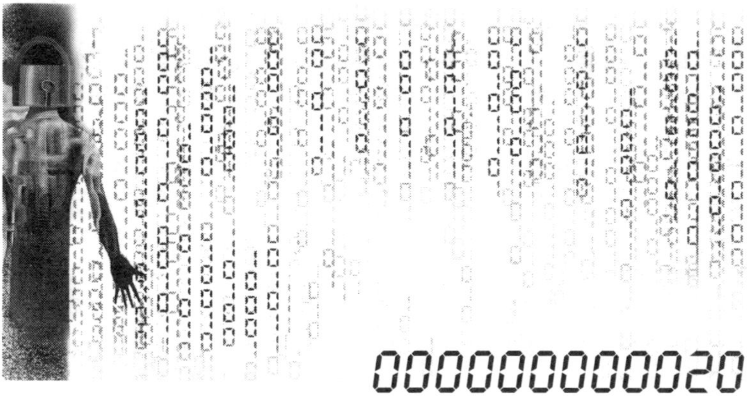

00000000020

*ச*ஞ்சய் வனத்தின் சுரங்கப் பாசறையில் பத்துப் பன்னிரெண்டு புறாக்களைக் கூண்டில் அடைத்து வைத்திருந்தனர். நாளை புறப்படவிருக்கும் வீர் ஜடாயுவை புறாக்களைப் பறக்கவிட்டு பிரதமர் தொடங்கி வைப்பாரோ? பிரதமரையும் புறாக்களையும் வைத்துப் பிரம்மாண்டமான படப்பிடிப்பு நடக்கப் போகிறதோ? கேட்டலியம் பெட்டிகளை வீர் ஜடாயுவின் பாக்கெட்டுகளில் ஏற்றிக்கொண்டிருந்த சஞ்சய் வனத்தின் ஊழியர்கள் தங்களுக்குள் முணுமுணுத்துக்கொண்டனர். டெல்லி வரைக்கும் வந்துவிட்ட நித்திலனுக்குக் கால ரயிலில் ஏற தயக்கம் இருந்தது. ஒருவேளை தான் உயிரோடு திரும்பவில்லையேல் செங்காந்தளோடு கனவுகண்ட வாழ்க்கை என்னவாகும் என்று அவன் கலங்கினான். லிங்காவின் செயல்முறை விளக்கத்தில் அவனால் கவனம் செலுத்த முடியவில்லை.

நிகழ்காலத்தில் இருந்து கடந்தகாலத்தைத் தொடர்புகொள்ளவும், கடந்தகாலத்தில் இருப்பவர்கள் நிகழ்காலத்தைத் தொடர்பு கொள்ளவும் 'விங் வேவ் டெக்னாலஜி' உதவும் என்று அவர் சொன்னபோது நித்திலன் நம்பவில்லை. நியூட்ரினோ அலைகள் மண்டலம் தாண்டி பயணிக்க முடியும் என்பதைக் கண்டறிந்த ஆய்வறிஞர்கள் அவை காலம் தாண்டியும் பயணிக்கும் என்ற உண்மையை உலகிற்குச் சொல்லவில்லை. தெற்காசிய மின்னலை ஆய்வு வட்டத்தில் லிங்காவும் உறுப்பினராக இருப்பதால் நியூட்ரினோ குறித்த அனைத்துக் கற்பிதங்களையும் அவரால் விவாதிக்க முடிந்தது.

கடந்தகாலத்தைத் தொடர்புகொள்ள நியூட்ரினோ தயாராக இருக்கிறது. ஆனால், அதைக் காலம் தாண்டி கிடத்துவதற்கான ‘உந்து அலை’ தேவைப்படுவதாக விஞ்ஞானிகள் லிங்காவோடு கலந்தாலோசித்தனர். பறவைகளின் சிறகடிப்பில் இருந்து அந்த உந்தலையை உருவாக்கியிருக்கிறார் லிங்கா. ஆனால், பறவை தரையிலிருந்தோ கிளையில் இருந்தோ புறப்படுகிற முதல் சிறகடிப்பாக அது இருக்க வேண்டும். அதில் உண்டாகும் பரவசத்தை உந்து அலையாக மாற்றும் கருவியை லிங்கா கண்டறிந்திருக்கிறார். அந்த உந்தலை, நியூட்ரினோ அலைகளைக் காலம் தாண்டி செலுத்தித் தொடர்பிணைப்பை உருவாக்குகிறது. நண்டுக்கு கொண்டை வைத்தது போன்ற இளமஞ்சள் கருவியை லிங்கா ‘அதர்வாணா’ என்று அழைக்கிறார். அப்படி அழைக்கச்சொல்லி மேலிடத்து உத்தரவு.

தகவல் முறையை சோதிப்பதற்காக ஜெய்ஷங்கரும் நிஷா பைலட்டும் வீர் ஜடாயுவின் ஒரு பாக்கெட்டில் ஏறி 1996ஆம் ஆண்டு சென்னையில் முத்தமிழறிஞர் கலைஞர் கலந்துகொண்ட பரப்புரைக் கூட்டத்திற்குச் சென்றுவிட்டனர். ஜெய்ஷங்கர் தன் கையில் ஒரு அதர்வாணா வைத்திருக்கிறார். சஞ்சய் வனத்தின் புறா கூண்டு திறக்கப்பட்டது. ஜன்னல் கதவுகளையும் திறக்கச் சொன்னார் லிங்கா. முப்படை முதன்மைச் செயலர் கோவர்த்தன் அவரே நடந்துசென்று ஜன்னல் கதவுகளைத் திறந்தார். பறவைகள் வானத்தைப் பார்த்து பறக்கும்போதுதான் தன் உந்தலைக்குத் தேவையான பரவசம் உருவாவதாக லிங்கா சொன்னார். புறாக்கள் வான் நோக்கிப் பறக்கும் நொடியில் அவைகளின் சிறகடிப்புக்கு அருகே ‘அதர்வாணா’ கருவியை வைத்து அதன் விசையை அழுத்தினார் லிங்கா. பாசறையின் ஒரு முனையில் அமைக்கப்பட்டிருந்த அதர்வாணாவின் ‘கமேண்ட் கன்சோல்’ பொறியாளர்கள் மின்னல் வேகத்தில் செயல்பட்டனர்.

கலைஞரின் பரப்புரைக் கூட்டத்தில் மேடைக்குப் பின்புறமாக நின்றிருந்த ஜெய்ஷங்கர் கையில் வைத்திருந்த அதர்வாணா, ஐந்து சமஸ்கிருத வார்த்தைகளை ஒன்றாகக் கொப்புளித்துத் துப்பியது போன்றதோர் ஓசையை எழுப்பியது. அவர் விசையை அழுத்தினார். லிங்கா கோவர்த்தனிடம் கருவியைக் கொடுத்தார்.

‘காலிங் ப்ரம் லேண்ட் ஆப் பாரத்’

கோவர்த்தன் குரலைக் கேட்டதும் நிஷா பைலட் புன்னகை பூத்தாள்.

“கால் ரிசீவ்ட். உங்க வாய்ஸ் ரொம்ப தெளிவா இருக்கு. ஜெய்ஹிந்த்”

அவள் பதில் சொன்னபோது மேடையில் பேசிக்கொண்டிருந்த கலைஞரின் குரலும் உடன் ஒலித்தது. காலவெளி தாண்டி வந்த அந்த ஒலியை உள்வாங்கிக் கொள்ளவே பிரமிளுக்குச் சில நொடிகள் தேவைப்பட்டன.

“நீங்க எங்கள கூப்பிடுங்க”

லிங்கா அழைப்பைத் துண்டித்தார்.

பரப்புரைக் கூட்டத்தின் அருகிலுள்ள பூங்காவில் பறவைகளைக் கண்டுபிடித்த ஜெய்ஷங்கர் ஓடிச்சென்று அந்தப் பறவைகளைப் பறக்கச் செய்து அதர்வாணாவை உயர்த்திப் பிடித்தார். தொடர்பு கிடைக்கவில்லை. எதிர்முனையில் அனைவரும் ஆவலோடு காத்திருந்தனர்.

பூங்காவின் ஊஞ்சலில் ஒரு பறவை அமர்ந்திருந்தது. ஜெய்ஷங்கரிடம் இருந்து அதர்வாணாவை வாங்கிக்கொண்டு நிஷா பைலட் புலியைப்போல் பதுங்கிபதுங்கி ஊஞ்சல் அருகில் சென்றாள். பறவை பறப்பதற்காகக் காத்திருந்தாள். அது பறக்கும் தருணத்தில் கருவியை உயர்த்திப் பிடித்தாள். தொடர்பு கிடைத்துவிட்டது.

“நிஷா பைலட். ரிப்போர்ட்டிங் ப்ரம் 1996”

“ஜாப் வெல் டன் லிங்கா” என்று தன் இரும்புக் கரங்களைத் தட்டினார் கோவர்த்தன். அவரைத் தொடர்ந்து பாசறை ஊழியர்கள் அனைவரும் கைத்தட்டினார்கள்.

“பறவைகள் கூட்டமா பறக்கும்போது கருவி வேல செய்யாதா?”

ஜெய்ஷங்கர் தன் தோல்விக்குக் காரணம் தெரிய விரும்பினார்.

“இல்ல. இரண்டே இரண்டு விதிதான். ஒன்னு அது பறவையோட அந்தத் தருணத்தின் முதல் சிறகடிப்பா இருக்கணும். இன்னொன்னு, பறவ தானா பறக்கணும். அதுவரைக்கும் நீங்க காத்திருக்கணும். அப்பதான் நமக்குத் தேவையான பரவசம் அந்த அலைல கிடைக்கும். யாரோ பயமுறுத்தி அந்தப் பயத்துல அது பறந்தா நமக்கு இணைப்புக் கிடைக்காது”

நிஷா பைலட், ஜெய்ஷங்கரைப் பார்த்துச் சிரித்தாள். தொடர்பு துண்டிக்கப்பட்டது. இருவரும் மீண்டும் நிகழ்காலத்துக்குத் திரும்பினர்.

கோவர்த்தன் மற்றும் பிரமிளின் மடிக்கணினிகளுக்கு நியூட்ரினோ அலைகள் மூலமாக இணைப்பு ஏற்படுத்துவது குறித்து, தான் முயற்சி செய்துகொண்டிருப்பதாக லிங்கா சொன்னபோது ‘எனக்கு?’ என்று மனதிற்குள் கேட்டுக்கொண்டான் நித்திலன்.

அன்று மாலை கோவர்த்தன், நிஷா பைலட், பிரமிள், ஜெய்ஷங்கர் மற்றும் இருபது ஊழியர்கள் வீர் ஜடாயுவில் பயணிப்பதற்கான விதிமுறைகளைப் படித்துக்கொண்டிருந்தனர்.

கால ரயிலின் ஒவ்வொரு பாக்கெட்டும் ஐந்து நட்சத்திர விடுதியைப்போல் அனைத்து வசதிகளையும் உள்ளடக்கியதாக இருந்தது. கோவர்த்தன் பாக்கெட்டில் கூடுதலாக நீச்சல் குளம் அமைக்கப்பட்டிருந்தது.

நித்திலனுக்கு இனம் புரியாத பதற்றம் தொத்திக்கொண்டது. அதில் இருந்து விடுபட அவன் 'தங்கமே உன் போல தங்கப் பதுமைய' பாடலை ஒலிக்கவிட்டான். அது வீர் ஜடாயுவை போற்றிப் பாடுகிற பின்னணிப் பாடல் போல் ஓடிக்கொண்டிருந்தது. ஊழியர்கள் அனைவரும் கைத்தட்டிக்கொண்டே வேலை செய்தனர். கைகள் ஒட்டிக்கொள்ளாமல் இருக்க வேண்டுமே என்று நித்திலன் தனக்குள் சிரித்துக்கொண்டான்.

00000000021

மின்சாரம் இல்லாத இரவைக் கழிக்க மாக்கியவெல்லிக்குத் தெரியவில்லை.

மோட்டார் அறையில் இருந்து டீசல் கொண்டுவந்து இன்வெர்ட்டரில் நிரப்பி தற்காலிக மின்சாரத்தைத் தர மோகன் ஜனார்த்தனன் எந்த முயற்சியும் எடுக்கவில்லை. அவர் இருளை இருளாக ஏற்றுக்கொண்டார்.

அன்று ராஜஸ்தானின் வெவ்வெறு மாவட்டங்களில் இருந்து சிரியஸ் சேமிப்பகத்திற்கு வந்திருந்த கருவிழித் தகவல்களில் போலிப் பதிவுகள் உள்ளனவா என்று பரிசோதித்துத் தன் முதன்மைக் குழு அனுப்பியிருந்த அறிக்கைகளைப் புரட்டிக்கொண்டிருந்தார். ஒரு மனிதரின் கதை அவர் கண்களில் குவிந்திருக்கும் என்று மோகன் நம்புகிறார். ஒவ்வொரு கருவிழியைத் திறந்தபோதும் ஒரு கதையைத் திறந்ததுபோல் உணர்ந்தார். அந்த நள்ளிரவில் அது அச்சம் தருவதாக இருந்ததால் மடிக்கணினியை மூடிவைத்தார்.

கூடத்தின் ஓரத்தில் வெள்ளைப் பூனைபோல் அமர்ந்திருந்த மாக்கியவெல்லி தன் செல்பேசியில் பியானோ வாசித்துக்கொண்டிருந்தான். அவன் வாசிக்க வாசிக்க பேட்டரி தீர்ந்துகொண்டிருந்தது. ஒரு கட்டத்தில் அவன் இசை அணைந்தது. அந்த அறையில் அரை மயக்கத்தில் இருந்த கடைசி வெளிச்சமும் முடிந்தது.

“பிட்ச் டார்க் கிரிக்கெட் ஆடலாமா?”

மோகன் கேட்டதும் அவன் உடனே தலையாட்டினான்.

உருவோ பொருளோ நிழலோ தெரியாத வண்ணம் ஜன்னல் திரைகளை முழுவதும் மூடிவிட்டு மோகனும் மாக்கியவெல்லியும்

கிரிக்கெட் விளையாடத் தொடங்கினர். எதிரில் இருக்கும் நபரோ, அவர் வீசும் பந்தோ, கையில் இருக்கும் மட்டையோ தெரியாது. மட்டையாளர் இருக்கும் திசைநோக்கிப் பந்து வீச்சாளர் பந்தை உருட்டிவிட வேண்டும். பந்தின் சத்தத்தைக்கொண்டு மட்டையாளர் அதை அடிக்க வேண்டும். பந்து உருளும் சத்தத்தைக்கேட்டு பந்து வீச்சாளர் அதைப் பிடித்து மறுபடியும் வீசவேண்டும்.

மோகன் எதிர்பாராத வண்ணம் அவர் வீசிய எல்லா பந்துகளையும் மாக்கியவெல்லி தன் மட்டையால் அடித்தான். பந்து போகும் திசையைச் செவிமடுப்பதுதான் மோகனுக்குச் சிரமமாக இருந்தது. பத்து நிமிடத்தில் அதுவும் பழகிவிட்டது. மாக்கியவெல்லி வெளிச்சத்தில் விளையாடுவதைவிட இருட்டில் அபாரமாக ஆடினான்.

மோகன் ஆறாவது ஓவரின் முதல் பந்தை வீசும்போது அதை மாக்கியவெல்லி அடிக்கவில்லை. அவர் பந்தை எடுத்து மீண்டும் வீசினார். பந்தை அடித்ததுபோல் எந்தச் சத்தமும் கேட்கவில்லை. 'மாக்கி, மாக்கியவெல்லி' அவர் அழைத்தபோது எந்தப் பதிலும் இல்லை. அவர் கால்சட்டையில் இருந்த செல்பேசியை எடுத்து வெளிச்சமிட்டுப் பார்த்தார். மாக்கியவெல்லி அந்த அறையில் இல்லை. வீடெங்கும் ஒளிவீசித் தேடினார். அவனைக் காணவில்லை.

❖

00000000022

லோகாபிராமம், ரணரங்க தீரம், ராஜீவநேத்ரம்;
ரகுவம் சநாதம் காருண்யரூபம் கருணாகரம், தம்
ரீரம சந்த்ரம் சரணம், ப்ரபத்யே நீலாம் புஜ ச்யாமள
கோமளாங்கம், சீதாசமாரோபித வாமபாகம்;

பாணௌ மஹாஸாயக சாருசாபம் நமாமி ராமம்
ரகுவம்சநாதம்

மஹாரத்னபீடே சுலே கல்பமூலே ஸுகா ஸீநம்,
ஆதித்ய கோடிப்ரகாசம்;

ஸதா ஜானகீ லஷ்மணோபேத மேகம், லதா
ராமசந்த்ரம் பஜேஹம் பஜேஹம்;

......

வழிபாட்டுப் பாடலோடு வீர் ஜடாயு புறப்பட்டது. யோகவியல் முறையில் ரயிலை இயக்கும் பண்டிதர்கள் கால ரயிலின் மையப் பகுதியில் தவக்கோலம் பூண்டிருந்தனர். அதற்கு அருகில் உள்ள பாக்கெட்டில் நித்திலன், பிரமிள், நிஷா பைலட் மூவரும் பயணித்தனர். கோவர்த்தனுக்குத் தனி பாக்கெட் ஒதுக்கப் பட்டிருந்தது. அவர் 1930களின் இந்திய வரைப்படத்தை விரித்துப் படித்துக்கொண்டிருந்தார். ஊழியர்களுக்கு என்று தனி பாக்கெட் இல்லை. கேட்டலியம் பெட்டிகள் அடுக்கப்பட்டிருந்த அறைகளில் அவர்கள் தங்கிக்கொண்டனர். இந்தியாவின் எதிர்காலத்தை உள்ளடக்கிய இரண்டாயிரம் பெட்டிகளும் கடந்தகாலத்தை நோக்கி முன்னேறிக்கொண்டிருந்தன.

நிஷா பைலட் புடவைக் கட்டியிருந்தாள். பேரா கமேண்டோ கடமைகளைத் தாண்டி சர்தார் வல்லபாய் பட்டேலைச் சந்திக்கும்போது அவருக்கு ஆரத்தி எடுக்கும் பொறுப்பும் நிஷாவிற்கு வழங்கப்பட்டிருந்தது. புடவைக்குள் உடல் கவசங்கள் அணிந்திருந்தாள். அதில் துப்பாக்கிகளும் கத்திகளும் பொருத்தப்பட்டிருந்தன. போர்க்களத்திற்குப் பொன்னாடை போர்த்தியதுபோல அவள் அமர்ந்திருந்தாள்.

“புடவ உங்களுக்கு நல்லா இருக்கு மேடம்”

அந்தப் பாக்கெட்டில் நிலவிய மௌனத்தைப் பிரமிள்தான் முதலில் உடைத்தார்.

நிஷா பைலட் அதற்குக் கர்வச் சிரிப்பொன்று சிரித்தாள். அந்தப் புன்னகை அவளது பல வண்ணப் புடவையில் இல்லாத ஒரு நிறத்தில் இருந்தது.

பிரமிள் சொன்னதை நிஷா ரசிப்பாள் என்று தெரிந்திருந்தால் அதை நானே சொல்லியிருப்பேனே என்று நித்திலன் வருத்தப்பட்டான்.

“நித்திலன், நீங்க ஏன் ஷேவ் பண்ணீங்க? தாடிதான் மேன்லியா இருந்துச்சு”

நிஷா பைலட் வீசிய அந்தப் பவுன்சர் பந்தை நித்திலன் எதிர்பார்க்கவில்லை.

“அதுக்கு என்ன மேடம். சொடக்குப் போடற டைம்ல வளத்திரலாம்”

நிஷா பைலட் தோட்டாப்போல சட்டென வெடித்துச் சிரித்தாள்.

“அது ஒன்னும் இல்ல மேடம். அவர் லவ்வர பிரிஞ்ச ஏக்கத்துல ஷேவ் பண்ணீட்டு வந்துட்டாரு”

நித்திலன் தனியாள் இல்லை என்பதை பிரமிள் அங்கே பதிவு செய்ய விரும்பினார்.

“இன்ட்ரெஸ்டிங் நித்தி. கூட இருக்கும்போது தாடி. பிரியும்போது க்ளீன் ஷேவ். ரிவெர்ஸ்ல போறீங்க போலிருக்கு”

“நாம எல்லாருமே இப்ப ரிவெர்ஸ்லதான மேம் போயிகிட்டு இருக்கோம்”

“இந்த மேடம் மேம் எல்லாம் வேணாம். நிஷானு கூப்பிடுங்க. போதும்”

அதை யாரிடம் அவள் சொன்னாள் என்ற குழப்பம் நிலவியது ஒரு நொடி.

“இரண்டு பேருக்கும்தான் சொல்றேன்”

அவளே அந்தக் குழப்பத்தைக் கிழித்துப்போட்டாள்.

“நீங்க எப்படி மேம், சாரி, எப்படி நிஷா இவ்வளவு நல்லா தமிழ் பேசுறீங்க?”

“அம்மா பெங்காலி, அப்பா தஞ்சாவூர். அப்படி இல்லனாலும் கமேண்டோ ஆப்ரேஷன்ஸ்க்குப் போற எடத்துல அந்தந்த மொழி தானா பழகிரும். எங்கள தற்காத்துக்க மொழியும் ஒரு ஆயுதம். மொழிப்பயிற்சியும் எங்களுக்கு ஆயுதப் பயிற்சிதான்”

“நிஷா, எனக்கு ஒரு சந்தேகம். நித்திய கேட்டேன் அவனுக்குத் தெரியலனு சொன்னான். நீங்க சொல்லுங்க. இந்த ரயில் ஜெய்ஷங்கரும் அவர் குழுவும் உருவாக்கியிருக்கிற ‘ரிவெர்ஸ் என்ட்ராபி’ தொழில்நுட்பத்துல ஓடுதா? இல்ல யோகிகள் சொல்ற மந்திரங்களால ஓடுதா?”

“இரண்டும் ஒன்ன ஒன்னு காம்ப்ளிமெண்ட் பண்ணுதுனு நினைக்கிறேன். இந்த ஜடாயு டெக்னாலஜில நாங்க ட்ரெயினிங் எடுக்கல. அதனால உங்க கேள்விக்கு என்னால சரியான பதில சொல்ல முடியுமா தெரியல. ஆனா ஒன்னு மட்டும் தெரியும். இந்த யோகிகள் சொல்ற மந்திரங்களால இந்த ரயில் ஓடல. அவங்களுடைய எண்ணங்களாலதான் ஓடுது. மந்திரங்கள் அந்த எண்ணங்களுடைய மீடியம். இந்த ரயில் இப்ப நம்ம நிலப்பரப்புல இல்லாத ஒரு அண்டர் யூனிவர்ஸ் ஹைபர்போலிக் ட்ரேக்ல போயிக்கிட்டு இருக்கு. எண்ணங்களுக்கு எல்லா சக்தியும் உண்டு. அத கையாள தெரிஞ்சுகிட்டா அதுக்கு எல்லையே இல்ல. அத எப்படி கையாளணும்னு சொல்லிக்கொடுக்கிற பள்ளிக்கூடம்தான் நம்ம ஆதி மதம்”

“நீங்க பேரா கமேண்டோ ட்ரெயினிங்க வேற எங்கயோ எடுத்த மாதிரி தெரியுதே”

பிரமிளின் அந்த வார்த்தைகள் நிஷாவிற்குப் பிடிக்கவில்லை. இனி இவர்களோடு பேசினால் தனக்கு மரியாதை இல்லை என்பதுபோல அவள் மௌனமாக அதை கடந்துவிட்டாள்.

“நீங்க சொல்றது உண்மதான் நிஷா. ஆனா பிரமிள் சாருக்கு அதுல நம்பிக்க இல்ல. அவருக்கு ஜெய்ஷங்கராலதான் திருப்திகரமான பதில தர முடியும்”

அந்தச் சிற்றுரசலைச் சமாளிக்க நித்திலன் முயற்சித்தான். அது எடுபடாத நிலையில் நித்திலன் தன் பார்வையை ஜன்னலுக்குத் திருப்பினான்.

வெவ்வேறு காலங்கள் வழி ரயில் பயணித்துக்கொண்டிருந்தது. நிலமும் வெளியும் மாறிக்கொண்டிருந்தன. மனிதர்களின் தோற்றமும் அவர்கள் உடுத்தியிருந்த ஆடைகளும் மாறிக்கொண்டே வந்தன. ஒரு மனிதருக்கும் இன்னொரு மனிதருக்குமான இடைவெளி அதிகரித்துக்கொண்டே இருந்தது. மனிதர்களுக்கும் விலங்குகளுக்குமான தூரம் குறைந்துகொண்டே வந்தது. மழையின் சத்தத்தில்கூட மாறுதலைக் கேட்க முடிந்தது. அடிக்கடி ஜன்னலில் ரத்தம் தெறித்தது. விஷவாயுக்களால் மூச்சுத் திணறும் குழந்தைகள் சுவாசம் கேட்டு சிறுதூரம் ஓடிவந்தனர். குனிந்த தலைகள் சில பறந்து வந்து ஜன்னலில் மோதி விழுந்தன. கிழிந்த புடவைகள் பறந்து வந்து ஜன்னல் கண்ணாடியில் ஓய்வெடுக்க முயற்சித்தன. உயிரோடு எரியும் மனிதர்கள் ஜன்னலைத் தட்டிமுட்டிக் கீழே சாய்ந்தனர். காலங்கள் மாறினாலும் வானமும் வன்முறையும் கூடவே வந்தன.

கட்டுப்பாடு மற்றும் கட்டளை அறையில் அமர்ந்து ரயிலின் வேகத்தையும் பூகோளத்தையும் கண்காணித்துக்கொண்டிருந்தார் தலைமைப் பொறியாளர் ஜெய்ஷங்கர். அவரோடு நான்கு துணைப்பொறியாளர்கள் பணியில் ஈடுபட்டிருந்தனர். அதில் ஒருவர் யோகிகளின் எண்ணங்களைத் திசையாகவும் எரிபொருளாகவும் மாற்றும் எந்திரச் சாட்டைகளை இயக்கிக் கொண்டிருந்தார். எண்ணங்களின் ஓட்டத்தை ஆராயும் திரையில் அவை மெல்லிய முள் கோடுகளாகக் காட்சியளித்தன. அந்தத் திரையை ஜெய்ஷங்கர் அடிக்கடி திரும்பிப் பார்த்துக்கொண்டிருந்தார். தாங்கள் பயணித்துக்கொண்டிருக்கும் கடந்தகாலத்திற்குள் வேறு திசைகளில் இருந்து கால ரயில் ஏதேனும் வந்தால் அதை எதிர்கொள்வது குறித்து அவர் ஆழ்ந்த யோசனையில் இருந்தார். அதை வெளிக்காட்டிக் கொள்ளவில்லை. நடிகர் ஜெய்ஷங்கர் சி.ஐ.டியாக வரும் படங்களில்தான் கதாநாயகியோடு இருக்கும்போது முகத்தில் சாந்தமும் மனதில் எச்சரிக்கை உணர்வும் இருப்பது போன்ற நிலையில்தான் இவரும் இருந்தார்.

ரயில் 1947ஐ கடந்தது. ஒவ்வொரு பாக்கெட்டிலும் உள்ள அறிவிப்புத் திரையில் அந்த வருடம் ஒளிர்ந்தது.

'நாம இந்தியாவுக்குள்ளயே இந்தியாவ கடந்திட்டோம்'

பிரமிள் சொன்ன பொன்மொழியை நித்திலனோ நிஷாவோ செவிமடுக்கவில்லை. ரயில் முன்பைவிட வேகமாகச் சென்றது அவர்களுக்கு அசௌகரியத்தைத் தந்தது.

நிஷா பைலட் வேகமாக எழுந்து கட்டுப்பாட்டு அறைக்குச் சென்றாள். ஜடாயு கட்டுப்பாட்டை மீறி ஓடிக்கொண்டிருப்பதை பொறியாளர்களின் முகத்தில் அவள் கண்டறிந்துவிட்டாள்.

"ஜெய்ஷங்கர் சர், என்ன பிரச்சன?"

"டைம் வேரியபல் பக். சீக்கிரமே சரியாயிடும்"

"நான் எதாவது செய்யணுமா?"

"நீங்க அவங்கவங்க பாக்கெட்ல அமைதியா இருங்க. அது போதும். உங்க பதற்றம் நம்ம யோகிக் பேட்டர்ன டிஸ்டர்ப் பண்ணாம இருக்கணும். ஸ்டே காம்"

நிஷா பைலட் கோவர்த்தன் பாக்கெட்டுக்குச் சென்று சில நிமிடங்கள் பேசிவிட்டுத் தன் பாக்கெட்டுக்குத் திரும்பினாள். வழியில் ஊழியர்கள் அச்சத்தோடு அங்கும் இங்கும் ஓடிக்கொண்டிருந்தனர். வீர் ஜடாயுவின் வேகம் கூடிக்கொண்டே போனது.

ரயில் இப்போது தன் இலக்கு ஆண்டான 1935ஆம் ஆண்டையும் கடந்துவிட்டது.

'வாட் தி ஹெல்'

நிஷா பைலட் மீண்டும் கட்டுப்பாட்டு அறை நோக்கி ஓடினாள். அவளோடு நித்திலனும் தன் பாதி கடித்த சப்வே ரொட்டியோடு பின்தொடர்ந்தான். கோவர்த்தன் ஜெய்ஷங்கரோடு விவாதித்துக்கொண்டிருந்தார். நித்திலனும் நிஷாவும் அறையின் கதவைத் திறந்தபோது கால ரயில் தடம் புரண்டது. 'அம்மா! ஓ காட்! காப்பாத்துங்க! ஹெல்ப்!' என்று உள்ளே இருந்தவர்கள் கதறித் துடித்தனர். ஊழியர்கள் சிலர் மயங்கிவிட்டனர்.

நித்திலன் பிரமிளைக் காப்பாற்ற ஓடினான். அவர் இருக்கைக்கு அடியில் நசுங்கிக் கிடந்தார். அவரைத் தோளில் தூக்கிக்கொண்டு அவன் வெளியேறியபோது ஒரு தொடர் பூகம்பச் சத்தத்தோடு வீர் ஜடாயு நின்றது. தோளில் கிடந்த பிரமிள் உருண்டு விழுந்தார்.

தரையில் அரை மயக்கத்தில் சாய்ந்திருந்த நிஷா பைலட் கைகளை ஊன்றி வழிப்பாதை கம்பிகளைப் பிடித்துக்கொண்டு எழுந்து, உடைந்த ஜன்னல் வழி வெளியே பார்த்தாள். அவர்களுக்காகக் கலையாமல் காத்திருந்தது ஒரு பழைய இரவு.

சின்னமாயன் வேட்டி கட்டத்தொடங்கி இரண்டு மாதங்களுக்குமேல் இருக்காது. அவன் இடுப்பில் அந்த வேட்டி இரண்டு நிமிடங்களுக்குமேல் நிற்காது. எட்டு வயதிலும் ஐந்து வயது முகம் அவனுக்கு. சடசடவென வளர்ந்திருந்த முடியை பனங்குச்சிக்கொண்டு சுருட்டி, பணியாரம் போல் குவித்து கொண்டை முடிந்திருந்தான். காதில் கலகலவென வண்டிக் கடுக்கன். பஞ்சத்தில் அடிபட்ட குள்ளநரிகூட சீண்டாத இளைத்த மேனி. ஆள்அரவமற்ற அந்த நள்ளிரவில் தன் இடது கையில் தூக்குச்சட்டியின் காது பிடித்துத் திருகிக்கொண்டு நடந்தவன், காளியம்மன் மேட்டில் இருந்து கரும்புக் காட்டின் ஒற்றையடிப் பாதைக்குத் தாவினான். அவன் வலது கையில் பிடித்திருந்த லாந்தர் விளக்கின் கண்ணாடி முகடு வேட்டியில் உரசிக்கொண்டே வந்தது.

காவல்காரன் ஆங்குத்தேவன் அன்று எதிர்த்திசையில் உக்களம்* போட்டு அமர்ந்திருந்தான். சின்னமாயனைப் பார்த்ததும் அவன் உருமா கட்டை இறக்கி வைத்துவிட்டு கருங்காலி கம்போடு எழுந்து நின்றான்.

"வாங்க ராசா"

சின்னமாயன் தூக்குச்சட்டியை நீட்டினான். பணிவோடு வாங்கிக்கொண்டான் ஆங்கு. சோறு கொண்டு வந்திருப்பவன் தன் முதலாளி மகன் என்றபோதும் அவன்மீது ஆங்குக்கு இருப்பது மரியாதை அல்ல. அது ஒரு கைக்கட்டிய பாசம்.

---

* **உக்களம்:** காட்டில் காவல் இருப்பவர்கள் படுத்துக்கொள்ளவும் உட்காரவும் காற்றுக்கு மறைவாக இருக்க ஒரு ஓலை வரிசையில் நிறுத்தி வைத்திருப்பது.

சின்னமாயனின் தந்தை சீனித்தேவனுக்குச் சொந்தமான விளைநிலங்களில் காலங்காலமாக ஆங்குத்தேவனின் குடும்பம்தான் காவல் காக்கிறது.

அப்பன் ஆனச்சாத்தன் மதுரை காவல்துறையால் கைது செய்யப்பட்டு பினாங்குத் தீவுக்கு நாடு கடத்தப்பட்டப்பின் குடும்பத்துக்குக் கஞ்சி ஊத்த வேண்டிய பொறுப்பு ஆங்குக்கு வந்தது. பர்மாவில் இருந்து மதுரைக்குத் தானிய மூட்டைகளை ஏற்றிவந்த ரயிலில் ஏறி களவுக்கு வெளியூர் போய்க்கொண்டிருந்தவன் உள்ளூர் காவலுக்கு வந்துவிட்டான்.

சின்னமாயனைப்போல் பத்துப் பதினைந்து சிறுவர்களைத் தன் தோளில் தூக்கிக்கொண்டு, கரும்புக்காட்டுக்குள் ஒளிய முடிந்த வலிமையான தேகக்கட்டு கொண்டவன் ஆங்கு. ஊருக்குள் புகுந்த மூன்று காட்டெருமைகளை ஒற்றை ஆளாக விரட்டி அடித்தவன். 'எரும விரட்டி' ஆங்குத்தேவன் என்று அழைத்தவர்கள் நாளடைவில் வெறும் எரும விரட்டி என்று அழைக்கத்தொடங்கினர். சின்னமாயன் அதையும் சுருக்கிக் கொள்வான்.

"எருமயண்ணே, ஆத்தா ஒமக்கு கம்பஞ்சோறும் வெங்காயமும் வச்சிருக்கு"

அவன் தலை சொரிந்தான்.

"கூலி ஏத்தி கேட்டயாமுல, கரும்பு விளச்சல கணக்கு வச்சு கொடுக்கறதா அய்யா சொல்லிவிட்டுச்சு"

"ஆகட்டும் ராசா"

அப்போது அங்கே ஒரு முள்ளெலி துள்ளி குதித்து சின்னமாயனின் வேட்டி மீது ஓடியது. அவன் அரண்டுபோய் வேட்டியை உதறினான். ஆங்கு அவன் கம்பை வைத்து அந்த எலியை நசுக்கப்போனான். அது தாவிக்கொண்டே இருந்தது.

"இருங்க ராசா, நான் குத்துத்தரம்* எடுத்தாரேன்"

சின்னமாயன் அவனைத் தடுத்தான்.

அந்த எலி ஆங்குத்தேவனின் வேட்டிக்குத் தாவியது. சின்னமாயன் குனிந்து கொஞ்சம் மண் அள்ளி எடுத்து அந்த முள்ளெலி மீது வீசினான். அது சுருண்டு கொண்டது.

"இது நம்மள ஒன்னுஞ்செய்யாது எருமயண்ணே. அது பாட்டுல கிடக்கும். மண்ண போட்டா சுருண்டுக்கிரும். வேணும்னா அள்ளி எடுத்துத் திங்கலாம். இருமலுக்கு நல்லது"

---

* **குத்துத்தரம்:** எலிவேட்டைக்காகப் பயன்படும் கூர்மையான கம்பு.

அந்த முள்ளெலியை எடுத்து ஆங்குக்குக் கொடுத்தான் சின்னமாயன். அதைக் கோயில் பிரசாதம் போல் அவன் வாங்கிக்கொண்டான்.

"இந்த விவரமெல்லாம் ராசாவுக்கு ஆரு சொன்னது?"

"அக்கா சொல்லுச்சு. ராவுல என்ன தூங்க வைக்கயில எங்க அய்யா காடு மேடு திரிஞ்ச கதையெல்லாம் நெறைய சொல்லும் எங்கக்கா"

"ரொம்ப நல்லதுங்க. இதுக்குமேல இந்தக் காட்டுக்குள்ள நீங்க இருக்க வேணாமுங்க. பன்னியும் பிசாசும் திரிஞ்சு கிடக்கும். வீடு போய் சேருங்கயா"

"நான் வீட்ட பாத்துக்கறேன். நீ காட்ட பாத்துக்க"

"அப்பபடியே செஞ்சிருவோம்யா"

வேட்டியைத் தூக்கத்தெரியாமல் தூக்கி மார்புவரை கட்டிக்கொண்டு லாந்தர் விளக்கின் துணையோடு பெருமாநல்லூரின் பெரிய வீட்டை நோக்கி நடந்தான் சின்னமாயன்.

000000000024

“மண்டையனுக்கு இது தேவையா? சுடுகாட்ட காவ காத்தமா சுடலைக்குப் பூச போட்டமானு இல்லாம இவனுக்கு எதுக்கு இந்த சோலி?”

புளியமரத்தடியில் புலம்பிக்கொண்டிருந்தான் கருவாயன். அவனுக்குக் காதுகொடுக்க தெம்பில்லாமல் அருகில் அமர்ந்திருந்தான் பஞ்சாயத்து அலுவலகத்தின் துப்புரவுத் தொழிலாளி கோனியன் என்ற கொட்டாவி.

“இப்ப என்ன கெட்டுப்போச்சுனு அவன ஏசுற நீயு?”

“என்ன கெட்டுப் போச்சா? போன மாசம் வடக்க இருந்து யாரோ கோதும யாவாரினு சொல்லி ஒரு களவாணிப் பயல கூட்டியாந்து சத்திரத்துல தங்க கேட்டான். வந்தவன் பெரியவீட்டு நூறு மூட்ட நெல்ல ஆட்டயப் போட்டுப் போனான்”

“அவனத்தான் நம்ம எரும விரட்டி மடக்கிப்பிடிச்சு நடு மந்தையில நிக்க வச்சானே”

“இப்ப சீமைல இருந்து ஒரு கும்பல புடிச்சு கொணாந்து சத்திரத்துல தங்க விட்டிருக்கான் போக்கத்தப் பய”

“இவுக ஆரு?”

குண்டியைச் சொரிந்துகொண்டே விசாரித்தான் கொட்டாவி.

“நீ சொரியற எடமே சரியில்லையே”

கொட்டாவி முகத்தில் இன்னும் அந்தக்கேள்வி ஒட்டிக்கொண்டிருந்தது.

“பூசாரி என்னமோ வெவரஞ் சொன்னாரு எனக்கு ஒன்னும் வெளங்கல. வந்தவங்க வழி தெரியாம உசிலம்பட்டி

சுடுகாட்டுக்குள்ள கொள்ளிக்கட்டையோட கொள்ளிக்கட்டைகளா கெடந்திருக்காக. நரி அடிச்சு சாகப் போனவகள இந்த மண்டையன்தான் காப்பாத்தி ஊருக்குள்ள சேத்திருக்கான். நான் அங்க இருந்திருந்தா சீமைக்கேப் போங்கடானு திருப்பி அனுப்பியிருப்பேன்"

"நீ போயிருந்தா ஒனக்கு நரியே தேவலனு காட்டுக்குள்ளாறயே குடிசப் போட்டிருப்பாக"

எதிர்பாராத நேரத்தில் தேள்போல கொட்டிவிடுவான் இந்தக் கொட்டாவி என்று கருவாயனுக்குத் தெரியும். சுள்ளென்றிருந்தது அவனுக்கு.

"யே கருவாயா, நீ சொன்ன அந்தக் கொள்ளிக்கட்டைல வெள்ளையா ஒரு கள்ளி கட்ட இருக்காமே"

கொட்டாவி தனக்குத் தெரிந்த ஒரே தகவலை கண்ணடித்துக்கொண்டே அவிழ்த்தான்.

"நீ சொரிஞ்சப்பயே நான் சூதானமாயிருக்கணும். அவங்களுக்குத்தான் சோறு கொண்டு போறேன்"

"விட்டா உங்கு* ஊட்டுவ போலிருக்கே"

கருவாயனின் மாட்டு வண்டியில் ஒரு முடா நிறைய சோறும், ஒரு முடா நிறைய கறியும் இருந்தது. ஒரு சின்னப் பானையில் கொய்யாப்பழங்களும் வாழைப்பழங்களும் குவிந்து கிடந்தன. வாழை இலைகளும் விரிந்து விரியாமல் அடுக்கி வைக்கப்பட்டிருந்தன. அதைப் பார்த்து கொட்டாவி வாயைப் பிளந்தான்.

"வந்தவகள வச்சு நீ ஏதோ நல்ல நாள் கும்பிடறாப்ல தெரியுது"

"நீ வேற ஏன்பா. சொசைட்டிக்காரவ கொடுக்கச் சொன்னாக. நான் கொடுக்கேன். வண்டிப்பேட்டைல ஏகப்பட்ட சோலி கிடக்குது. நான் வாரேன்"

கருவாயனின் மாட்டுவண்டி புறப்பட்டபோது கறியும் கொய்யாவும் கலந்த அந்த வாசனையைக் கடைசியாக ஒருமுறை இழுத்துப் பிடித்துக்கொண்டான் கொட்டாவி.

---

* **உங்கு:** சங்கில் விட்டு ஊட்டப்படும் பால்.

நித்திலனும் நிஷா பைலட்டும் தடம் புரண்டு நின்ற ரயிலில் இருந்து கதவைத் திறந்துகொண்டு வெளியே வந்தனர். நிகழ்காலத்தில் தாங்கள் இல்லை என்பதைத் தவிர வேறு எதையும் அவர்களால் கணிக்க முடியவில்லை. கோவர்த்தனை அழைத்துக்கொண்டு ஜெய்ஷங்கரும் வெளியே வந்தார். யோகிகள் அனைவரும் அவர்களுடைய பாக்கெட்டில் மயங்கிக் கிடந்தனர். ஊழியர்கள் அவர்களுடைய காயங்களைச் சமாளித்துக்கொண்டு கோவர்த்தன் மற்றும் நிஷா பைலட்டின் அடுத்த ஆணைக்காகக் காத்திருந்தனர்.

தூரத்தில் ஒரு சிறிய கல் மண்டபம் தென்பட்டது. நித்திலன் தன் செல்பேசியை எடுத்தான். அதன் டார்ச் வெளிச்சம் நீளநீள அந்தப் பாதையில் பிணங்களைப் புதைத்த மணல்மேடுகளைக் காண முடிந்தது. மாந்தோப்பில் வந்து இறங்க வேண்டியவர்கள் ஒரு மயானத்தில் இறங்கியிருந்தார்கள்.

நீண்ட நேரமாக வீர் ஜடாயுவின் மின்னணு இயக்கிகளையும், மணித்துளித் தகடுகளையும் பழுதுபார்த்துக்கொண்டிருந்த ஜெய்ஷங்கரும் அவருடைய பொறியாளர்களும் தூரத்தில் நின்று புகைப்பிடித்துக் கொண்டிருந்த கோவர்த்தனைப் பார்த்து தங்கள் பெருவிரலை உயர்த்தினர். ரயில் புறப்படத் தயாராக இருந்தது. ஆனால், வீர் ஜடாயுவால் மீண்டும் நிகழ்காலத்திற்குத்தான் செல்ல முடியும். நடுவில் 1935ல் நிற்க இயலாது. அதனுடைய தற்போதைய வடிவமைப்பு அப்படி.

"வேற வழி இல்ல. மறுபடியும் நம்ம காலத்துக்கு நாம திரும்பிப் போறதுதான் நல்லது"

நிஷா பைலட் சொன்னதை நித்திலனும் தலையாட்டி ஆமோதித்தான். ஆனால், கோவர்த்தன் வேறுவிதமாக சிந்தித்தார்.

"மறுபடியும் போயிட்டு? திரும்பி முதல்ல இருந்து ஆரம்பிக்க சொல்றீங்களா நிஷா? அதுக்கு கவர்மெண்ட் ஒரு புது பட்ஜெட் போடணுமா? நாம இந்த இடத்துக்கு வந்து சேர இதுவரைக்கும் 427 கோடி செலவாயிருக்கு. இப்ப திரும்பிப் போனா அந்தப் பணத்த நாமதான் திருப்பிக் கொடுக்கணும். உங்களால முடியுமா?"

தலைமைப் பொறியாளர் ஜெய்ஷங்கரும், ஊழியர்களும், நித்திலனும் தமிழ்நாட்டைச் சேர்ந்தவர்கள் என்பதால் இந்தப் பயணம் முழுக்க தமிழிலயே பேசுவது என்று கோவர்த்தன் நினைத்திருந்தார். அவர் சபையில் முன் வைத்த அந்த நானூறு கோடி அனைவரையும் நின்ற இடத்திலேயே சமாதியாக்கியது.

அப்போது ஊழியர்களில் ஒருவன் தூரத்தில் இருந்து ஓடிவந்தான்.

"நாம இருக்கிறது உசிலம்பட்டி மயானம் சர். வெளிய பலகைல எழுதியிருக்கு"

கோவர்த்தன் ஜெய்ஷங்கரைப் பார்த்தார். அவர் பார்வை சாவி கொடுத்ததுபோல் ஜெய்ஷங்கர் கூடுதல் தகவல்களைச் சொன்னார்.

"1935 வருஷத்துல இருந்து ஜடாயு வந்த வேகம் நேரம் இரண்டையும் கணக்கிட்டுப் பாக்கும்போது, நாம இப்ப 1919, 1920 வருஷத்துக்கு வந்திருக்கலாம். இது பிரிட்டிஷ் இந்தியால இருக்கிற சென்னை மாகாணம்"

"கண்டெயினர் பெட்டிகள் எதாவது டேமேஜ் ஆயிருக்கா?"

கோவர்த்தனின் ஒருவழிச் சாலைக்கு நிஷா வந்துவிட்டாள்.

"அஞ்சு பெட்டிகள்ல மட்டும் வெளிய கீறல் விழுந்திருக்கு. உள்ள எந்த டேமேஜும் இருக்க வாய்ப்பில்ல"

நித்திலன் தன் பரிசோதனை அறிக்கையை இரண்டு வரிகளில் வெளியிட்டான்.

ராணுவ உடையில் இருந்த கோவர்த்தன் சர்க்கார் தன் சிகரெட் விரலோடு சுடுகாட்டுக்குள் நடந்தார். தன் பீரங்கி மீசையை உருட்டி முறுக்கினார். ஒரு நவீன சுடலைமாடன் நம்மிடையே நடந்துகொண்டிருக்கிறான் என்று பிணங்கள் பேசிக்கொண்டன. சிகரெட் தீர்ந்தபோது திரும்பி வந்தார்.

நிஷா பைலட் எதிர்பார்த்ததுபோல இரண்டாயிரம் பெட்டிகளையும் அந்த மயானத்தில் புதைக்கச் சொன்னார்

கோவர்த்தன். நித்திலன் அதற்கு மறுப்புத் தெரிவிக்க முயன்றபோது நிஷா அவனைத் தடுத்தாள்.

அரை மனதோடு களமிறங்கினர் ஊழியர்கள். நிஷா பைலட் தன் புடவையைக் கழற்றிவிட்டு கமேண்டோ ஆடையுடன் மண்வெட்டியைச் சுழற்றினாள். நித்திலனும் அவளுக்குக் கைக்கொடுத்தான். அவனால் நீண்டநேரம் தாக்குப்பிடிக்க முடியவில்லை.

பெட்டிகள் புதைக்கப்பட்டதும் ஆங்காங்கே கிடந்த மல்லிகைப்பூ மற்றும் எலுமிச்சைகளில் அசோகச்சக்கரம் இலச்சினைப் பொறித்த வட்டத்தகடு ஒன்றைச் சுற்றி அதை நீள் கம்பிகளில் பொருத்தி மண்ணில் குத்தி அடையாளம் வைத்தனர். அதில் நித்திலன் கட்டை எறும்பு அளவில் ஒரு மினி டிராக்கர் கருவியைக் கட்டிவிட்டான். பெட்டிகள் புதைக்கப்பட்ட இடத்தில் இருந்து பத்து கிலோமீட்டர் தூரம்வரை அந்த டிராக்கர் வழி அவைகளைக் கண்காணிக்க முடியும். சந்தேகத்திற்குரிய அசைவுகளை நித்திலனின் கைக்கெடிகாரம் தகுந்த ஒலி எழுப்பி எச்சரிக்கும்.

“யோகிகள் எல்லாரும் மயக்கத்துல இருக்காங்களே. அவங்களோடு முயற்சி இல்லாம ரயில் எப்படித் திரும்பிப் போகும்?”

இந்த யோகிகளால் பின்னோக்கி மட்டும்தான் அழைத்துச்செல்ல முடியும். முன்னோக்கிச் செல்வதற்கு வீர் ஜடாயுவின் அறிவியல் சாதனங்களே போதுமானது என்ற உண்மையை ஜெய்ஷங்கர் பகிர்ந்துகொண்டார்.

ஜெய்ஷங்கரையும் ஊழியர்களையும் கால ரயிலில் வழியனுப்பி வைத்துவிட்டு தங்கள் உடைமைகளோடு மயானத்தின் வாசல் நோக்கி நடந்த கோவர்த்தன், நிஷா பைலட், நித்திலன், பிரமிள் நால்வரையும் கண்ணிமைக்கும் நேரத்தில் நாலா திசையிலும் நரிகள் சூழ்ந்தன. நித்திலன் பதறிப்போய் பிரமிளுக்குப் பின்னால் ஒளிந்தான். அவர் ஏற்கனவே நிஷா பைலட்டுக்குப் பின் ஒளிய முயற்சி செய்துகொண்டிருந்தார். கோவர்த்தன் எந்த ஆர்ப்பாட்டமும் இன்றி தன் இரண்டாவது சிகரெட்டைப் பற்ற வைத்தார்.

“கடைசியா ஒரு தம் போட்டு சாகலாம்னு தலைவர் முடிவு பண்ணிட்டாரோ”

பிரமிள் நித்திலனைக் காது கடித்தான்.

நரிகள் நெருங்கியபோது அவை முகங்களில் நுரைத்த மாமிச வெறியைக் காண முடிந்தது. அந்தச் சக்கர வியூகத்தைத் தாண்டி

ஓடிவிடலாமா என்று நித்திலன் யோசித்தான். நிஷா பைலட் தன் துப்பாக்கியை எடுத்து ஒரு கிழ நரியைக் குறிபார்த்தபோது கோவர்த்தன் 'வேண்டாம்' என சைகை செய்தார்.

"அப்ப இங்கயே சாக வேண்டியதுதானா?"

நித்திலனுக்கு உயிர் சிலிர்த்தது.

அப்போது வானத்தில் இருந்து இருள் திரண்டு வந்ததுபோல் தூரத்தில் ஓர் ஒல்லியான உருவம் அரக்க பரக்க ஓடிவந்தது. அவன் கையில் கம்பு வைத்திருந்தான்.

"ஆரு சாமி இந்நேரம்"

அந்த அறிமுகத்திற்கு நேரமில்லை என்பதுபோல நரிகள் அவர்களை நெருங்கிக்கொண்டிருந்தன. அந்த நரி வட்டத்திற்குள் நுழைந்தவன், நொடிப்பொழுதில் தன் கம்பை வைத்து ஒரு சுழற்று சுழற்றினான். அதில் அடிபட்ட இரண்டு நரிகள் பறந்துபோய் முள் செடிகளில் விழுந்தன. பெருஞ்சத்தத்தோடு இன்னொரு சுழற்றுசுழற்றி மற்ற நரிகளையும் விரட்டினான்.

"தம்பி உன் பேர் என்னப்பா?"

கோவர்த்தன் டெல்லியில் இருந்து உசிலம்பட்டிக்கு முழுமையாக வந்துவிட்டதற்கான அறிகுறி அந்தத் 'தம்பி'யில் இருந்தது.

"நான் மண்டையன் சாமி. இந்தச் சுடுகாட்ட காவ காக்கறேனுங்க. நீங்க ஆருங்கயா?"

கோவர்த்தன் சொல்லப்போகும் கதையில்தான் அடுத்த சிலநாட்களுக்கு வசிக்க வேண்டும் என்பதால் அது என்னவாக இருக்கும் என்று நித்திலனும், பிரமிளும், நிஷாவும் காத்திருந்தனர். அப்போது முள்ளில் அடிபட்ட ஒரு நரி கோவர்த்தன் மீது பாய அடிபோட்டது. அவர் மிச்சமிருந்த தன் சிகரெட்டை அந்த நரியின் மீது வீசினார். அது அவர் காலைச் சுற்ற வந்தபோது தன் பூட்ஸ் காலால் அதன் தலையில் ஓங்கி ஒரு மிதி மிதித்தார். அது ரத்தம் கக்கி செத்தது. நித்திலனுக்குத் தன்னுடைய கழுத்து மிதிபட்டதைப் போல மூச்சுத் திணறியது. மண்டையன் மட்டும் கறைபடிந்த தன் பல்லைக்காட்டி இளித்தான்.

"பாத்தா பெரிய துர கணக்கா தெரியுது. ஐயா எந்த ஊரு?"

ஒரு நரியைக் கொன்ற நேரத்தில் அவர் கதையை யோசித்துவிட்டார்.

"சுற்றுச்சூழல் ஆராய்ச்சிக்காக வெளிநாட்ல இருந்து வந்திருக்கோம். நான் பேராசிரியர் கோவர்த்தன். இவங்க மூணு பேரும் என் மாணவர்கள்"

அவர் சொன்ன எல்லா வார்த்தைகளுக்கும் அர்த்தம் தெரிந்தவன்போல் மண்டையன் தலையாட்டினான்.

“ஏதோ பெரிய மூளக்கார சோலியா தெரியுது. இந்தச் சுடுகாட்டுக்குள்ளதான் நீங்க சொல்ற சுத்துசூலு கிடக்கோ?”

“இல்ல மிஸ்டர் மண்டயன். நாங்க வழிதவறி வந்துட்டோம். நாங்க தங்கறத்துக்குப் பக்கத்துல எதாவது இடம் இருக்கா? உங்க பஞ்சாயத்து ஹால், இல்லனா எதாவது...”

நிஷா பைலட் தடுமாறியபோது, ‘சத்திரம்’ என்று எடுத்துக்கொடுத்தான் நித்திலன்.

“சத்திரம்தான? வாங்க நான் கூட்டிப்போறேன். நடங்க”

மண்டையனோடு அதிகம் பேச்சுக் கொடுக்கவேண்டாம் என்று மற்றவர்களுக்குச் சைகை செய்தார் கோவர்த்தன். பிரமிள் அதை அடிக்கடி மீறிக்கொண்டிருந்தார்.

“இங்க பக்கத்துல டீ கிடைக்குமா?”

மண்டையன் இளித்தான்.

“இந்த ஊருக்கு காலேல என்ன நியூஸ் பேப்பர் வரும்?”

மண்டையன் வேகமாக நடந்தான்.

“உங்க சத்திரத்துல இண்டியன் டாய்லெட்டா? வெஸ்டன் டாய்லெட்டா?”

நித்திலனுக்குப் பொறுக்கவில்லை.

“பிரமிள் சார், நம்ம நவீன இந்தியாலயே இன்னும் டாய்லெட் கட்டி முடிக்கல. இங்க வந்து கேட்டா எப்படி. பேசாம வாங்க சர்”

பிரமிள் அடங்கவில்லை.

“எத்தன நரி வந்தாலும் இந்த ஒரு கம்ப வச்சே வீடுகட்டிப் பொளந்துருவீங்க போல”

“அதுங்கய்யா, நாம நரிக்கிட்ட மாட்டிக்கிட்டமா, இல்ல நரி நம்மக்கிட்ட மாட்டிக்கிருச்சான்றது நம்ம மிடுக்குலதானுங்க இருக்கு. ஐயா மிதிச்சாரு பாருங்க மிதி. அந்தச் சத்தத்தக் கேட்டு பத்தூரு நரியும் வயித்தால போயிருக்கும்”

பிரமிள் கோவர்த்தனைப் பார்த்தார். அடுத்த மிதி உனக்குத்தான் என்பதுபோல கோவர்த்தன் முறைத்தார்.

காளியம்மன் மேட்டைத் தாண்டி, ஆலமரத்தடி கருப்புக் கோயிலைக் கடந்து, அன்றைய கடைசி நிலா வெளிச்சத்தில் பெருமாநல்லூரின் சத்திரத்தை வந்தடைந்தனர்.

000000000026

ஒரு பறவையைத் தேடுவதில் தொடங்கியது அவர்களின் முதல் நாள். அதர்வாணாவைப் பயன்படுத்தித் தங்களுடைய காலத்தைத் தொடர்புகொண்டு உள்துறைச் செயலர் லிங்காவோடு பேசிவிட்டுத்தான் அடுத்தகட்ட நடவடிக்கை. இது கோவர்த்தன் கட்டளை.

சத்திரத்தின் எதிர்வீட்டுப் பஞ்சாரத்தில் இருந்து தப்பிய ஒரு கோழியை நிஷா பைலட்டும் நித்திலனும் துரத்திக்கொண்டு ஓடினர். கோழி ஓடிக்கொண்டே இருந்ததே தவிர பறக்கவில்லை. பறவை தானாக பறக்க வேண்டுமே தவிர நீங்கள் பயமுறுத்தி பறக்கக் கூடாது என்று லிங்கா சொல்லியிருந்தார். இது தானாக பறப்பதுபோல் தெரியவில்லை.

நிஷாவும் நித்திலனும் கோழியைப் பிடிக்க ஓடுகிறார்கள் என நினைத்து ஊர்ச் சிறுவர்களும் அவர்களோடு சேர்ந்துகொண்டனர். அதில் ஒருவன் ஒரே பாய்ச்சலாகப் பாய்ந்து கோழியைப் பிடித்து நித்திலனிடம் கொண்டுவந்தான்.

“இந்தாணே, போய் கொழம்பு வச்சுக் குடி”

நால்வரும் தாங்கள் தங்கியிருந்த தெருவில் இருந்து சில நாழிப்பொழுது நடந்து ஊருக்கு வெளியே ஒரு கரட்டுக்கு வந்தார்கள். அங்கே ஒரு காகத்தின் பின்னால் காத்திருந்து அது பறந்தபோது அதர்வாணாவின் விசையை இயக்கினார்கள்.

சஞ்சய் வனத்தின் இணைப்பு அறையில் இருந்தவர்கள் உற்சாகமானார்கள். அந்த அழைப்பை அவர்கள் நீண்டநேரமாக எதிர்பார்த்திருந்தனர். பாசறைக்கு வெளியே அமர்ந்து அமைச்சக கோப்புகளில் கையெழுத்திட்டுக் கொண்டிருந்த லிங்கா, தகவல் தெரிந்து இணைப்பு அறைக்கு ஓடிவந்தார்.

“கோவர்த்தன் ப்ரம் பெருநல்லூர் 1920”

“லிங்கா ப்ரம் பாரத் 2032”

“எவரித்திங் அண்டர் கன்ட்ரோல்”

“கிரேட் சர். ஒரு அலெர்ட் கொடுக்கணும்”

“என்ன அலெர்ட்?”

“நீங்க இருக்கிறது கிரிமினல் ட்ரைப்ஸ் ஏரியா. அங்க அடுத்த மாசம் ஒரு கலவரம் நடக்கும்”

“நாங்க என்ன செய்யணும்?”

“எதுலயும் இன்வால்வ் ஆகாதீங்க. உங்களோட எந்தத் தடத்தையும் அந்த வருஷத்துல விட்டுட்டு வராதீங்க. மக்களவிட்டு கொஞ்சம் விலகியே இருங்க”

“எத்தன நாளைக்கு லிங்கா?”

“கொஞ்ச நாள்தான் சர். பிரமிள், நித்திலன்?”

“சர், இருக்கோம்”

“வி ஹேவ் பேட் நியூஸ். அடையாள் டேட்டா சென்டர் மொத்தமும் கரெப்ட் ஆயிடுச்சு. பேக்அப் டேட்டா சென்டரும் எத்தன நாளைக்கு லைவா இருக்கும்னு தெரியல”

“சர், எல்லா பேக்அப் டேட்டாவும் இங்க பத்திரமா இருக்கு”

“இருக்கணும். இருந்தே ஆகணும். ஒரு பெட்டிக்கூட மிஸ் ஆகக் கூடாது. வெரி க்ரூஷல். நிஷா இருக்காங்களா?”

“சர், ஸ்பீக்கிங்”

“வெப்பன்ஸ் இருக்கா?”

“இருக்கு சர்”

“எதையுமே பிரயோகிக்காதீங்க. அங்க நீங்க செய்யற ஒரு செயல் இங்க பல பேர பாதிக்கும். அங்க ஒருத்தர சுட்டா இங்க நூறு பேர் செத்துப்போக வாய்ப்பிருக்கு. ஜாக்கிரத”

“டன் சர்”

“கோவர்த்தன் சர், நீங்க சுகர் மாத்திரை கொண்டு போனீங்களானு உங்க மிஸஸ் கேக்கச் சொன்னாங்க”

“ஆல் குட் லிங்கா”

“ஸ்டே சேப் சர். டேக் கேர்”

மாற்று ரயில் அனுப்பி மாந்தோப்புக்குப் போகச் சொல்வார்கள் என்று நித்திலன் எதிர்பார்த்தான். கோவர்த்தன் மனைவி சக்கரை மாத்திரைகளைக் கேட்டதுபோல் செங்காந்தள் எதைக் கேட்டிருப்பாள் என்று ஒரு நொடி யோசித்தான். கரட்டு

மேட்டில் கற்பனையில் நின்றவனை எங்கிருந்தோ பறந்துவந்த கல் 'விர்'ரென காதுமடல் உரசிப்போனது.

சமதளத்தில் சிறுவர்கள் கல்லெறிந்து விளையாடிக் கொண்டிருந்தனர். அவர்கள் கையில் பல வண்ணத்தில் ரிப்பன் சுத்தியிருந்தார்கள்.

"ஏதுடா ரிப்பன்? நல்லா இருக்கே"

பிரமிள் விசாரித்தார்.

"சந்தைல ராவுத்தர் கொடுத்தாரு"

"சந்தையா?"

"அதோ அந்தப் புளியமரத்துக்கு மேக்கால"

பெருமாநல்லூர், காளப்பன்பட்டி, முருகம்பட்டி, உசிலம்பட்டி ஆகிய ஊர்களைச் சேர்ந்த வியாபாரிகள் மாதம் ஒருமுறை தங்கள் சரக்குகளைக் காட்சிப்படுத்தும் பொதுச்சந்தை கொண்டாட்டமாக நடந்துகொண்டிருந்தது. விவசாயிகளும் வெளியூர் வியாபாரிகளும் உள்ளூர் பஞ்சாயத்து அனுமதியோடு கலந்துகொண்டனர்.

கோவர்த்தன் சத்திரத்திற்குத் திரும்பிவிட்டார். பிரமிள், நித்திலன், நிஷா மூவரும் சந்தைக்குள் நுழைந்தனர். ஆடுகளை விலைபேசிய இடத்தில் வாக்குவாதம் முற்றி கைகலப்பாகிக் கொண்டிருந்தது. அதை கண்டுகொள்ளாமல் கருவாடு வகைகளை வேடிக்கைப் பார்க்க பழனியம்மா கடைக்கு வந்த நால்வரும் மூச்சுத்திணறி வெளியே வந்து விழுந்தனர். முண்டியடுத்த கூட்டம் மூவரையும் தண்ணி தவிக்கவிட்டது.

"எதோ கம்பு சுத்த சீமைல இருந்து வந்திருக்காங்களாம்"

விருமாயக்காளின் நீர் மோர்க் கடையில் ஒரு கூட்டம் பேசிக்கொண்டது. கோவர்த்தன் சொன்ன சுற்றுச்சூழல் தற்போது கம்பு சுத்தாக மாறியிருக்கிறது என்றும், அடுத்து கம்பு சுத்து என்பது கஞ்சித் தொட்டியாக மாறலாம் என்றும் நிஷாவிற்கு விளக்கினான் நித்திலன்.

அடிக்கடி நழுவிய வேட்டியைத் தூக்கிப்பிடித்து இறுக்கக் கட்டிக்கொண்டிருந்தான் சின்னமாயன். சந்தையின் சேவுக் கடையில் ஜீரணி வாங்கித் தரச்சொல்லி அவன் அக்காளிடம் அடம்பிடித்து அழுதுகொண்டிருந்தான். அவனைத் தலையில் தட்டி 'வாடா பேசாம' என்று நரிக்குறவர் கடைக்கு அழைத்துச் சென்றாள். அங்கே விதவிதமான சீப்புகள் அடுக்கி வைக்கப்பட்டிருந்தன. அதில் மாட்டுக்கொம்புச் சீப்பு வாங்கி தன் சேலைக்குள் முடிந்துகொண்டாள். அடுத்துத் துணிமணிகள் பார்க்க ராவுத்தர் கடைக்குள் புகுந்தாள். சின்னமாயன் அவள் கையை உதறிவிட்டு கறிக்கடையின் வாசலில் அமர்ந்துவிட்டான்.

அங்கே பாளம்பாளமாக ஆட்டுக்கறி அறுக்கப்பட்டு விற்பனையாகிக் கொண்டிருந்தது.

முதியவர் ஒருவர் நார் கூடையில் கறியை அள்ளிக்கொண்டு போகும்போது வழியில் கிடந்த கூடாரக் கயிறு தடுக்கித் தரையில் விழுந்தார். நித்திலன் ஓடிவந்து பெரியவரைத் தூக்கினான். நீர்மோர் விற்றுக்கிடந்த விருமாயக்காளும் விரைந்துவந்து உதவினாள். கறியை அள்ளி கூடையில் போட்டு அவர் தோளுக்குக் கொடுத்தான் நித்திலன். அவர் அதுக்கு நன்றியாக அவனுக்குக் கொஞ்சம் கறித்துண்டுகளைக் கொடுத்தார். அதை மடிக்கக் காய்ந்துபோன பனை ஓலையும் கொடுத்தார்.

"இத வச்சு என்னப்பா நித்தி பண்ண போற? யாருக்காவது கொடுத்திட்டு வா"

பிரமிள் கத்திரிக்காய், அவரக்காய் கடைகளை நோக்கி நடந்தார்.

கறித்துண்டை யாரிடம் கொடுப்பது என்று யோசித்துக் கொண்டிருந்தபோது கடை வாசலில் ஒரு சிறுவன் அழுதுகொண்டே அமர்ந்திருப்பதைப் பார்த்த நித்திலன் அவனிடம், தான் ஓலையில் சுருட்டிய கறியை நீட்டினான். சின்னமாயன் நித்திலனை நிமிர்ந்து பார்த்தான்.

"ஜீரணி"

நித்திலனுக்குப் புரியவில்லை.

"இது ஜீரணி இல்லப்பா. ஆட்டுக்கறி"

"ஜீரணி வேணும்"

"நீ யாருப்பா? ஏன் இங்க தனியா இருக்க? உன் பேர் என்ன?"

"ஜீரணிக்கு எதுக்கு பேர கேக்கறீக?"

அவன் பெயர் ஜீரணியைவிட விலை உயர்ந்ததாக இருக்க வேண்டும் என நித்திலன் நினைத்தான். எதுவும் வாங்க நித்திலனிடம் பணம் இல்லை. அவனிடம் இருந்ததெல்லாம் சுதந்திர இந்தியாவின் சில்லறைகள்தான். அதை வைத்து அடிமை இந்தியாவில் எதை வாங்குவது? ஏற்றுக்கொள்வார்களா?

"சரி வா போலாம்"

சேவுக்கடைக்கு சின்னமாயனை அழைத்துச்சென்றான். தன்னிடம் இருந்த பத்து ரூபாய் நோட்டை கடைக்காரரிடம் நீட்டினான்.

"என்ன சாமி இது? சீம நோட்டா?"

"ஆமாம். உங்க ஊரு காசுக்கு உங்க கடையயையே இதுல வாங்க முடியும். பரவால. இத வச்சுகிட்டு இந்தப் பையனுக்கு ஜீரணி மடிச்சு கொடுங்க"

“அத நீங்களே வச்சுக்குங்க சாமி. எங்க சின்னமாயனுக்குக் கொடுக்க காசா? ராசா இங்க வாயா, எம்புட்டு வேணுமோ எடுத்துக்க”

அவன் கண்களைத் துடைத்துக்கொண்டு பித்தளைப் பானையில் வைத்திருந்த ஜீரணி பலகாரத்தை அள்ளிக்கொண்டான். அதில் இரண்டு மூன்று சிதறி விழுந்தன. நித்திலன் அதைக் குனிந்து எடுத்தான்.

“இருக்கட்டும் மாமா. அத நீயே வச்சுக்க”

சின்னமாயன் தாராளம் காட்டினான். நித்திலன் அந்தப் பிச்சையை எதிர்பார்க்கவில்லை. அவன் கையைப் பிடித்துக்கொண்டு மீண்டும் கறிக்கடை நோக்கி நடந்தான்.

“உன் பேரு சின்னமாயனா?”

“சடையத்தேவன் சின்னமாயன்”

“என் பேரு நித்திலன்”

“நெத்திலி மீனா?”

“நி..த்..தி..லன்”

ஒரு ஜீரணித் துண்டைப் பிய்த்து அவன் வாயில் போட்டுக்கொண்டான்.

“நீ யார்கூட வந்த?”

“அதோ”

அவன் அக்காள் ராவுத்தர் கடையைவிட்டு வெளியே வந்து தன் தம்பியைத் தேடி அலைந்துகொண்டிருந்தாள். நித்திலன் கையை உதறிவிட்டு, சின்னமாயன் ஓடிச்சென்று தன் அக்காளின் கையைப் பற்றிக்கொண்டான். அவன் பார்வை மட்டும் நித்திலனோடு இருந்தது.

“எங்கிட்டுப் போய் தொலஞ்ச? ஏது இதெல்லாம்”

“மாமா”

நித்திலனை நோக்கி கை நீட்டினான். அவள் நித்திலனை ஒருமுறை ஏறிட்டுப் பார்த்துவிட்டுப் படபடவென திரும்பி நடந்தாள். சின்னமாயன் கொடுத்த ஜீரணியைச் சுவைத்துக்கொண்டே நித்திலனும், நிஷாவும், பிரமிளும் சத்திரம் நோக்கி நடந்தனர்.

அவர்களின் வருகைக்காக சத்திரத்தின் வாசலில் கருவாயனின் மாட்டுவண்டி காத்திருந்தது.

00000000027

சிந்துபட்டி காவல் நிலையத்தின் திண்ணையில் இன்ஸ்பெக்டர் நாகமலை, மதுரை கலெக்டர் அலுவலகம் புதிதாய் வழங்கிய பெருமாநல்லூர் 10 - 1 - A மற்றும் பெருமாநல்லூர் 10 - 1 - B ஆகிய பதிவேடுகளில் பென்சில் வைத்துக் கோடுபோட்டுக் கொண்டிருந்தார். அவருக்குக் குடிக்க அருகில் கடுங்காப்பி வைக்கப்பட்டிருந்தது.

சிறைச்சாலையில் பெருமாநல்லூரைச் சேர்ந்த கந்தன் பூட்டப்பட்டிருந்தான். முருகம்பட்டி மேலத்தெரு பண்ணையார் வீட்டில் ஆடு திருடியதற்காக அவன் கைது செய்யப்பட்டு நேற்று மாலைதான் சிறையில் அடைக்கப்பட்டான். கந்தன் கிடைத்தும் அவன் திருடிய ஆடு கிடைக்கவில்லை.

ஆடு மாடுகள் களவு போனால் விரைவில் கண்டுபிடிப்பதற்காக உரிமையாளர்கள் தங்கள் கால்நடைகளின் முகங்களில் முத்திரை வரைய மதுரை காவல்துறை கூறியிருந்தனர். அதன்படி பண்ணையாரும் தன் ஆட்டின் முகத்தில் வேல் முத்திரை வரைந்திருந்தார். ஆனால், உள்ளூர் வட்டாரத்தில் அப்படி ஒரு ஆடு அகப்படவில்லை.

“ஆட்ட பிரியாணி போட்டதும் முத்திரையாவது மூத்திரமாவது”

இன்ஸ்பெக்டர் நாகமலை நொந்துகொண்டார்.

பண்ணையார் வீட்டில் வண்டியோட்டியாய் இருந்த கந்தன் மீது புகார் கொடுக்கப்பட்டது. தன்னைப்பற்றி ஒரு புகார் எழுந்தது தெரிந்ததும் அதைப் பேசி முடிக்க, தானே காவல் நிலையத்திற்கு வந்தவனை கைது செய்து பண்ணையாருக்குத்

தகவல் அனுப்பியிருக்கிறார்கள். சிறைக்கு வந்துபோவது கந்தனுக்கு ஒன்றும் புதிதல்ல. எட்டூரில் எந்தத் திருட்டு நடந்தாலும் கந்தனையோ அவன் கூட்டாளிகளையோ கைது செய்வது காவல்துறையின் வழக்கமாகிவிட்டது. பெருமாநல்லூர் மக்களுக்கும் அதிகாரிகளுக்கும் உரசிக் கொண்டிருப்பதால் அந்த ஊரைச் சேர்ந்த எவனையாவது தூக்கிக்கொண்டு வந்து உள்ளே வைக்கவேண்டும் என்று காவல்துறைக்கு கை அரித்துக்கொண்டே இருந்தது.

“என்ன மிஸ்டர் நாகமல, ரெஜிஸ்டர்ல கோடு மேல கோடு போட்டுகிட்டு இருக்க”

காவல் நிலையத்தின் முகப்புப் பாதையில் தூண்களுக்கு இடையே தன் தொப்பையைத் தள்ளிக்கொண்டு உசிலம்பட்டி துணை மெஜிஸ்ட்ரேட் வெங்கடேசன் தேர்போல் அசைந்து திண்ணைக்கு வந்தார். நாகமலை எழுந்து நின்று சல்யூட் வைத்தார்.

“ஒக்காருங்க ஒக்காருங்க. அது என்ன கடுங்காப்பியா? எனக்கும் ஒன்னு சொல்றது”

நாகமலை, ஏட்டு மாரியப்பனை ஒன்று வாங்கிவரச் சொன்னார்.

“என்ன சொல்றாங்க பெருமாநல்லூர் ஆளுக?”

“அத ஏன் மெஜிஸ்ட்ரேட் கேக்கறீங்க. எவனுக்கும் இது என்னான்னே புரியவைக்க முடியல போங்க”

“புரியலனா தேவல நாகமல. புரிஞ்சாதான் பிரச்சன”

“மதுர கலெக்டர பாத்து மனு கொடுக்க ஊர் பெருசெல்லாம் கிளம்பிருக்கு. அவர் என்ன வெத்தல பாக்கு வச்சா ஒத்துக்கப் போறாரு. என்ன எழவோ”

“நாம எதுக்கு சலிச்சுக்கணும். சொன்னத செய்யலனா மொத்த ஊரையும் தூக்கி உள்ள வைக்கச் சொல்லி கலெக்டரே சொல்லிட்டாரு. தெரியும்ல”

“நான் தெரியாமத்தான் கேக்கறேன். இவனுங்க கைரேகைய வச்சு நம்ம சர்க்கார் என்ன சக்கர பொங்கலா பொங்கப் போகுது? எங்க இருந்துயா திடீர்னு குதிச்சுது இந்தச் சட்டம்?”

“நாகமல, இந்தக் கைரேக சட்டம் இன்னிக்கு நேத்து வந்தது இல்ல. 1860வது வருஷம் வடக்க கள்ள நாணயம் தயாரிச்ச களவாணி கூட்டத்தைக் கட்டுப்படுத்தத்தான் இந்தக் குற்றப்பரம்பரச் சட்டத்தோட மாதிரி உருவாச்சு. 1871-ல சட்டம் அமுலுக்கு வந்துச்சு. அதுல மொத்தம் 31 பிரிவு. எந்த இனக்குழு

இல்ல சாதி களவு, கொலனு திரியறானுங்களோ அவனுகள கவர்னர் ஜெனரல் ஆலோசனக் குழுவோட கவனத்துக்குக் கொண்டுபோகணும். அதுக்கு முன்னால உள்ளூர் அரசாங்கம் எந்தக் குழு அல்லது சாதி குற்றப்பரம்பரையாக அறிவிக்கணும்ன்றத அரசு கெஜட்டில வெளியிடணும். அது சரின்னு கவர்னர் ஜெனரல் நினச்சா அப்படியே அறிவிச்சிருவாங்க.

அந்தச் சாதிக்காரங்கள ஒரு எடத்துல வச்சு கண்காணிக்கிறத்துக்கு முன்னாடி அவங்க வாழ்வாதாரத்திற்கு உள்ளூர் அரசு உரியத செய்யணும். பிறகுதான் அறிவிப்பு வரும். அறிவிக்கப்பட்ட சாதிக்காரங்க அத்தன பேரும் அவனுங்க பெயர பதிவு செய்யணும். செய்யாம போனா அது குற்றம்"

அவர் முடிக்கும்போது கடுங்காப்பி வந்ததா அல்லது கடுங்காப்பிக்காக அவர் முடித்தாரா தெரியவில்லை.

"பெயர பதிவு பண்ணா சோறு போடறன்னு சொல்றது நல்ல சட்டம்தான மெஜிஸ்ட்ரேட். அதுக்கு எதுக்கு இவனுங்க மூஞ்ச தூக்கி வச்சிருக்கானுங்க"

"இதுல சிக்கல் இல்லாம இல்ல நாகமல. 1911 வருஷம் குற்றப்பரம்பரை சட்டத்தின்படி நாஞ்சொன்ன நடைமுறையெல்லாம் திருத்தி, உள்ளூர் அரசே அதாவது ஜில்லா கலெக்டரே ஒரு பழங்குடி இல்ல சாதிய குற்றப்பரம்பரையா அறிவிக்கலாம்னு சொல்லிட்டாங்க. இதுக்கு கவர்னர் ஜெனரல் சம்மதம் தேவை இல்லை. அறிவிக்கப்பட்ட சாதிக்கு இந்த வாழ்வாதாரம் வெங்காயமெல்லாம் கொடுக்கணும்னு அவசியமில்லை. பெயர், அங்க அடையாளங்கள், முகவரியோடு இரண்டு கை பத்து விரல் ரேகைகளும் பதிவு செய்யணும். சாகற வரைக்கும் இதச் செய்யணும். ராத்திரி 11 மணி முதல் அதிகால 3 மணி வர அரசாங்கத்தால நியமிக்கப்பட்ட பஞ்சாயத்து வீட்டுத் திண்ணைலயோ இல்ல ஊர் பொது இடத்திலயோ படுக்கணும். எல்லாரையும் பொதுப்படுக்கைக்கு வரவைக்க ஊர்ல பொது மணி அடிப்பாங்க. அது பேரு மணிப்படுக்கை. பக்கத்து ஊர்ல அடிக்கடி சத்தம் கேக்குமே. அதுதான் அது. உங்க ஊருக்கு நீதான் மணி கட்டணும்"

"இதுக்கு எதுக்கு A, Bனு ரெண்டு பதிவேடு?"

வெங்கடேசன் இரண்டு பதிவேடுகளையும் வாங்கி மடியில் வைத்துக்கொண்டார். இரண்டையும் இரட்டை குழந்தைகளைத் தழுவுவதுபோல் தழுவிக்கொண்டே பேசினார்.

"10 - 1 - A - இதுல ஊர்ல 16 வயசுக்கு மேற்பட்ட மொத்தப் பயலும் பதிவு செய்யணும். 10 - 1 - B - இது இவன் தப்பு

தண்டா செய்வான்னு அரசாங்கம் சந்தேகிக்கிற பயலுகளுக்கான சிறப்புப் பதிவேடு. K.D அதாவது Known Dacoitsனு இவனுகள சொல்லுவாங்க"

"இப்ப இந்தக் கந்தனே எடுத்துக்குவோம். இவன் இதுல பதிவு பண்ணிட்டான்னு வச்சுக்குவோம். இவன் குலதெய்வம் நாட்டாமக்குளம் ஆதிசிவன் கோவிலு. வேற ஊரு. திருவிழாக்கு இவன் கோவிலுக்குப் போக முடியாதா?"

"ஏன் போக முடியாது. ஊர்விட்டு ஊர் போகத்தான 'ராதாரிச் சீட்டு' இருக்கு. அத வாங்கிகிட்டு எங்கனாலும் திரியலாம். ஆனா, 15 நாளைக்கு மேல வெளியூர்ல இருக்கக்கூடாது"

"நல்ல வசதியான சட்டமாத்தான் இருக்கு மெஜிஸ்ட்ரேட்"

"அதெல்லாம் இந்தக் காட்டுப் பயலுகளுக்கு எங்க புரியப்போகுது. இரண்டு வருஷத்துக்கு முன்னாடி உள்துற இலாகா உத்தரவுப்போட்டு விதி 1331-இன் படி மதுர ஜில்லாவில இருந்த ஒட்டுமொத்த பிறமலைக்கள்ளர்களையும் குற்றப்பரம்பரையா அறிவிச்சாச்சு. அவனுகளும் கை ரேக வைக்க வந்துட்டானுங்க. மதுரையே பேச்சில்லாம பொசுக்குனு அடங்கிப் போச்சு. இந்தப் பெருமாநல்லூரு கள்ளப் பயலுக எதுக்கு காச் மூச்சுனு துள்ளிகிட்டு இருக்கானுங்க தெரியல"

"அது பலாச்சுளைல தேன ஊத்தினாப் போல, சொன்னா கேட்டுக்குவானுங்க. இதுக்கு எதுக்கு உங்கள சிறப்பு மெஜிஸ்ட்ரேட்டா நியமிச்சாங்கனு புரியல"

அப்போது கையில் ஒரு ஆட்டுக்குட்டியோடு கொட்டாவி ஓடிவந்தான்.

"அய்யா கொட்டாவிங்க"

"என்னடா? கந்தனுக்குக் குண்டி கழுவ வந்தியா?"

"நம்ம எரும விரட்டி ஆங்குத்தேவன் இந்த ஆட்டுக்குட்டிய குடுத்து விட்டுச்சு. பெரிய வீட்டுக் கரும்புத் தோட்டத்துல இது மேஞ்சுகிட்டு கிடந்திருக்கு. நீங்க தேடிக்கிட்டு இருக்கிற குட்டி இதுவா பாருங்கயா"

ஏட்டு அந்த ஆட்டுக்குட்டியை வாங்கி பார்த்தார். அதன் முகத்தில் வேல் முத்திரை இருந்தது. நாகமலையின் முகத்துக்கு நேரே ஆட்டின் முகத்தை நீட்டினார் ஏட்டு மாரியப்பன்.

"என்னயா? ஆட்டுக்கு முத்தம் வைக்கச் சொல்றியா?"

"இல்ல இன்ஸ் ஐயா, வேல் முத்திர..."

"ம்ம்... பாத்தேன் பாத்தேன்"

காவல் நிலைய புளியமரத்தைத் தாண்டி போன கொட்டாவி அவன் சொல்லவந்த கடைசி வரியைத் தூரத்தில் நின்றுகொண்டே சொன்னான்.

"ஆங்கு, அது தம்பி கந்தன வெளியவிடச் சொல்லுச்சுங்கயா" நாகமலைக்குச் சுர்ரென்றது. 'அடிங்' என தன் கடுங்காப்பியைக் கொட்டாவி நோக்கிக் கொட்டினார். அது புளியமரத்து இலைகளில் தெறித்து சிந்தியது.

"ஒன் ஆங்கு என்ன பெரிய ஆங்கிலேய துரையாடா? வந்துட்டானுங்க. கொட்டாவி கொட்டாங்குச்சினு எவனாச்சும் இந்த ஸ்டேசன் பக்கம் தல காட்னீங்கனா மவனே கெடா வெட்டிருவேன் பாத்துக்க. போடா அங்கிட்டு"

தான் கொண்டுவந்த புத்தகங்களைப் படிக்க கோவர்த்தனுக்கு அந்தச் சத்திரமே போதுமானதாக இருந்தது. கனரக ஆயுதங்கள் குறித்து அவர் சில கொள்கை முடிவுகளை எடுக்க வேண்டியிருந்ததால் அது தொடர்பான கோப்புகளையும் நூல்களையும் வாசித்துக்கொண்டிருந்தார். நிஷா பைலட் ஒரு சிறந்த ஓவியர் என்பதை அந்தச் சத்திரம்தான் எடுத்துரைத்தது. கல்லைக் கொண்டும் கரிக்கட்டையைக் கொண்டும் சத்திரத்தின் *கொட்டாரச் சுவர்களில் அவள் பல்வேறு ஓவியங்களை வரைந்திருந்தாள். பெருமாநல்லூரில் அவள் கண்ட காட்சிகள் அங்கே ஓவியங்களாய் எழுந்தன.

பிரமிள் பெரும்பாலும் ஊர் சுற்றிக்கொண்டிருப்பார். கருவாயனும் கொட்டாவியும் அவருக்கு நண்பர்களாகிவிட்டனர். உசிலம்பட்டி வண்டிப்பேட்டையில் நாடார் கடை சரக்குகளை இறக்கிவைக்கும் மற்றும் விநியோகம் செய்யும் பணியில் கருவாயன் ஈடுபட்டிருந்தான். பிரமிள் அவனோடு போய் வந்தார். அவருக்கு நாடகம் பார்க்க ஆசை. கருவாயனைக் கேட்டுக்கொண்டிருந்தார். தாது வருட பஞ்சத்தின் போது தங்கள் சுற்று வட்டாரத்தில் இருந்த கூத்துக் கலைஞர்கள் பலரும் பசியால் மடிந்து போயினர் என்றும், சிலர் பர்மாவிற்கும், இலங்கைக்கும், பினாங்குக்கும் போய்விட்டதகாவும், கூத்துப் பார்க்க மதுரைக்குத்தான் போகவேண்டும் என்றும் அவன் சொல்லிவிட்டான். ஊரில் உள்ள ஒரே கதைசொல்லி நீர்மோர் விற்கும் விருமாயக்காள்

---

* கொட்டாரம்: பலர் பந்தியில் இருந்து சாப்பிடக்கூடிய அளவிற்கு பெரிய மேற்கூரையுடன் கூடிய நீண்ட அறை.

மட்டும்தான். கூத்துப் பார்ப்பதும், அவள் கதைசொல்லிக் கேட்பதும் ஒன்றுதான் என்று கருவாயன் கூறினான்.

சத்திரத்தின் வடக்கு மூலையில் ஒரு மாட்டுத்தொழுவம் இருந்தது. விருந்தினர்களின் வருகைக்காக மாடுகள் வேறிடத்திற்கு மாற்றப்பட்டிருந்தன. மாடுகள் கட்டும் இடத்திற்கு அருகில் ஒரு வேப்பமரம் இருந்தது. நித்திலன் பெரும்பாலும் அங்குதான் தன் பொழுதைக் கழித்தான். எல்லா காலங்களிலும் அவனுக்கு ஒரு வேப்பமரம் கிடைத்துவிடுகிறது. தன் மடிக்கணினியில் தரவிறக்கம் செய்து வைத்திருந்த இணையத் தொடர்களைப் பார்த்துக் கொண்டிருந்தான். 'தங்கமே உன் போல' பாடலையும் அடிக்கடி கேட்பான். செங்காவை நினைத்துக்கொள்வான். அவளோடு சில நிமிடங்கள் சிரிப்பான். நடப்பான். தழுவிக் கொள்வான். டிராக்கர் மூலம் ஏதேனும் தகவல்கள் வருகின்றனவா என தன் கைக்கெடிகாரத்தை அவ்வப்போது சோதித்துக்கொள்வான்.

கழிப்பறை வசதி இல்லை என்பதுதான் நால்வருக்கும் உள்ள பொதுவான குறை. சத்திரத்தில் இருந்து மூன்று நாழிகை தூரத்தில் இருக்கும் காட்டுக்குள் போவது அவர்களுக்குச் சிரமமாக இருந்தது. சத்திரத்தில் குளியலறைக்கும் எருக்குழிக்கும்* இடையே பள்ளமான பகுதியில் ஒரு கழி மேடை அமைக்கப்பட்டிருந்தாலும் போதிய தண்ணீர் வசதியோ கால்வாய் கட்டமைப்போ இல்லை. இது தொடர்பாக சின்ன பூசாரியைக் கேட்டபோது 'அதுக்கு நீங்க பெரிய வீட்டுக்குப் போய் சீனித்தேவரத்தான் பாக்கணும்' என்று சொன்னார். நித்திலன் அன்று பெரிய வீட்டை நோக்கிப் புறப்பட்டான்.

'அந்த நாலாவது வீடுதான் பெரிய வீடு' என்று எருத்தட்டிக் கொண்டிருந்த ஒரு பெரியவர் சுட்டியபோது நித்திலனுக்குப் புரியவில்லை. இதை ஏன் பெரிய வீடு என்று அழைக்கிறார்கள்? இதுவும் ஊரில் இருக்கும் மற்ற வீடுகளைப்போல மண் வீடாகத்தானே இருக்கிறது. திண்ணை மட்டும் பெரிதாக இருக்கிறது. பச்சைநிற மரக்கதவில் மயில் பூச்சு வேலைப்பாடுகளைப் பார்க்க முடிந்தது. அந்தக் கதவைப் பிடித்துக்கொண்டு சின்னமாயன் விளையாடிக்கொண்டிருந்தான்.

"நெத்திலி மாமா"

நித்திலனைப் பார்த்ததும் உற்சாகமாகிவிட்டான். சின்ன மாயனை அங்கே எதிர்பார்க்கவில்லை நித்திலன். கைகளை இறுகப்பற்றி உள்ளே அழைத்துச்சென்றான்.

---

* எருக்குழி: வீட்டுக்குப் பின்பக்கம் சாம்பல், சாணம், தழை முதலிய கழிவுகளைப் போடும் குழி.

"வாங்கய்யா"

வாயார வரவேற்றாள் சின்னமாயனின் தாய் தனம். அந்த வீட்டில் மனிதர்களோடு கால்நடைகள் இல்லை. கால்நடைகளோடு மனிதர்களும் இருந்தனர். ஆடு, மாடு, கோழியோடு சின்னமாயனின் மூன்று அக்காள், இரண்டு சித்தப்பா, மாமா, சித்திகள் இருவர். அவர்தம் பிள்ளைகள் எல்லாரும் ஒரே வீட்டில் வசித்தனர். அதிக மனிதர்களையும் கால்நடைகளையும் கொண்டதால் அது பெரிய வீடு என்று அழைக்கப்படுதவராக நித்திலனுக்குத் தோன்றியது.

"இந்தாமா போதும்பொண்ணு, போய் தம்பிக்கு மோர் கொண்டு வா போ"

"அதெல்லாம் வேணாங்க. இருக்கட்டும். சீனித்தேவன் ஐயாவ பாக்க வந்தேன்"

"அவர் கன்னுக்குட்டிய தழையவிட இப்பதான் கருப்பங்காட்டுக்குப் போனாரப்பா"

நித்திலன் தாடியைச் சொரிந்தான்.

"டேய் சின்னமாயா, தம்பிய கூட்டிகிட்டுப்போய் ஐயாவ பாரு போ"

சின்னமாயன் சரியெனத் தலையாட்டி வேட்டியை மடித்துக் கட்டியபோது அது அவிழ்ந்து விழுந்தது. வீட்டுப் பெண்கள் 'கொல்'லென சிரித்தனர். போதும்பொண்ணு ஓடிவந்து அவனுக்குக் கட்டிவிட்டாள்.

பெரிய வீட்டில் இருந்து அரை கிலோமீட்டர் தூரத்தில் இருந்தது கருப்பங்காடு.

கருப்பு கோயிலைச் சுற்றி வளர்ந்த காடு என்பதால் அதை கருப்பன் பெயருக்கு எழுதி வைத்துவிட்டனர் ஊர் மக்கள்.

"நெத்திலி மாமா, நீங்க எந்த ஊரு?"

"பாரத்"

"அது எங்க இருக்கு?"

"அது இன்னும் நூத்து பத்து வருஷத்துல இருக்கு"

அதைப் புரிந்துகொண்டவனைப்போல் அவன் தலையாட்டினான்.

"நீங்க கப்பல்ல வந்தீகளா?"

"ரயில்ல வந்தோம்"

"ரயில் எப்படி இருக்கும்?"

"பெருசா பளபளன்னு இருக்கும்"

"உங்க ரயில்ல முறுக்கு விப்பாய்ங்களா?"

"முறுக்கு இருக்காது. ஆனா நிறைய தின்பண்டங்கள் இருக்கும்"
"உங்க ஊர்ல நாடகம் போடுவாங்களா?"
"நிறைய"
"என்ன வேசம் கட்டுவாக?"
"எல்லாரும் எல்லா வேசமும் கட்டுவாங்க. சரி நான் கேக்கறத்துக்கு நீ பதில் சொல்லு"
"என்னா கேக்க போற நீயு?"
"அது என்னடா போதும்பொண்ணு? அதானா உங்க அக்கா பேரு"
"ஆமா. என் மூனாதக்கா"
"எதுக்கு அப்படி ஒரு பேரு?"
"பொட்ட புள்ளையா பொறந்துகிட்டிருந்துச்சுக. ஆம்பள புள்ள வேணுமுனு எங்க ஐயா நினச்சாரு. மூனாவது அக்காக்கு 'போதும் பொண்ணு'னு பேர் வச்சாக. அடுத்து நான் பொறந்துட்டேன்"

அந்தப் பெயரின் மீது அந்தக் குடும்பத்திற்கு இருந்த நம்பிக்கை நித்திலனை ஆச்சரியப்படுத்தியது. நம்பிக்கைதான் எல்லாம் என்பது உண்மையே என்று அவன் நினைத்துக்கொண்டான்.

"கன்னுகுட்டிய தழைய விடறதுனா என்ன மாயா?"
"அதெல்லாம் எங்க ஐயாவ கேளு"
"மாடுனா உனக்கு ரொம்பப் பிடிக்குமா?"
"பிடிக்குமே"
"குட். மாடுதான் நம்ம தெய்வம். அத எப்பவும் சாமியா கும்பிடணும். கோ மாதா குல மாதா"
"ஊர்ல பஞ்சம் வந்தப்ப மாட்டத்தான் அடிச்சு திண்டாங்களாம். ஆத்தா சொல்லுச்சு"
"அப்படி பஞ்சம் வராம பாத்துக்க வேண்டியது அரசாங்கத்தோட கடம"
"உங்க ஊர்ல பஞ்சமே வராதா? எப்பவும் எல்லாத்துக்கும் ஜீரணி கிடைக்குமா?"
"எங்க அரசு வல்லரசு. எங்க நாடு ஒரு கோயில் மாதிரி இருக்கும்"
"வல்லரசுனா கோயில் கட்றவகளா?"
"உனக்கு அதெல்லாம் புரியாது. உன் சந்ததிகளுக்குப் புரியும். புரிஞ்சிருக்கும்"

அவன் விழித்தான். அவர்கள் ஒரு வைக்கோல் பரப்பைக் கடந்தபோது நித்திலனின் தலையில் சத்தென ஏதோ விழுந்தது.

கபிலன் வைரமுத்து | 119

நித்திலன் அதைத் தடவிக் கையில் எடுத்தான். அது ஓரடி நீளத்தில் ஒரு பாம்பு. புழுதி நிறத்தில் இருந்தது. அவன் கை உதறத் தொடங்கியது. சின்னமாயன் அந்தப் பாம்பை வாங்கிக்கொண்டான்.

"இது ஔவு பாம்பு*. கடிக்காது"

அவன் அதைக் கழுத்தில் சுற்றிக்கொண்டான்.

கருப்பங்காட்டுக்குள் நுழைந்தபோது தூரத்தில் அடர்ந்த புதர்களுக்குள் இருந்த சீனித்தேவன் 'பக்கத்தில் வர வேண்டாம்' என்று சின்னமாயனுக்குக் கைக்காட்டினார்.

தாய்ப்பசுவை இழந்த கன்றை இன்னொரு பசுவோடு தழைய வைக்க சீனித்தேவன் முயற்சி செய்துகொண்டிருந்தார். அது அவ்வளவு எளிதல்ல. அதற்குப் பசுவும் சம்மதிக்க வேண்டும். கன்றுக்குட்டியும் ஒத்துழைக்க வேண்டும்.

கன்றுக்குட்டியை ஒரு புளியமரத்தடியில் கட்டி வைத்துவிட்டுப் பசுவைக் காட்டுக்குள் அழைத்துச் சென்றார். அதன் பிறப்பாசனத்தில் கைவிட்டு அது கன்றுகுட்டியை ஈன்றிடுவது போன்ற வலியையும் உணர்வையும் ஏற்படுத்தினார். பசுமாடு பிரசவ வலியெடுத்து சத்தமிட்டது. அப்போது ஓடிச்சென்று கன்றுக்குட்டியை அழைத்து வந்தார்.

தன் கையில் கிடந்த பசுமாட்டின் ரத்தப்பசையை கன்றுகுட்டியின் மீது தடவி அதைப் பசுவிடம் சேர்த்தார். அந்த வாசனையை நுகர்ந்த பசு கன்றை நக்கியது. கன்று பசுவிடம் பால் குடிக்க ஓடியது.

"சீமத் தம்பிகளா? வாங்க. என்னா சமாச்சாரம்?"

"அய்யா சத்திரத்துல பாத்ரூம், அதாவது வெளிய போக ஒரு அற வேணும்"

"முனிசுப்பால்ல சொல்லியிருந்தோமே தம்பி"

"எதுவும் நடக்கலங்க"

"ஒரு மேட இருக்கே ஏற்கனமே"

"தண்ணி, ட்ரெயினேஜ் சிஸ்டம், அதெல்லாம்..."

"மோட்டார குழாயத் திருப்பிவிடுவோம். துப்பாங்குழி** வெட்டச் சொல்லிருவோம். அதுக்கு மதுரைல இருந்துதான் ஆளு வரணும். வரவச்சிருவோம்"

---

* **உளவன்:** பாம்புகளில் ஒரு வகை. உழவுக் கட்டிகளில் கிடக்கும். கடிக்காது.

** **துப்பாங்குழி:** வீட்டிற்குள்ளிருந்து கழிவு நீர் வெளியேறும் பொந்து.

“நன்றிங்க”

“தம்பி சோலியெல்லாம் நல்லா போகுதா?”

“எல்லா நல்லா போதுங்க”

“சுடுகாட்ல பெட்டி எதையாச்சும் தவறவிட்டு வந்துட்டீகளா?”

நித்திலனுக்குத் தூக்கிவாரிப்போட்டது. எந்தப் பெட்டி? எதைச் சொல்கிறார்?

“பஞ்சாயத்துல எடுத்து வச்சிருக்கோம். பாத்துக்குங்க”

சின்னமாயனை அழைத்துக்கொண்டு அவர் புறப்பட்டார். நித்திலன் பஞ்சாயத்து அலுவலகத்திற்குத் தலைத்தெறிக்க ஓடினான். அங்கே அடுக்கி வைக்கப்பட்டிருந்த நெல் மூட்டைகளுக்கு இடையே அந்தப் பெட்டி இருந்தது. நித்திலன் பத்து விரல்களால் தன் முகத்தை மூடிக்கொண்டு நிம்மதி பெருமூச்சுவிட்டான். அது பிரமிள் கொண்டுவந்த பெட்டிகளில் ஒன்று. அதை அவர் தவறவிட்டதைக்கூட யாரிடமும் சொல்லாத அளவிற்கு அவசியமற்ற ஒரு பெட்டி. இருந்தாலும் அதைத் துக்கிக்கொண்டு வெளியேறினான். நேராக உசிலம்பட்டி மயானத்திற்குச் சென்றான். அங்கே மண்டையன் குடிசை வாசலில் கஞ்சி குடித்துகொண்டிருந்தான்.

உள்ளது உள்ளபடியே இருந்தது. கண்ணுக்குத் தெரிந்து எந்தச் சேதாரமும் இல்லை. எதுவும் தோண்டப்படவில்லை. பூமியின் ரகசியங்களை அலட்சியப்படுத்தியவாறு அந்த நிலப்பரப்பின் வான்வெளியில் பறவைகள் பறந்துகொண்டிருந்தன.

000000000029

ஜெல்லியை எதிர்கொள்ள உலகின் அனைத்து அறிவு மையங்களும் தங்கள் நிபுணர்களை நியமித்திருந்தன. இந்தியாவில் ஐ.ஐ.டி, ஆசிய தொழில்நுட்பக் கழகம், அண்ணா பல்கலைக்கழகம், தொழில்நுட்ப பெரு நிறுவனங்கள் என அனைத்து அமைப்புகளிலும் 'கவுன்ட்டர் ஜெல்லி' குழுக்கள் அமைக்கப்பட்டு செயல்பட்டுக்கொண்டிருந்தன. சீனாவில் ஜெல்லியை முடக்கும் எதிர் நிரல் ஒன்றைக் கண்டறிந்துவிட்டதாக ஒரு வதந்தியும் வலம் வந்துகொண்டிருந்தது.

மோகன் ஜனார்த்தனன் தலைமையில் சிரியஸ் நிறுவனத்திலும் ஒரு குழு அமைக்கப்பட்டிருந்தது. ஜெல்லியில் இருந்து தற்காத்துக்கொள்ளும் 'நெட்வொர்க் நெகடிவ்' சூழலில் அவர் தன் குழுவை வழி நடத்திக்கொண்டிருந்தார். நித்திலனால் பயிற்றுவிக்கப்பட்ட இணையப் பாதுகாப்பு அணி பல்வேறு எதிர்வினை நிரல்களை எழுதிக்கொண்டிருந்தனர்.

அன்று வீடு திரும்பியபோது வழக்கம் போல மீட்டா கருவியைத் தலையில் மாட்டிக்கொண்டார் மோகன். மீட்டா வெர்ஸ் கட்டமைப்பு இன்னும் ஜெல்லியால் முடக்கப்படாமல் இருப்பது மோகனுக்குப் பெரும் ஆறுதல். தன் கற்பனை நகரத்தில் பொது மருத்துவமனை ஒன்றை உருவாக்கிக்கொண்டிருந்தார். மருத்துவத் துறையின் உயர் வல்லுநர்களின் பண்புநலன்களையும், திறன் மதிப்புகளையும் அந்தப் பொது மருத்துவமனை மருத்துவர்களுக்கு 'மிரர்' செய்துகொண்டிருந்தார். உலகின் எந்த மூலையில் இருப்பவர்களும், எத்தகைய சிக்கலான சிகிச்சையையும் அங்கே பெற முடிந்த வண்ணம் நிஜ உலகின் அறிவனுபவங்களால் தன்

மெய்நிகர் மருத்துவச் சாலையை சீரமைத்துக் கொண்டிருந்தார். அவர் உலகின் மற்ற மனிதர்களைப் போலவே, மருத்துவர்களும் கருப்புக்கண்ணாடி அணிந்திருந்தனர்.

மாக்கியவெல்லி உறங்கிக்கொண்டிருந்தான். மருத்துவர்கள் அணியும் வெள்ளை ஆடையை அணிந்திருந்தான். அவன் கழுத்தில் பாம்பு படமெடுத்தது போல ஒரு பொம்மையை மாட்டியிருந்தான். மோகன், அது அவன் கழுத்தை இறுக்கப் போகிறது என்று எடுக்க முயன்றபோது மாக்கியவெல்லி விழித்துக்கொண்டான். அவர் கையைத் தட்டிவிட்டான்.

"அது ஸ்டெதஸ்கோப். டோண்ட் டச்" – புரண்டு படுத்துக்கொண்டான்.

"பால் குடிச்சிட்டுப் படுத்துக்கோ மாக்கி"

அவன் கண்களை இறுக்கிச் சுருக்கி, தான் ஏற்கெனவே தூங்கிவிட்டதாகச் சொன்னான்.

00000000030

*க*ள்ளிச்செடிகளுக்கு நடுவே மயங்கிக்கிடந்த அந்தப் பெண்ணை யாருக்கும் அடையாளம் தெரியவில்லை. பார்க்க பாதி வெள்ளைக்காரியைப்போல் இருந்த அவளைத் தூக்கிக்கொண்டு வந்து சத்திரத்தில் ஒப்படைத்தனர். நித்திலனுக்குப் பேரதிர்ச்சி. அவள் செங்காந்தள். இவள் எப்படி இங்கு வந்தாள் என்று யோசிப்பதற்குள் அவள் மயக்கம் தெளிந்துவிட்டாள். நிஷா பைலட் அவளுக்குக் குடிக்க தண்ணீர்க் கொடுத்தாள்.

கழிப்பறைக் குறித்துப் பேசுவதற்காக சீனித்தேவனைச் சந்திக்கத் தயாராகிக்கொண்டிருந்தான் நித்திலன்.

"நானும் உன் கூட வரேன்"

செங்கா நித்திலனின் கையைப் பிடித்துக்கொண்டாள்.

"நீ ரெஸ்ட் எடு. நான் போயிட்டு வரேன்"

அவன் சொல்வதை அவள் கேட்கவில்லை.

பெரியவீட்டில் சீனித்தேவன் இல்லை. அவர் கருப்பங்காட்டில் இருப்பதாக அவர் தாரம் தனம் கூறினாள்.

"டேய் சின்னமாயா, தம்பிய கூட்டிகிட்டு போய் ஐயாவ பாரு போ"

சின்னமாயன் சரியெனத் தலையாட்டி வேட்டியை மடித்துக் கட்டியபோது அது அவிழ்ந்து விழுந்தது. வீட்டுப் பெண்கள் 'கொல்'லென சிரித்தனர். அவனுக்குக் கட்டிவிட போதும்பொண்ணு ஓடிவந்தபோது அவள் தடுக்கி விழுந்துவிட்டாள். செங்கா ஓடிச்சென்று போதும்பொண்ணைத் தூக்கிவிட்டு சின்னமாயனுக்கு வேட்டியும் கட்டிவிட்டாள்.

பெரிய வீட்டில் இருந்து அரை கிலோமீட்டர் தூரத்தில் இருந்தது கருப்பங்காடு.

"நெத்திலி மாமா, நீங்க எந்த ஊரு?"

"பாரத்"

"நீங்க கப்பல்ல வந்தீகளா?"

"ரயில்ல வந்தோம்"

"ரயில் எப்படி இருக்கும்?"

"பெருசா பளபளனு இருக்கும்"

"உங்க ரயில்ல முறுக்கு விப்பாய்ங்களா?"

நித்திலன் மௌனமாகச் சிரித்தான்.

"அவங்க அந்த ரயில்ல நாட்டையே விப்பாங்க தம்பி" செங்கா குறுக்கிட்டாள்.

"உங்க ஊர்ல நாடகம் போடுவாங்களா?"

"நிறைய"

"என்ன வேசம் கட்டுவாக?"

"கடவுள் வேசம்தான் இப்ப பேன் இந்தியா வேசம்"

"எது?"

"செங்கா, அவன் சின்ன பையன். அவன் காலத்துக்கு ஏத்த மாதிரி அவனுக்குப் புரியற மாதிரி பேச மாட்டியா? உன் சமூக சீர்திருத்த சாக்கடைய அவன் மேல எதுக்கு ஊத்தற? சின்னமாயா, நான் கேக்கறத்துக்கு நீ பதில் சொல்லு"

"என்னா கேக்க போற நீயு?"

"அது என்னடா போதும்பொண்ணு? அதான உங்க அக்கா பேரு"

"ஆமா. என் மூணாதக்கா"

"எதுக்கு அப்படி ஒரு பேரு?"

"பொட்ட புள்ளையா பொறந்துகிட்டிருந்துச்சுக. ஆம்பள புள்ள வேணுமுனு எங்க ஐயா நினச்சாரு. மூணாவது அக்காக்கு 'போதும் பொண்ணு'னு பேர் வச்சாக. அடுத்து நான் பொறந்துட்டேன்"

"அதுக்கு வேணும்பையன்னு வேண்டிக்க வேண்டியதுதானடா. எதுக்குடா போதும்பொண்ணுனு பேர வச்ச அந்தப் பொண்ண டார்ச்சர் பண்றீங்க?"

செங்கா சின்னமாயனின் கொண்டையைத் திருகினாள்.

"கன்னுகுட்டிய தழைய விடறதுனா என்ன மாயா?"

"அதெல்லாம் எங்க ஐயாவ கேளு"

"மாடுனா உனக்கு ரொம்ப பிடிக்குமா?"

"பிடிக்குமே"

"குட். மாடுதான் நம்ம தெய்வம். அத எப்பவும் சாமியா கும்பிடணும். கோ மாதா குல மாதா"

"ஊர்ல பஞ்சம் வந்தப்ப மாட்டத்தான் அடிச்சு திண்டாங்களாம். ஆத்தா சொல்லுச்சு"

செங்கா நித்திலனைப் பரிதாபமாய்ப் பார்த்தாள்.

"அப்படி பஞ்சம் வராம பாத்துக்க வேண்டியது அரசாங்கத்தோட கடம"

"உங்க ஊர்ல பஞ்சமே வராதா? எப்பவும் எல்லாத்துக்கும் ஜீரணி கிடைக்குமா?"

செங்கா சின்னமாயனை அணைத்துக்கொண்டு சொன்னாள்,

"எங்க ஊர்ல எப்பவும் எல்லாத்துக்கும் ஜீரணி கிடைக்காது. ஆனா அத்தன கோடி பேருக்கும் அடிக்கடி அல்வா கிடைக்கும்"

அவர்கள் ஒரு வைக்கோல் பரப்பைக் கடந்தபோது செங்காவின் தலையில் சத்தென ஏதோ விழுந்தது. செங்கா அதைத் தடவி கையில் எடுத்தான். அது ஓரடி நீளத்தில் ஒரு பாம்பு.

"அய்யோ நல்ல பாம்பு!"

சின்னமாயன் ஓடிவிட்டான்.

பாம்பு, விருட்டென செங்காவின் தலையில் கொத்தியது. அவள் அதிர்ச்சியில் மயங்கி அருகில் இருந்த கள்ளிச்செடிகளுக்கிடையே சாய்ந்தாள். அந்தச் செடிகளில் இருந்து குப்பென சிகரெட் வாசனை வந்தது.

"செங்கா... செங்கா..."

பதறியடித்து கனவில் இருந்து விழித்தான் நித்திலன். நிஷா பைலட் ஓடி வந்து அவன் தோளைப் பிடித்து உலுக்கினாள். அவளுக்குப் பின்னால் சிகரெட் விரலோடு கோவர்த்தன் நின்றுகொண்டிருந்தார். அது பிரமிளா கோவர்த்தனா என்று நித்திலனுக்கு ஒரு தடுமாற்றம். பிரமிளின் சட்டையை கோவர்த்தன் மாட்டியிருந்தார்.

"செங்கா உன் பிரண்டா? அவங்களையும் நம்மகூட கூட்டிட்டு வந்திருக்கலாமே. ரிலாக்ஸ்"

நித்திலனின் பதற்றத்தை நிதானமாக முடித்துவைத்துச் சிரித்தார் கோவர்த்தன்.

பாம்பு விழுந்த இடத்தில் அவனுக்கு அரித்துக்கொண்டே இருந்தது. அவன் மீது விழுந்தது உளவன் பாம்பா அல்லது நல்ல பாம்பா என்று குழப்பம் வந்தது. சின்னப் பூசாரியிடம் விசாரித்தபோது எதற்கும் வைத்தியம் பார்த்துவிடுவது நல்லது என்று சொன்னார். சிலம்பு வாத்தியார் விட்டி வெள்ளையத்தேவரிடம் விஷ முறிவு மருந்து இருப்பதாகக் கருவாயன் சொன்னான்.

சிந்துபட்டி சிறையில் இருந்து விடுவிக்கப்பட்ட கந்தன் தன் அண்ணன் ஆங்குத்தேவனைக் காண வந்தான். அவர்கள் இருவரும் மொட்ட கரட்டில் நெருப்பு வளர்த்து, கெளுத்தி மீன் சுட்டுத் தின்றுகொண்டே ஊர்க் கதைகளைப் பேசிக்கொண்டிருந்தனர்.

"இன்ஸ்சு நாகமலைக்கு எதுக்கு கந்தா இத்தன வயித்தெரிச்ச? ஏதாச்சும் சொன்னானா?"

"நம்ம நல்லூரு மக்க இன்னும் ரேக பதியலயாம். பதியச் சொல்லி மதுர கலெக்டர் பாஞ்சு கெடக்கானாம். நாகமலையும் இன்னோரு ஆளும் பேசிகிட்டாக. சின்ன பூசாரி மண்டைல வகுடெடுத்தா போல நீட்ட நீட்டமா கோடு போட்டு ஒரு நோட்டு வச்சிருக்காப்பல இன்ஸ். அது வெத்து காகிதாமாவே கெடக்குனு குத்திக் காட்டிட்டு போனான் கருப்பு கவுனு வகையான்'

"மெஜிஸ்ட்ரேட்டுனு சொல்லுவாய்ங்க. வெங்கடேசன் அவன் பேரு"

"அது என்ன புழுக்கையோ தெரியாது. நாம எதுக்கு ஆங்கு ரேக பதியணும்? பொழுதெல்லாம் களவாண்டுகிட்டா இருக்கோம்?"

"அது கந்தா, வெள்ளக்கார போலீசுக்கு நாம காவ காக்கறது ஆகல. காவல் தப்புனு சொன்னாங்க. நாம நிறுத்தல. காவ கூலி தந்தா தப்புனு சட்டம் போட்டானுங்க. எவனும் கேக்கல. இப்ப ரேகைய பதியவச்சு ராவுல நம்மள கட்டிப்போட நினைக்கானுங்க"

"விப்பு வவ்வாலுக்கே வேட்டில மூத்திரம் பேயற பயலுகள போலீசுனு சொன்னா குருவிகூட நம்பாது ஆங்கு"

"நீ என்ன பாத்த. பட்டாளத்து ஆளுகளுக்கு முட்ட முட்டையா ஊத்திக் கொடுக்கறாகளாம். ஓடா போனவனெல்லாம் ஒட்டகமா திரியாறானாம். ஒத்த கை தண்டாளு வச்சு திம்சா இருக்கானுகளாம். கழுத மேச்ச நம்ம பயலுக எல்லாம் குதிரயேத்தம்

பழகிட்டானுங்க. துப்பாக்கிச் சொல்லித்தரக்கூட எட்டைல கருப்பன் பொம்மைய வச்சு சுடச் சொல்றாய்ங்களாம். நம்ம கைய வச்சே நம்ம கண்ண குத்தறதுதான் இவனுங்க பொழப்பா இருக்கு. உன்னையும் என்னையும் மல்லுக்கட்ட வைக்கத்தான் சர்க்காரே வேல செய்யுது. விளையாட்டில்ல கந்தா”

“நீ என்னனாலும் சொல்லு. ரேக மட்டும் பதியக்கூடாது ஆங்கு. நாம எந்தக் குத்தமும் செய்யல. இவனுங்களுக்குத் தல குனிஞ்சா அதுதான் நாம செய்யற பெரிய குத்தம். அது மட்டும் செஞ்சிரக் கூடாது”

எரும விரட்டி ஆங்குத்தேவன் கந்தனின் தோளைத் தட்டிக்கொடுத்தான்.

“நீ வாத்தியார போய் பாரு. நீனா அவருக்கு ஒசத்தி. அவர் கூட இருந்துக்க. பொழச்சுக்க”

இருவரும் எழுந்து கரட்டைத் தாண்டி, கரும்புக் காட்டுக்குத் தெற்கே நடந்து கோடாங்கித் தெருவில் இருந்த தம் வீட்டிற்கு வந்தார்கள். அவர்களின் தாய் பொன்னம்மா படுத்த படுக்கையாகக் கிடந்தாள்.

“ஆத்தா, கந்தன் வந்துட்டான். அவன் எந்தத் தப்புத் தண்டாவும் செய்யலனு போலீஸ் விட்டிருச்சு”

ஆங்கு சொன்னதும் கிழவியின் கண்களில் நீர் வழிந்தது.

அப்பன் ஆனச்சாத்தனின் காவல் கம்பைத்தான் அவர் நினைவாக வைத்துக் கும்பிட்டுக் கிடந்தனர் அண்ணனும் தம்பியும். அதனருகில் விளக்கேற்றி வைத்தான் ஆங்கு. குடுவையில் குவிந்திருந்த விபூதியை எடுத்து கந்தனுக்குப் பூசிவிட்டான். அவன் உச்சந்தலையிலும் கொஞ்சம் தூவினான்.

00000000031

விட்டி வெள்ளையத் தேவரின் வெட்டவெளி பயிற்சிக்கூடத்தில் ஆங்காங்கே குடிசைப் போடப்பட்டிருந்தது. அதை அவர் நித்திலனுக்கும் பிரமிளுக்கும் சுற்றிக்காட்டிக் கொண்டிருந்தார். பாம்புக் கடிக்கு வைத்தியம் பார்க்க வந்த நித்திலனை 'வெசமில்லாத பாம்பு குசலம் விசாரிச்சுப் போனதுக்கு வைத்தியம் செய்யற மொத ஆள் நீதானப்பா' என்று சொல்லி அவன் கைகளில் கொஞ்சம் மஞ்சள் மட்டும் தடவி விட்டார்.

"இது பொடுசுக குடிச"

அந்த ஊரில் எட்டு வயது, பத்து வயது, பன்னிரண்டு வயது சிறுவர்கள் அந்தக் குடிசையில்தான் விளையாடிக்கொண்டிருந்தனர். அவர்களுக்கான விளையாட்டு உபகரணங்கள் அங்கே வண்டி வண்டியாய்க் கிடந்தன. அதில் கொய்யா பழங்களைப் போல் கிடந்த பம்பரங்களில் ஒன்றைக் கையில் எடுத்தார் பிரமிள்.

"இது என்னாங்கய்யா. பம்பரம் பல்லாங்குழி ஆடவெல்லாமா பயிற்சி கொடுக்கறீங்க?"

"என்ன சீமத்தம்பி அப்படிச் சொல்லிட்டீங்க. இதெல்லாம் வெறும் ஆட்டமா என்ன?

பம்பரம், குறி பாக்கற திறன வளக்கும். பொசக்காத்து போல இருக்கிற மனசுக்குப் பொறும கொடுக்கும். பொழப்புனா ஏத்தம் இறக்கம் ரெண்டும் இருக்கும்னு ஒரைக்க வைக்கத்தான் பரமபதம். இருக்கிற எடத்துல இருந்து செல்வத்த எடுத்து இல்லாதவய்ங்களுக்குக் கொடுக்கச் சொல்லித்தருது பல்லாங்குழி ஆட்டம். கல் எறிஞ்சு பழகறது சூதானத்த கொடுக்கும். தோள்பட்ட தொங்காம பாத்துக்கரும். உள்ளங்கைய ஒழவுக்கும்

ஒழச்சு திண்ணவும் ஏத்தாப்புல மாத்தும். என் பேட்டைல இந்தக் குடிசதான் தம்பி தாய போல குடிச"

உடற்பயிற்சி குடிசைகள் ஏராளமாக இருந்தன. நீர் மோர் குடிசைகளும் ஒன்றிரண்டு பார்க்க முடிந்தது. கூடத்தின் மையப்பகுதியில் மெத்தை போல் அமைக்கப்பட்டிருந்த மண் திட்டில் சைலாத்துப் போட்டி நடைபெற்றுக் கொண்டிருந்தது.

"அது என்னாங்கயா சிலம்பம் இல்லாம கைய சுத்துகிட்டு இருக்காங்க?"

"அது செலாவத்து தம்பி. சிலம்புக்கழி இல்லாம சிலம்படிக்கிறது. கையும் காலும் வேகம் கூட செய்யறது. நம்ம கந்தன்தான் அதுல புலி"

சைலாத்துப் போட்டியில் தன்னைத் தாக்க வந்த அனைவரையும் கந்தன் வீடுகட்டி வெளியேற்றிக்கொண்டிருந்தான். விளையாடுகிறவர்களின் கையில் ஒரு சிலம்பு இருப்பது போல கற்பனை செய்துகொண்டு பார்த்தால் சூரத்தனமான ஒரு சிலம்பாட்டத்தைப் பார்ப்பது போல இருக்கும் என வெள்ளையத்தேவர் சொன்னதும் நித்திலன் அந்த கற்பனைக்குத் தாவினான். அந்தக் கற்பனையில் கந்தனின் சிலம்புக்கழி நித்திலனின் மூக்கில் முட்டி ரத்தம் கொட்டியது.

உள்ளூர் வீரர்கள் அனைவரையும் வென்ற கந்தனை வெள்ளையத்தேவர் ஆரத் தழுவிக்கொண்டார். அவனுக்கு ஒரு வெள்ளிமணி பரிசளித்தார். அந்த மணியின் மையத்தில் கோர்க்கப்பட்டிருந்த வட்டத் தகடில் மயில் படம் வார்க்கப்பட்டிருந்தது.

கயித்துக் கட்டிலில் வெள்ளையத்தேவர் அமர, மாணவர்கள் அனைவரும் தரையில் சம்மணமிட்டு அமர்ந்தனர். அவர்களுக்கு மூச்சுப் பயிற்சி கற்றுக் கொடுத்தார். சிறிது நேரத்தில் பயிற்சிக்கூடம் கூத்து, பாட்டு, விளையாட்டு என களைகட்டத் தொடங்கியது. நித்திலனுக்கும் பிரமிளுக்கும் குடுவையில் பதநீர் தந்தான் கந்தன். அவர்கள் குடிக்கத் தெரியாமல் குடித்துச் சட்டையில் சிந்தினர்.

"பதநீ குடிக்கச் சொல்லித்தரவே ஒரு குடிச போடணுமோ"

வெள்ளையத்தேவர் தன் வெண்தாடியைத் தடவிக்கொண்டே சிரித்தார்.

கந்தன், தான் சிறை சென்று வந்த கதையைச் சொல்லிக் கொண்டிருந்தான். கைரேகைச் சட்டம் நாளுக்கு நாள் தீவிரமடைகிறது என்றும் இதை எதிர்த்து நாம் குரல் கொடுக்க வேண்டும் என்றும் வெளிப்படையாக அவன் பேசியது வெள்ளையத்தேவருக்குப் பிடித்திருந்தது.

“இது என்ன இப்ப வந்த பகையா கந்தா? 1755 வருசம் கர்னல் ஹெரான்னு ஒரு ஆங்கிலேயத் தளபதி, மேலூர் பக்கம் நம்ம மக்க கோட்டையா நெனச்ச கோயில்குடிய அழிக்க பாத்தான். நம்ம கள்ளக் கூட்டத்துல ஏராளமான பேத்த கொல பண்ணான். குல தெய்வ கோவில்ல இருந்து சாமி சிலையை தூக்கிட்டு திருநெல்வேலி போனான். அவன் திரும்பி வரையில நத்தம் கணவாவுல ஒளிஞ்ச நம்மாளுக, மின்ன வெட்டா பாஞ்சு வெள்ளக்காரன் பட மொத்தத்தையும் தலைய சீவி, குலதெய்வம் சிலய தூக்கியாந்தாங்க. அது முடிஞ்ச பாடில்ல. 1764 வருசம் கள்ள நாட்டுக்கு வரி கேட்டு வந்தான் வெள்ளக்காரன். “வானம் பொழிஞ்சு தருது பூமி வெளஞ்சு தருது உனக்கு எதுக்குடா வரினு?” நம்ம அய்யாங்க வெரச்சுக்கிட்டு நின்னாங்க. அதுக்கு நம்மாளுக ஐயாயிரம் பேத்த கொன்னு புதச்சுட்டு போயிட்டானப்பா. அப்ப இருந்து இப்ப வரையில எதாவது அரசு புரசல் இருந்துகிட்டுத்தான் இருக்கு. இன்னிக்கு கைரேக பதியச் சொல்றான். நாளைக்குக் கண்ணு முழிய கேப்பான்”

பிரமிளும் நித்திலனும் ஒருவரையொருவர் பார்த்துக் கொண்டனர்.

நித்திலன் அந்தக் கேள்வியை கேட்கலாமா வேண்டாமா என்று நீண்டநேரம் யோசித்துவிட்டு சில வார்த்தைகளை மட்டும் கத்தரித்துவிட்டுக் கேட்டான்.

“நான் கேக்கறேன்னு தப்பா நினைக்காதீங்க ஐயா. ஒத்துமையா இருக்க வேண்டிய நேரத்துல இப்படி சுய சாதி பெரும பேசிகிட்டு இருந்தா எப்படிங்க?”

வெள்ளையத்தேவர் வாய்விட்டுச் சிரித்தார்.

“என்னயா சொல்லிபுட்ட நீ. சோழர்கள் வலங்கை இடங்கைனு தொன்னூத்து எட்டு வகயா சாதிகள பிரிச்சாக. வலங்கை விவசாய சாதி. இடங்கை யாவாரிக. வலங்கை இடங்கை இரண்டுலயும் சேராம தனிச்சு நின்னவங்க கள்ளக் கூட்டம். முகாலய, விசயநகர படையெடுப்புக்கெல்லாம் பணியாம வாலாந்தூர் நாடு, திடியன் நாடு, புத்தூர் நாடு, பாப்பாபட்டி நாடு, கருமாத்தூர் நாடு, கொக்குளம் நாடு, வேப்பனூத்து நாடு, தும்மக்குண்டு நாடு மொத்தம் எட்டு நாடுகள பல நூறு வௌசலா சுயமா ஆட்சி செஞ்சவங்க. நான் சாதியம் பேசலயா. தேசியம் பேசறேன். நாஞ் சொன்னதெல்லாம் எங்க சாமி, வீடு, ஊரு, பாட்டன், பூட்டன் அவன் நிலம், பலம், கம்பு, தெம்பு, திமிரு, தெனாவட்டு. வேற என்ன. அது உன் கண்ணுக்கு வெறும் சாதியா தெரிஞ்சா அப்படியே வச்சுக்க. இந்த ஊர்ல பதினெட்டு

சாதிக்காரங்க பொழச்சு கிடக்கோம். இதுவர ஒரு பூசல் கூட வந்தது இல்ல தம்பி. சாதி பெருகிக் கிடக்குதான். அது செவனேனு கிடக்கு. அதுல வெஷத்த வைக்கிறதும் வெடி வைக்கிறதும் அதிகாரம்தான் தம்பி"

வெள்ளையத்தேவருக்கு வணக்கம் செலுத்தி கந்தனோடு கைகுலுக்கி நித்திலனும் பிரமிளும் விடைபெற்றனர். உழவுக்குப் போன *கொக்கரி மாடுகள் அலுங்காமல் நடந்துபோன ஒத்தையடி பாதையில் இருவரும் சத்திரத்தை நோக்கி நடந்தனர்.

"அதே வார்த்த"

பிரமிள் தனக்குத்தானே பேசிக்கொண்டார்.

"என்ன வார்த்த?"

"மின்னல் வெட்டா பாஞ்சு"

"ஆமாம். அதுக்கு என்ன?"

"They went out of their woods in small bands, dispersed in the country disguise, and were always ready to reunite at the first signal. The kallans require only an instant to run like lightening…

இது பிரோயென்சா லெட்டர், வருஷம் 1665, பதினேழாம் நூற்றாண்டு பத்திய குறிப்புகள்"

"ஓ…"

"ஜோசப் வியரா அவரோட மதுரை மிஷன் கடிதத்துல பத்தாயிரம் முகாலயர்களை எதிர்த்து நின்ன 50 கள்ளர்கள்னு ஒரு குறிப்பு வருது. இவங்க பேசறது சாதி பெரும இல்ல. முன்னோர்கள் பெரும. அத்தனையும் உண்ம. சாதிக்குனு தனியா பெரும கிடையாது நித்திலன். அது ஒட்டுண்ணி போல மத்த பெருமைகளோட ஒட்டிகிட்டு வந்துருது"

"எனக்கென்னமோ இவனுங்க கூட இருந்தா இன்னும் கொஞ்சநாள்ல கள்ளன், மறவன், பள்ளன், பறையன், நாடார், வன்னியன்னு நமக்கும் ஜாதி வெறி பிடிக்க வச்சிருவாங்கனு தோணுது"

"நீ வேற சும்மா சாதி சாதினுகிட்டு. என்னமோ விட்டி வெள்ளையத்தேவர்தான் சாதிய கண்டுபிடிச்ச மாதிரி"

"சரி அப்ப சாதிய யாரு கண்டுபிடிச்சா?"

கோயில்குடினு பெரியவர் சொன்னாருல. அதுதான் ஆதிச் சமூகம். ஆரியர்கள் இந்த நாட்டுக்குள்ள வருவதற்கு முன் தமிழ்ச்சமூகம் குடி முறையிலான சமூகம். ஒவ்வொரு திணையிலும்

---

* கொக்கரி: முன் வளைந்த கொம்புள்ள மாடு

வாழ்ந்த சமூகத்துக்கு 'குடி' தான் பொது அடையாளம். எயினர், குன்றக் குறவர், கொல்லைக் கோவலர், அண்டர், ஆயர், உமணர், பரதவர், உழவர் எல்லாருமே குடிகள்தான். அம்குடி, முதுகுடி, குரம்பைக் குடி, வேட்டக்குடி, நீள்குடி, விழுக்குடி, வீழ்குடி, செழுங்குடி, பல்குடினு பெரிய பட்டியல் இருக்கு. இந்தியாவோட காலனி ஆதிக்கம் ஆரியர்களோட வருகைல இருந்து தொடங்குது. ஆரியர்கள் வந்த பிறகுதான் குடிநிலைச் சமூகம் படிநிலைச் சமூகமா மாறுது. 'பிறப்பால் உயர்ந்தவன் தாழ்ந்தவன்' சிந்தன உருவாகுது. போர்ச்சுக்கிசியர்கள் நம்ம சமூகத்துக்கு வச்ச பேர் casta. அதுக்கப்பறம் வெள்ளக்காரன் caste, scheduled caste, criminal tribe இப்படி கொண்டுவந்துட்டான். இப்ப சொல்லு, சாதிய கண்டுபிடிச்சது யாரு?"

நித்திலன் ஒரு நொடி தன்னைக் கிள்ளி பார்த்தான். அது கனவில்லை. தன்னோடு பேசிக்கொண்டே நடப்பது செங்காந்தள் இல்லை. பிரமிள் செங்காவின் பங்காளியைப் போல் பேசிக்கொண்டிருந்தார்.

இருவரும் பெரிய வீட்டைக் கடந்தபோது வாசல் திண்ணையில் அமர்ந்து பல்லாங்குழி ஆடிக்கொண்டிருந்தாள் சின்னமாயனின் அக்காள் போதும்பொண்ணு. மிஸ் பெருமாநல்லூர் என்று அழகி பட்டம் கொடுத்தால் அது அவளுக்குத்தான் கொடுக்க வேண்டும். அவள் வலது கன்ன பூச்சி மச்சமும், ஏக்கம் நிறைந்த கிளிஞ்சல் கண்களும் யாருக்கும் மயக்கம் தரும். பிரமிளுக்கு அவளைப் பிடிக்கும். அது நித்திலனுக்கும் தெரியும்.

"என்ன பிரமிள் சர், போய் பல்லாங்குழி ஆடலயா?"

"என்னதான் இருந்தாலும் நம்ம 'டைம்லைன்'ல போதும்பொண்ணு நமக்குப் பாட்டிதான நித்தி. மனசு கேக்கல"

"ஒரு காக்காவ ஓட்டி அதர்வாணா வச்சு கார்த்திகா மேடம்கு பேசுவோமா?"

"பேசாம இருப்பா. நீ வேற"

நித்திலன் சமஸ்கிருத கீர்த்தனைகளைப் பாடிக்கொண்டிருந்தான். அவர்களைக் கடந்துபோன சிறுவர்கள் ஏதோ 'வேதக்காரவ' என்று சொல்லிக்கொண்டே கடந்தனர்.

"யார சர் சொல்றாங்க?"

"எது?"

"வேதக்காரவ"

"அதுவா, சொசைட்டில இருந்துதான நமக்கு சோறு வருது. அதான் அந்த கிறுத்துவ சொசைட்டி. அவங்களத்தான் சொல்றாங்க. நம்மள இல்ல. நீ ஒன் பாட்ட பாடு"

சத்திரத்தை நெருங்கும்போது நிஷா பைலட் தன் குட்டை பாவாடையோடு குடுகுடுவென வெளியே ஓடிவந்தாள்.

“ஹேற பீப்பில், கிரேட் நியூஸ். ஜெல்லிக்கு ‘கில் கோட்’ கண்டுபிடிச்சுட்டாங்க. உங்க சிரியஸ் டீம்தான் செஞ்சிருக்காங்க. உக்ரைன் எஞ்சினியர்ஸ் அசிஸ்ட் பண்ணியிருக்காங்க. நீ எழுதின ‘நித்திலன் நார்மல்’ ப்ரொசிஜர் ரொம்ப யூஸ்புல்லா இருந்துச்சுனு லிங்கா சொல்லச் சொன்னாரு. கங்க்ராட்ஸ்”

பிரமிள் நித்திலனைக் கட்டிப்பிடித்துக் கொண்டார்.

“எல்லாம் கொஞ்சம் கொஞ்சமா பழைய நிலைக்குத் திரும்பிகிட்டு இருக்காம். எவெரிபடி இன் டேட்டா ரிகவரி மோட். நம்மள ரெடியா இருக்க சொன்னாங்க. நாளைக்கு நம்ம லேப்டாப்’கு நெட்வொர்க் கிடைக்கும். லிங்கா இஸ் வொர்க்கிங் ஆன் இட். இன்னும் நாளு நாள்ல நாம புறப்பட வேண்டியிருக்கும்’

“செம. கோவர்த்தன் சர் எங்க?”

“கால் ரொம்ப நேரம் போச்சு. அவர் சாப்பிட்டுப் படுக்க போயிட்டாரு”

“இந்தச் சிறப்பான செய்திய நாளைக்கு சின்னமாயன் தலைமைல ஜீரணி வெட்டி கொண்டாடறோம்”

ஆறு மணிக்கே ஊர் அடங்கிவிட்டது. பெரும்பாலான வீடுகளில் அரிக்கேன் விளக்கு ஏற்றப்பட்டது. விளக்கின் விலாப் பகுதியைத் திறந்து மண் எண்ணெய் ஊற்றினார்கள். அதன் வெளிச்சம் பொன் நிறமாக இருக்கும். கண்கூசாமல் இருக்க விளக்கின் கம்பியில் பனை ஓலை சொருகி வைத்தனர். வீதியிலும் சுவர்களிலும் விழும் பூதாகரமான நிழல்களைக் காட்டி பயமுறுத்தி குழந்தைகளுக்கு சோறூட்டி கொண்டிருந்தனர் தாய்மார்கள். வாசல் மணல்வெளியில் சில சிறுவர்கள் திரிதிரி பொம்மக்கா விளையாடிக்கொண்டிருந்தனர். கொட்டாவி, கையில் தொரட்டியோடு போய்கொண்டிருந்தான். அவனுக்கு முன்னும் பின்னும் மாலை வெளிச்சத்தின் மிச்சத்தைப் போல் குறும்பாடுகள் ஓடிவந்தன.

கருப்பங்காட்டில் ஆந்தை தன் கண்களால் சடுகுடு விளையாடிக் கொண்டிருந்தது.

காளியம்மன் மேட்டில் முன்னிரவில் யாரோ ஏற்றிவைத்த கற்பூரம், எங்கோ விருமாயக்காள் பிள்ளைகளுக்குச் சொல்லிக் கொண்டிருந்த கதையை காதில் வாங்கி கரைந்துகொண்டிருந்தது.

ஊர் உறங்கிவிட்டது.

*குழிதாழிகளில் மாடுகள் தண்ணீர் குடிக்கும் சத்தம் அடங்கியது.

நரிகளின் ஊளையைத் தவிர காற்றில் வேறு ஓசை இல்லை.

அள்ளித் தெளித்த நள்ளிரவைத் தவிர தெருவில் வேறு நிறமில்லை.

பண்ணப்பட்டி ஆத்தங்கரையில் ஓர் அரசமரத்தடி மட்டும் சிவந்து கிடந்தது. கழுத்தில் அறுபட்ட நிலையில் ஒருவன் குப்புற விழுந்து கிடந்தான். இருட்டில் அவன் முகம் தெரியவில்லை. பின்னிரவு நிலா கீற்று சொல்லியது, இறந்து கிடந்தவன் கந்தன் என்று.

❖

---

* *குழிதாழி:* மாட்டுக்கு தண்ணீர் காட்டும் மண்தொட்டி

00000000032

பிரேத பரிசோதனை அறையின் முன்கூடத்தில் சிந்துபட்டி இன்ஸ்பெக்டர் நாகமலை, திருமங்கலம் சப்இன்ஸ்பெக்டர் ராஜா தேசிங்கு, உசிலம்பட்டி பிரிவு கலெக்டர் அலுவலர் வீராச்சாமி, உசிலம்பட்டி சப்மெஜிஸ்ட்ரேட் வெங்கடேசன் என பலரும் கூடி யிருந்தனர். பெருமாநல்லூரில் கைரேகை சட்டத்தை அமுல்படுத்தச் சொல்லி மதுரை கலெக்டர் ரெய்லி கட்டளையிட்டிருந்தார். செய்வது அறியாமல் தவித்த அதிகாரப் பருந்துகளுக்கு கந்தன் பிணம் கிடைத்துவிட்டது.

"என்ன நாகமல, கந்தன் எப்படியாளு?"– வீராச்சாமி

"நல்ல சண்டக்காரன்னு சொன்னாங்க. அந்த விட்டி வாத்தியாரோட வேட்டிய பிடிச்சுகிட்டுப் பொழச்சுக் கிடந்தான். ஒரு அண்ணன்காரன். பேரு ஆங்குத்தேவன். எரும விரட்டினு ஊருக்குள்ள சொல்லுவாங்க. அப்பன் பினாங்குத் தீவுல செத்துப்போனான். ஆத்தா சீக்கு வந்து கிடக்கா"

"கழுத்தறுபட்டு செத்திருக்கான். இவனுக்கெல்லாம் யாருயா ஊருக்குள்ள பகயாளி?" – வெங்கடேசன்.

"அது என்னான்னு தெரியலங்க. அவகாசம் கொடுத்தா விசாரிச்சுரலாமுங்க"

"ஏப்ரல் 03 ஆம் தேதி 'ரேக கலெக்டர்' ஊருக்குள்ள போய் அத்தன பேரோட கைரேகையும் பதிய ஏற்பாடு ஆயிருக்கு. தெரியும்ல?" – வீராச்சாமி.

"அதெல்லாம் நல்லா பதிய வச்சிருலாம் ஐயா"

“கிழிச்ச. சும்மா ரேகைய வைங்கடானா இவனுங்க கரச்சல் செய்வானுங்க. கந்தன் பொணத்த வச்சுப் பேசினா சரியா இருக்கும்னு நினைக்கிறேன்” – வெங்கடேசன்.

“பொணத்த வச்சு பேசறதுனா. புரியலையே”

“முதல அடுத்த பத்து நாளைக்கு எவனும் ஊரவிட்டு போகக் கூடாதுனு சொல்லி வை. நான் நோட்டீஸ் எழுதி சீல் வச்சு தரேன். அத ஆர்டராவே போடு. பெறவு தண்டோராக்காரன விட்டு ரேக பதியறத பத்தி தகவல் சொல்லு. பதியாம போறவன தூக்கி உள்ள போடுவோம்னு அழுத்திச் சொல்லச் சொல்லு”

“அதெல்லாம் செஞ்சிருலாமுங்க. இதுல கந்தன் எங்க வரான்?”

“ரேகைய வைக்கலனா கந்தன் கொலைய விசாரிக்க ஊர்ல இருக்கிற அத்தன ஆம்பள பொம்பளையையும் கூட்டிப்போய் அம்மணமாக நிக்க வச்சு பழுக்கக் காச்சின கம்பிய பொட்டைலயே எறக்குவோம்னு சொல்லு”

“நல்ல யோசனதாங்க”

“வீராச்சாமி ஐயா, இத இன்னொரு பார்வைலயும் பாக்கலாம். சி.ஐ.டி வேலைக்கு உள்ளூருல இருந்து ஆள் எடுக்கிறதா கேள்விப்பட்டேன். கந்தன் சிறைல இருந்துட்டு ஊருக்குப் போயிருக்கான். அவன சி.ஐ.டி கூலிக்காரனா கச்சேரி ரிஜெஸ்டர்ல பதிவு செய்ய முடிஞ்சா, ஒரு அரசாங்க காரியதரிசிய கொல செஞ்ச குத்தம்னு சார்ஜ் ஷீட் போட்டிருவோம். குத்தம் பெருசாகும். பெருமாநல்லூர்க்காரன படிய வைக்க பெரிய பள்ளமாத்தான் வெட்டியாகணும்” – வெங்கடேசன்.

“பேஷ். அப்படி செஞ்சா மேலிடம் இன்னும் கொஞ்சம் சூடாகும். ஏப்ரல் 03 ஆம் தேதி நமக்குக் கொடுக்கிறதா சொல்லியிருக்கிற ஆயுதப்படைல கூடுதலான ஆட்களும் துப்பாக்கிகளும் கிடைக்கும். மொத்தப் பயலையும் சுட்டுத்தள்ளிட்டு போயிரலாம்” – வீராச்சாமி.

“சுட்டுப் பொசுக்கறதெல்லாம் சரியா வராதுங்க. உள்ளூர் சர்க்கார் சும்மா இருந்தா கூட வெள்ளக்காரன் கேப்பான்” – சப்இன்ஸ்பெக்டர் ராஜா தேசிங்கு.

“ஒரு பேச்சுக்கு சொன்னேன் ராஜா. ரேகைய பதிஞ்சுட்டானுங்கனா ஒன்னா பந்தில ஒக்காந்து கஞ்சி குடிக்கத்தான் போறோம். அதுவரதான் இந்தக் கிடுக்கு பேச்செல்லாம்”

வீராச்சாமி கந்தனின் பிணத்தை வாங்குவதற்காக வாசலில் ஆங்குத்தேவன் காத்திருந்தான். அழுது அழுது அவன் கண்கள் சிவந்திருந்தன. திண்ணையில் அமர்ந்திருந்தவன் தன் வேட்டியை

வாயில் திணித்துத் துக்கத்தை விழுங்கிக்கொண்டிருந்தான். அவனும் கந்தனும் வவ்வால் பிடிக்கப் போன நாட்கள் அவன் கண் முன்னால் சிறகடித்துக்கொண்டிருந்தன. அப்பன் ஆனச்சாத்தன் 'தம்பிய ராசாவா பாத்துக்கரணும்' என்று சொல்லிவிட்டுப்போன கடைசி பேச்சை அவன் ஆகாயத்தில் கேட்டுக்கொண்டிருந்தான்.

ஊரில் இருந்த பெரியவர்களும் சிறுவர்களும் அங்கே திரண்டிருந்தனர். ஆங்கு அழுவதைப் பார்த்து சின்னமாயனும் தேம்பி தேம்பி அழுதான். அவனை அக்காள் போதும்பொண்ணு மார்போடு அணைத்துக்கொண்டாள். அவளது கண்களிலும் ஊமை ஈரம் பூத்திருந்தது. விருமாயக்காள் தலையிலும் மார்பிலும் அடித்துக்கொண்டு அழுதாள்.

கருவாயன் அவளைத் தாங்கிக்கொண்டான். கந்தனின் தாய் வழி சித்தப்பா மாயாண்டித்தேவர் 'வெளிய வாயா போலீசு பய' என அதிகாரிகளை அதட்டிக்கொண்டிருந்தார். சின்னமாயனின் தந்தை சீனித்தேவன் அவரை அமைதி காக்கச் சொன்னார்.

பிரேத பரிசோதனை கட்டிடத்தில் இருந்து சில மீட்டர் தூரத்தில் ஒரு வேப்பமரத்தடியில் தன் மடிக்கணினியோடு அமர்ந்திருந்தான் நித்திலன். அவனுடைய காலத்திற்கான இணைப்புகள் மெல்லமெல்ல கிடைத்துக்கொண்டிருந்தன. நடப்பதை அவ்வப்போது வேடிக்கைப் பார்த்தாலும் ஊரின் துயரத்தோடு அவனால் தொடர்புகொள்ள முடியவில்லை.

இன்ஸ்பெக்டர் நாகமலை தொப்பியை மாட்டிக்கொண்டு வெளியே வந்தார்.

"பத்து நிமிஷத்துல பொணத்த வாங்கீட்டு போங்க. சொந்தம் யாரு வந்திருக்கா?"

சின்னமாயன் ஆங்குத்தேவனைக் கைக்காட்டினான். அவன் நாகமலைக்கு வணக்கம் வைத்தான்.

"ஊருக்கு ஒன்னு சொல்லிக்கறேன். அடுத்த பத்து நாளைக்கு யாரும் ஊரத் தாண்டி வெளிய போகக்கூடாது. இது மெஜிஸ்ட்ரேட் உத்தரவு. கலெக்டர் பேர்ல உங்க பஞ்சாயத்துக்கு நாள நோட்டீஸ் வரும். மீறி யாராச்சும் வெளிய போனா கடுமையான தண்டன கிடைக்கும் சொல்லிட்டேன்"

நாகமலை கிடுகிடுவென மோட்டார் வண்டியில் ஏறி புறப்பட்டார்.

அந்த அறிவிப்புக்கு ஊர் மக்கள் யாரும் அதிரவில்லை. அதிர்ந்துபோனவன் நித்திலன் மட்டும்தான். அது மார்ச் 31. இன்னும் நான்கு நாட்களில் எதிர்காலத்திற்குப் புறப்பட வேண்டும். பத்து நாட்களுக்கு எப்படி ஊருக்குள் இருப்பது? இந்த அறிவிப்பு உள்ளூர்காரர்களுக்கு மட்டும்தானா அல்லது வெளியூரைச் சேர்ந்தவர்களுக்குமா? சின்னமாயன் ஓடிவந்து அவன் மடியில் விழுந்தபோது நித்திலன் தன் கேள்விகளை மறந்தான். தன்னையும் உள்ளூர்க்காரனாக உணர்ந்தான். அதற்கு மறுப்பு தெரிவிக்கும் வண்ணம் அவன் மடிக்கணினியில் 'வெல்கம் டு சிரியஸ் ஸ்டாக்' என்ற மின்பலகை தலை தூக்கியது.

கந்தனின் சடலத்தின் மீது அவன் உறவினர்கள் பிடி மண்ணை அள்ளிப்போட்டு கண்களை கசக்கிக்கொண்டு நகர்ந்தனர். பிணத்தை நாய் நரி எதுவும் தோண்டியெடுத்து சேதப்படுத்தி அவமதிக்கக் கூடாது என்பதற்காக எலந்தை முள்ளை கந்தனின் பிணத்தின் மீது பரப்பி அதன்மீது மண்ணள்ளி போட்டான் ஆங்குத்தேவன். மண்டையன் மண்மேட்டை சமப்படுத்தினான். அன்றிரவே வேட்டியை மடித்துக்கட்டிக்கொண்டு கரும்புக்காட்டுக் காவலுக்குப் போய்விட்டான் ஆங்கு.

சத்திரத்திற்கு வந்த நித்திலன் நாகமலையின் அறிவிப்பைப் பற்றி சொன்னான். யாரும் கவலைப்பட்டதாகத் தெரியவில்லை. திண்ணக் கறிச்சோறு செரிக்காத பிரமிள் நீர்மோர் குடிக்க ஆசைப்பட்டார். அவரும் நித்திலனும் விருமாயக்காள் வீட்டை விசாரித்து வந்து சேர்ந்தனர். அவள் வாசல் திண்ணையில் படுத்துக்கிடந்தாள்.

"அக்கா"

சட்டென எழுந்தாள்.

"நீர் மோர்"

"சீமத் தம்பிகளா? சொல்லியிருந்தா நானே கொண்ணாந்திருப்பேனே. உள்ள வாங்கயா"

அவள் அவசர அவசரமாக உள்ளே ஓடி விளக்கேற்றி வைத்தாள். நித்திலனும் பிரமிளும் சுவர் ஓரத்தில் கிடந்த மரப்படுக்கையில் அமர்ந்தனர். அது உடையும் நிலையில் இருந்ததால் இருவரும் தரையில் அமர்ந்தனர். விருமாயக்காள் மோர் கலந்து கொஞ்சம் வெங்காயம் வெட்டி இரண்டு குடுவைகளில் கொடுத்தாள்.

“கந்தன் உங்களுக்குச் சொந்தமா அக்கா?”

நித்திலனுக்கு அவள் ஒப்பாரி இன்னும் ஒலித்துக்கொண்டிருந்தது.

“ஆமாங்கப்பா. என் சின்ன சித்தப்பா மவன். மடியில போட்டு *கிலுகிலுப்ப கிள்ளி வந்து ஆட்டி கடோத்கஜேன் புராணமெல்லாம் சொல்லி வளத்தக் கடாயா. எந்த கொள்ளிவாயனோ கழுத்தறுத்திட்டுப் போயிட்டான். மண்ணுக்குள்ள போனவன் கண்ணுக்குள்ளயே இருக்கானுங்க”

அவள் மீண்டும் அழத்தொடங்கினாள். பிரமிள் நித்திலனை முறைத்தார்.

“அம்மா, என்ன மன்னிச்சிருங்க. உங்கள இந்தச் சமயத்துல நான் எதுவும் கேக்கக்கூடாது. மோருக்கு ரொம்ப நன்றி. எவ்வளவு காசுனு சொன்னீங்கனா...”

“தாகத்துக்குக் குடிக்கிற மோருக்கெல்லாம் வெல கிடையாது தம்பி”

நித்திலனும் பிரமிளும் சில நிமிடங்கள் மௌனம் காத்துவிட்டு வணக்கம் சொல்லி விடைபெற்றனர். அந்த கடோத்கஜ புராணத்தை விருமாயக்காளிடம் கேட்டுத் தெரிந்துகொள்ள வேண்டும் என்று நித்திலன் விரும்பினான்.

---

* **கிலுகிலுப்பை:** ஒருவகை கரிசல் காட்டுச் செடி. உள்ளே கிடக்கும் விதை சலங்கை போல் சத்தம் கேட்கும். குழந்தைகள் அதன் நெந்தை சலங்கைபோல நூலில் கோர்த்து காலில் கட்டிக்கொண்டு விளையாடுவார்கள்.

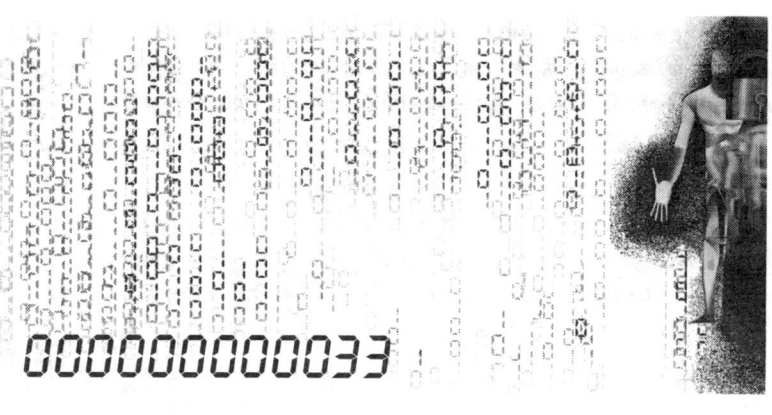

00000000033

மாக்கியவெல்லி கொக்கேன் லாலிபாப் சுவைத்து நாட்களாகிவிட்டன. அவனுக்கு வலது பக்கம் பல்வலி இருந்ததால் இனிப்பு எதுவும் கொடுக்க வேண்டாம் என்று மருத்துவர் சொல்லியிருந்தார். பள்ளிக்கும் செல்லவில்லை. பரிசோதனையில் அவனுக்கு சிலந்தி காய்ச்சல் அறிகுறிகள் இருந்தன. மோகனும் விடுப்பு எடுத்துக் கொண்டார். தனிமைக்குள் தங்களைத் தனிமைப்படுத்திக் கொண்டதாக அவர் உணர்ந்தார்.

அந்தப் பன்னிரண்டு நாட்களில் கணினியில் மீட்டா நகரத்தில் நவீன காவல் நிலையம் உருவானது. கலங்கரை விளக்கத்தின் உச்சி விளக்கைப் போல் காவல் நிலையத்தின் உச்சியில் ராட்சஸ ஒற்றைக் கண் சுழன்றுகொண்டிருந்தது. அதில் அந்த நகரவாசிகளின் அனைத்துப் புத்தகங்களும் அடக்கம். புத்தகம் என்பது ஒரு நபரின் பிறப்பு முதல் தற்போதைய வயது வரையிலான அனைத்து நடவடிக்கைகளையும் உள்ளடக்கிய மின் களஞ்சியம். தன் குடிமக்களைக் கண்ணும் கருத்துமாக காக்க உதவும் சாதனம். அந்தக் கண் நகரமெங்கும் ஒளிவீசிக் கொண்டிருந்தது. அந்த வடிவமைப்பு பிடிக்காதவனைப் போல் தன் மயில் மெத்தையில் போர்வையை மூக்குவரை போர்த்திக்கொண்டு படுத்திருந்தான் மாக்கியவெல்லி. அவன் கண்களில் மயக்கம் இருந்தது. உறக்கம் இல்லை.

"ஊர்ல எழவு விழுந்து கிடக்கும்போது இது தேவையா?"

போதும்பொண்ணை பெண் பார்க்க வருகிறார்கள் வீரணத்தேவர் குடும்பம். மாப்பிள்ளை நல்லுத்தேவன் பட்டாளத்துக்காரன். தை மாதமே பேசிய ஏற்பாடு. ஊரில் அசம்பாவிதம் நடக்கும் என்று யாரும் எதிர்பார்க்கவில்லை. நல்ல காரியத்தைத் தள்ளிப்போட சீனித்தேவனுக்கும் சம்மதமில்லை.

“இருக்கட்டும் தனம். வரட்டுமே. ராத்திரியே கடா வெட்டி நாளைக்கேவா பந்தல் கட்ட போறோம்? போதும்பொண்ணு பருவப்பன. ரொம்ப நா தள்ளிப் போட முடியாது”

“அத்துக்கிட்டு வந்த ரெண்டு அக்காங்காரிங்க இருக்கும்போது கடகுட்டிக்கு இப்ப என்னங்க அவசரம்?”

“இதுவாச்சம் *வயணமா நிண்டுக்கிராதானு ஒரு நப்பாசதான். நாட்டாமகுளம் ஆதிசிவன கும்டுகிருவோம். திருவிழாக்குக் கரும்பு கட்றதா வேண்டிக்கிருவோம். நடக்கிறது நடக்கட்டும் தாயி”

பெரியவீடு தடபுடலாகத் தயாராகிக்கொண்டிருந்தது. அவியல், கடையல், கும்மாயம், கூட்டு, துவட்டல், புரட்டல், பொரியல், வறுவல், புளிக்கறி, பச்சடி, அப்பளம், துவையல், ஊறுகாய், வற்றல், உளுந்தவடை, காரவடை, முக்கனித் துண்டு, மொடக்கத்தான் தோசை என பதினெட்டு வகை உணவுகள் அடுப்புகளிலும் மொடாவிலும் மணக்கத் தொடங்கின.

கோனி என்ற பசு மாடு மட்டும் ஓயாமல் சத்தம் போட்டுக் கொண்டிருந்தது. அதை கவனிக்க யாருக்கும் நேரமில்லை. சின்னமாயன்தான் நித்திலனை அழைத்துக்கொண்டு ஓடிச் சென்றான். நிஷா பைலட்டும் உடன் வந்தாள்.

“மாட்டுக்கு நச்சுப்பல் தள்ளி கெடக்கு. கடவாப் பல்லுல ஓசரமான பல். அந்தப் பல்ல ராவி விடணும். இல்ல இரும்புக் கொழுவ தின்னக் கொடுத்து அந்த பல்ல தெறிக்கச் செய்யணும். அதவிட்டுபுட்டு வைக்கோல வச்சு திணிச்சா அது கத்தாம என்ன செய்யுமாம்”

விருமாயக்காள் சின்னமாயனுக்கு விவரம் சொல்லி அனுப்பினாள்.

சின்னமாயன் கோனியின் தாடையைப் பிடித்து அதன் வாயைத் திறந்து பார்த்தான். மாயக்காள் சொன்னது போலவே நச்சுப்பல்தான் பிரச்சனை. அதற்குக் கொடுக்க இரும்புக்கொழுவைத் தேடினான். விசேஷ வீட்டில் வைத்தது எதுவும் வைத்த இடத்தில் இல்லை. சின்னமாயன் தலையைச் சொரிந்தான்.

“என்ன வேணும் மாயா?” நித்திலன்.

“இரும்புக்கொழு, மாட்டுக்குக் கடிக்க கொடுத்தா பல்லு தெறிச்சுக்கும்”

அவன் அங்கும் இங்கும் தேடினான்.

“இரும்புதான வேணும். எந்த இரும்பா இருந்தாலும் பரவாலதான?”

---

* **வயணம்:** நேர்த்தி.

"அது மாடு திங்கற தினுசுல இருக்கணும்"

"நிஷா, உங்க பிஸ்டல் கொடுக்க முடியுமா?"

அவள் சிரித்துக்கொண்டே தன் துப்பாக்கியை எடுத்து அது பூட்டப்பட்டிருக்கிறதா என்று பரிசோதித்துவிட்டு நித்திலனிடம் கொடுத்தாள்.

"இதுவும் இரும்பப் போலத்தான்"

சின்னமாயன் துப்பாக்கியை வாங்கி மாட்டு வாயில் திணித்தான். அது கடிக்க முயற்சி செய்து துப்பியது. அந்தக் கடி முயற்சியிலேயே நச்சுப்பல் தெறித்துவிட்டது.

பெண்பார்க்க வரும் வீட்டில் ஏற்பாடுகள் சரிவர நடந்தாலும் கந்தனின் சாவு எல்லார் முகத்திலும் *புட்டாமா பூசியிருந்தது. நித்திலன் அதைத் துடைக்க நினைத்தான். தன் மடிக்கணினியில் 'தங்கமே உன் போல' பாட்டை ஓடவிட்டு தன் 'பீபாப்' ஒலி பெருக்கியைத் திண்ணையில் வைத்தான். போதும்பொண்ணுக்கு கண் மை பூசிக்கொண்டிருந்த குமரிகள் 'ஒன்னிய வச்சுதான் பாட்டு படிக்கறாகளோ?' என்று அவளைக் கேலி பேசிக்கொண்டிருந்தனர். 'போங்கடி **பூளாச்ச புடிச்ச பொண்டுகளா' என்று விருமாயக்காள் அவர்களை விரட்டிக்கொண்டிருந்தாள்.

"ஏன் தாயி கண் கலங்கற?"

போதும்பொண்ணு முகம் களை இழந்து கிடந்ததையும், அதில் கண் மை கலந்த கருப்புக் கண்ணீர் வழிவதையும் விருமாயக்காள் மட்டும்தான் கண்டுபிடித்தாள்.

"எனக்கு இந்தக் கல்லாணம் வேணாம் மாயக்கா"

"என்ன தாயி பெரிய பேச்செல்லாம் பேசற"

அதற்குப் பின் அவர்களுக்குள் நிகழ்ந்த உரையாடலின் இறுதியில் விருமாயக்காள் அதிர்ச்சியோடு வெளியேறினாள். போதும்பொண்ணு கண்களைத் துடைக்கவில்லை.

வில்லு வண்டியில் வந்திறங்கினர் வீரணத்தேவர் குடும்பம். மற்ற எல்லாருக்கும் சைவச் சாப்பாடு. மாப்பிள்ளை நல்லுத்தேவனுக்கு மட்டும் கறிச்சோறு. அவனை ஆட்டைத் திங்கவிட்டு சீனித்தேவன் சுற்றம் சோதித்துப் பார்த்தது. பெண்ணைக் கட்டப் போகிறவனின் முதல் தகுதி அல்லது ஒரே தகுதி அவன் வஞ்சனம் இல்லாமல் திங்கணும் என்பதில் அவர்கள் உறுதியாக இருந்தனர்.

"என்னதான் சொல்லு. கடோத்கஜன போல திங்க முடியுமா?"

---

* **புட்டாமா:** முகத்திற்கு பூசும் பவுடர்.

** **பூளாச்ச:** பொறாமை.

கபிலன் வைரமுத்து | 143

சொல்லிவிட்டு முளைக்காத மீசையை முறுக்கினான் சின்னமாயன்.

"மாப்பிள இன்னும் பொண்ண பாக்கவே இல்லையே. எப்ப பாப்பாரு?"

சின்னமாயனின் காதைத் திருகி கேட்டாள் நிஷா பைலட்.

"அது ஒரு முகரனு அத பாத்துக்கிட்டு"

"டேய், உங்க அக்காளுக்கு ஊருக்குள்ள எத்தன விசிறிகள்னு உனக்குத் தெரியாது. ரசிகர் மன்ற தலைவரே எங்க சத்திரத்துலதான் இருக்காரு"

போதும்பொண்ணுக்கு வக்காலத்து வாங்கினான் நித்திலன். அவன் சொல்லி முடிக்குமுன் பால் கொண்டு வந்தாள் போதும்பொண்ணு. வீரணத்தேவன் சுற்றம் 'வாயா வாயா' என வரவேற்று அவளை அங்குலம் அங்குலமாக ஆராயத் தொடங்கியது. இரண்டு அங்குல இடைவெளியில் அவள் குனிந்தத் தலையோடு உள்ளே ஓடிவிட்டாள். அவள் தட்டில் மிச்சமிருந்த இரண்டு பாலை எடுத்துவந்து நித்திலனுக்கும் நிஷாவிற்கும் தந்தான் சின்னமாயன். பெரியவர்கள் அடுத்தக்கட்ட நடவடிக்கைகள் குறித்துப் பேசும்போது கைரேகைச் சட்டம் குறித்தும் சிலர் கவலை தெரிவித்தனர்.

"கலெக்டர பாத்து மனு கொடுத்தாச்சு. களவாணி பயக இருந்தா சொல்லுங்க நாங்களே புடிச்சு கொணாந்து தரோம். கைரேகையெல்லாம் பதிய முடியாதுனு சொல்லியாச்சுங்க. கலெக்டர் நல்ல முடிவா சொல்லுவாருனு ஊர்க்காரங்க கருப்பன கும்பிட்டு இருக்கோம். பாப்பமுங்க"

வீரணத்தேவர் நம்பிக்கை தெரிவித்தார். சீனித்தேவன் அவர் கைகளைப் பற்றிக்கொண்டார். நல்லுத்தேவன் மீண்டும் ஒருமுறை போதும்பொண்ணை பார்க்க முயற்சி செய்து எல்லார் முன்னிலையிலும் தோற்றுக்கொண்டிருந்தான். அதை பெண்வீட்டார் மனசுக்குள் ரசித்தனர்.

பெரியவர்கள் நீண்ட நேரம் பேசிக்கொண்டிருந்ததில் சின்னமாயன் தூக்க அசதியில் நித்திலன் மீது சாய்ந்தான். வழக்கம்போல் அவன் வேட்டி அவிழ்ந்துகொண்டது. அதை மாட்டிவிட நிஷா முயற்சி செய்தபோது நித்திலன் சட்டெனத் தடுத்தான். சின்னமாயனின் இடுப்பில் ஒரு வெள்ளி மணி கட்டப்பட்டிருந்தது. அந்த மணிச்சரடின் வட்டத்தகடில் மயில் படம் காணப்பட்டது. அது விட்டி வெல்லையத்தேவர் கந்தனுக்குப் பரிசளித்த வெள்ளி மணி.

00000000034

“பல ஆயிரம் வருசங்களுக்கு முன்னாடி எறிவீரம்பட்டிய கம்பளி, பிடிசெம்பு, பிரம்பு, பாதகட்டை, காளாஞ்சி, செம்போட கம்பீரமா ஆண்டு வந்தாரு பேயாண்டி ராசா. ஒரு ஐப்பசி மாசம் பேயாண்டி ராசாவோட கொய்யா காட்டுக்குள்ள மேமேனு சத்தத்தோட மழ பேஞ்சுதாம். மழ பேஞ்சு ஓஞ்சதும் காடு பூரா வெள்ளாடு, செம்மறி, குறும்பாடுனு ஆயிர கணக்குல ஆட்டுகுட்டிகளா இருந்துச்சாம். சாமி ஒவ்வொரு மழச் சொட்டுக்குள்ளயும் ஒரு ஆட்ட வச்சு அனுப்பியிருக்காருனு பிறகுதான் தெரிஞ்சுச்சாம். ராசா ரொம்ப சந்தோசபட்டாரு. ஆனா மழையா வந்த ஆடுக காட்டுக்குள்ள இருந்த எல தழயவும் ஏராளமான கொய்யாவையும் ஒன்னு விடாம திண்டு புடிச்சாம். காடே காஞ்சு போச்சாம். பேயாண்டி ராசா தூங்கி முழிச்சு பாத்தா அத்தன ஆட்டையும் கழுதபுலி அடிச்சிருச்சாம். காடும் போச்சு ஆடும் போச்சுனு சோந்து போன ராசா, விசாக திகம்பரரோட மடத்துக்குப் போய் யோசன கேட்டாராம். என்கிட்ட ஒரு காவக்காரன் இருக்கான். அவன் பேரு பீமன். அவன் உன் காட்டுக்குள்ள வந்து காவ காப்பான்னு திகம்பரச் சாமி சொல்லுச்சாம். ஏழு குதிர ஒசரமா காட்டுக்குள்ள வந்தானாம் புதுக் காவக்காரன் பீமன். அதுக்கப்பறம் அந்த காட்டுக்குள்ள ஆட்டு மழ பெய்யவே இல்ல. கொய்யா மட்டும் செழிப்பா வளந்துச்சு. இது என்னாடா கதனு புரியாத பேயாண்டி ராசா, மொசக்காது வவ்வால உளவு பாக்க அனுப்பி வச்சாராம். அது அலுங்காம கொய்யா மரத்துக்குள்ள ஒளிஞ்சு வேடிக்க பாத்து கெடந்துச்சு. அந்த ஐப்பசில மறுக்கா மழ பேஞ்சப்ப முருக மலயப் போல பெருத்து கிடந்த ஒருத்தன் காட்டுக்குள்ள

வந்திருக்கான். அவன் யாருனா பீமனோட மவன் கடோத்கஜன். மழ பேஞ்சப்ப கொத்து கொத்தா ஆடு விழுந்திருக்கு. கடோத்கஜன் வாய பொளந்து அத்தன ஆட்டையும் விழுங்கி வயித்துக்குள்ள வச்சுகிட்டான். அத பக்கத்து ஊரு எட்டபொம்மு ராசாவுக்கு கொண்டு வித்து பொன்னும் பொருளும் வாங்கியாந்திருக்கான். இது அவன் அப்பன் பீமனுக்கு தெரிஞ்சும் அவர் வெளிய சொல்லல. இத மொசக்காது வவ்வாலு பேயாண்டி ராசாகிட்ட சொல்லி மூக்கு சிந்துச்சாம். ராசா மறுபடியும் விசாக திகம்பர சாமிகிட்ட போய் புகார் செஞ்சாராம். அதுக்கு திகம்பர சாமி ஒரு கேள்வி கேட்டாராம். அதுக்கு பெறவு ராசா எதுவும் பேசாம அவர் பாட்டுல இருந்துகிட்டாராம்"

"அது என்ன கேள்வி விருமாயக்கா?"

"ஆட்ட முழுங்கின கடோத்கஜன் களவாணியா? இல்ல ஆடும் வேணும் காடும் வேணும்னு ஆச வளத்த நீ களவாணியா?"

அந்த கேள்வியின் அர்த்தம் பேயாண்டி ராசாவுக்குப் புரிந்திருக்குமா என்று நித்திலன் யோசித்தான். கதை கேட்கும் சிறுவர்கள் விளக்கம் கேட்டால் விருமாயக்காள் என்ன சொல்லி யிருப்பாள் என்று தெரிந்துகொள்ள விரும்பினான். ஆனால் அதற்காக அவன் வரவில்லை.

சின்னமாயன் இடுப்பில் மயில் மணியைப் பார்த்தபோது நித்திலன் அதிர்ச்சியானான்.

அவனை எதுவும் கேட்கும் முன் விருமாயக்காள் ஓடிவந்து சின்னமாயனை வாங்கிக்கொண்டாள். அவள் முகத்தில் ஒரு ரகசிய பதற்றத்தை நித்திலன் கண்டான். கடோத்கஜன் கதையை கேட்கும் சாக்கில் வெள்ளிமணி பற்றி விசாரிக்க விருமாயக்காள் வீட்டுக்கு வந்தான் நித்திலன்.

"நான் கடோத்கஜன தூக்கி சிறைல வைப்பாங்கனு நெனச்சேன் அக்கா"

"நீங்க பேச வந்தத பேசுங்க தம்பி"

விருமாயக்காளை சீனித்தேவனுக்குத்தான் பேசி முடிக்க இருந்தது. ஆனால் திருமண நேரத்தில் அவளை காசநோய் பிடித்துக்கொண்டது. சீனித்தேவனோடுத் தனத்திற்கு திருமணம் முடிந்ததும் விருமாயக்காளின் காசநோய் குணமாகிவிட்டது. அந்தக் குடும்பத்தோடு அவள் தோழமை இன்றுவரை தொடர்கிறது. அதை சீனித்தேவன் பெண்ஜாதி தனம் வாஞ் சையோடு அனுமதித்தாள். சின்னமாயனும் போதும்பொண்ணும் விருமாயக்காளுக்கும் பிள்ளைகள்தான்.

“என் மக்காவ பத்தி ஏதோ கேக்க வந்தீக, அப்படித்தான?’

“சின்னமாயன் இடுப்புல இருந்த அந்த மணி?”

“அது போதும்பொண்ணு அவனுக்குத் தந்ததுயா”

“என்ன சொல்றீங்க அக்கா? அது கந்தனுக்கு சொந்தமான வெள்ளி மணி ஆச்சே”

“ஆமாம்யா. கந்தனுக்கு போதும்பொண்ணுனா உசுர விட மேல. அவளுக்கும் அப்படித்தான். அவன் கடசியா அவளுக்கு ஆசையா மாட்டிவிட்ட மணிதான் அது”

கந்தனும் போதும்பொண்ணும் காதலர்களா? கடோத்கஜன் வயிற்றைக் கிழித்தால் பல ஆடுகள் வருவதைப் போல், விட்டி வெள்ளையத்தேவர் கொடுத்த வெள்ளிமணிக்குள் பல கதைகள் புதைந்திருக்குமோ? நித்திலன் விழித்தான்.

“அதனாலதான் அவ சோகமா இருந்தாளா? அப்ப கந்தன யார் கொல செஞ்சதுனு அவளுக்குத் தெரியுமா?”

“அதெல்லாம் அந்தக் சிறுக்கிக்குத் தெரியாது தம்பி”

அவளுக்குக் கண்டிப்பாக தெரிந்திருக்கும் என்று நித்திலன் நம்பினான். வெள்ளிமணி பரிசளிக்கப்பட்ட ஓர் இரவுக்குள் அது கைமாறியிருக்கிறது. கொலையும் நடந்திருக்கிறது. எனில் கொலையாளியின் முகம் அந்த மணிக்குள் ஒளிந்திருக்க வாய்ப்பிருக்கிறது என்று நித்திலனுக்குத் தோன்றியது.

“இந்த ஊர்ல வேற யாராவது போதும்பொண்ண கல்யாணம் கட்டிக்க ஆசப்பட்டாங்களா?”

“ஊருக்கே அவ மேல கண்ணு. அதுவும் அந்தக் கருவாயனுக்குக் கொள்ளிக் கண்ணு. அவமேல *அவக்காச்சி பிடிச்சு அலஞ்ச பய அவன்தான்”

காளியம்மன் மேட்டை நோக்கி நித்திலன் நடந்தபோது தூரத்தில் லாந்தர் வெளிச்சம் தெரிந்தது. அது சின்னமாயன். அவன் கையில் தூக்குச்சட்டி. ஆங்குத்தேவன் போலீஸ் விசாரணை முடிந்து அன்றுதான் ஊர் திரும்பியிருந்தான். அந்தச் சூழலில் சின்னமாயன் கரும்புக் காட்டுக்குள் தனியாகப் போவது பாதுகாப்பில்லை என்று நித்திலன் நினைத்தான். தூக்குச்சட்டியை அவன் வாங்கிக்கொண்டான்.

---

* **அவக்காச்சி:** அனுபவிப்புக்களின் மீது கொள்ளும் தாளமுடியாத ஆசை. பெண்மீதும் மண்மீதும் பொருள்மீதும் கொள்ளும் அளவிட முடியாத அனுபவிப்பு வெறி.

இருட்டில் பயம் தெரியாமல் இருக்க நித்திலன் கீர்த்தனைகளைப் பாடிக்கொண்டே நடந்தான். அதுவரை தைரியமாக நடந்த சின்னமாயனை நித்திலனின் கீர்த்தனைகள் பயமுறுத்தின.

ஆங்குத்தேவனின் உக்களத்தை அடைந்தபோது நள்ளிரவு பதியம் போடத் தொடங்கியது. அவன் தன் கம்பளியைச் சுற்றிக்கொண்டு கம்பை வைத்து காட்டுக்குள் உலாத்திக் கொண்டிருந்தான். தூக்குச்சட்டியின் வாசனை அவனைத் திரும்பிப் பார்க்க வைத்தது.

ஆங்கு அதிகம் போதை தரக் கூடிய புளிச்ச கள் அருந்தியிருந்தான். அவன் கறி சமைக்க அமைத்திருந்த குறுங்குடிசைக்குள் புகுந்து அங்கே எரிந்துகொண்டிருந்த விறகில் குளிர்காய்ந்தான் சின்னமாயன்.

“உங்க தம்பியோட மரணத்துக்கு என் ஆழ்ந்த அனுதாபங்கள் ஆங்கு”

நித்திலனுக்கு வேறு எப்படித் தொடங்கவேண்டும் என்று தெரியவில்லை. ஆங்குக்கு ஆழ்ந்த அனுதாபங்கள் என்பது அரசாங்க பத்திரத்தில் இடம்பெறும் பண்டித பம்மாத்து வார்த்தைகளைப் போல் இருந்தன. அவன் தலையைத் திருப்பிக்கொண்டான்.

“உங்களுக்குத் தர என்கிட்ட எதுவுமில்லிங்க சீம துர. இந்தத் தூக்குச்சட்டிச் சோறு உங்களுக்கு ஆகாது. நான் திங்கவா?”

அவன் பெரும்பசியில் இருந்தான். கள்ளும் சோறும் மெல்ல மெல்ல உள்ளே சென்று அவன் துக்கத்தை கண்ணீராகவும் வியர்வையாகவும் வழியச் செய்தது. தேம்பி தேம்பி அழத் தொடங்கினான். தான் ஆறுதல் சொல்லக் கூடிய அளவிற்கு அவன் தனக்கு அறிமுகம் இல்லைதான். ஆனால் நித்திலனால் மௌனமாக இருக்க முடியவில்லை.

“உங்க தம்பி ஜெண்டில்மேன்னு கேள்விபட்டேன். அவருக்கு எதிரி இருப்பாங்கனு யாரும் நம்பல. போலீஸ் இத செஞ்சிருப்பாங்கனு நினைக்கிறீங்களா?”

ஆங்குத்தேவன் வேகமாக எழுந்து தன் குடிசைக்குப் போனான். நித்திலன் பின் தொடர்ந்தான். ஆங்கு அவன் கம்பை வைத்து கயித்து கட்டிலில் இருந்தத் துண்டை விலக்கினான். அதன் மறைவில் ரத்தக் கறையோடு ஒரு கத்தி இருந்தது.

“இது..?”

“பண்ணபட்டி கரைல கிடந்ததுங்க. கந்தனோட கத்திதான். அவன் கத்திய வச்சே அவன கழுத்தறுத்திருக்கான் கொலகாரன்’

“இத ஏன் போலீஸ்ல சொல்லல?”

“உயிரே போனாலும் கை ரேக சட்டத்துக்கு மட்டும் நாம வளஞ்சு போகக் கூடாதுனு கந்தன் நினச்சான் சாமி. ஊரும் அதுக்குத்தான் மல்லுகட்டி கிடக்கு. இந்த கத்திய போலீஸ்ல தந்தா இதுல பதிஞ்ச ரேகைய கண்டுபிடிக்கிற சாக்குல ஊர்ல இருக்கிற அத்தன பேரோட ரேகையும் பதிய வச்சுருவானுங்க. அத வால் புடிச்சு வந்து தினம் தினம் ரேகப் பதியச் சொல்லி வம்பு பேசுவானுங்க. அவன் வக்கிரம் புடிச்ச சட்டத்துக்கு நாமளே வாய்க்கா வெட்டிவிட்டதா போகுமுங்க”

“இந்த கத்திய மறச்சு வச்சா அவங்க கொண்டு வர சட்டத்த தடுக்க முடியும்னு நினைக்கிறீங்களா?”

“அது எனக்கு தெரியாதுங்க. ஆனா நீங்க நினச்சா தடுக்கலாம்ங்க”

“நானா?”

“நீங்க சீமைல இருந்து வந்திருக்கீங்க. நல்லது கெட்டது அறிஞ் சவங்க. சர்க்காரு பாசைல பேசத் தெரிஞ்சவங்க. நீங்க நினச்சா இந்தச் சட்டம் இல்லாம செய்யலாமுங்க”

ஊரில் நடக்கும் எந்தச் சம்பவத்தோடும் தொடர்பு வைத்துக்கொள்ள வேண்டாம் என்று உள்துறைச் செயலர் லிங்கா சொன்னது நித்திலனுக்கு நினைவு வந்தது.

“இல்ல ஆங்கு. இத நாங்க தடுக்க முடியாது. அப்படி தடுத்தா... அது...”

“சொல்லுங்கய்யா”

“அது உனக்குப் புரியாது. எனக்கே புரியாது”

நித்திலன் அந்த கத்தியை உற்றுப்பார்த்தான். அதன் நுனியில் ஒரு சதைத் துகள் ஒட்டிக்கிடந்தது. அதற்கு மேல் அந்த கத்தியை ஆராய அவன் விரும்பவில்லை.

கந்தன் வழக்கில் இனி ஈடுபடக் கூடாது என முடிவெடுத்தான். ஊரில் உள்ள எவரோடும் இனி நெருங்கிய தொடர்பு வைத்துக் கொள்வது நல்லதல்ல என்று அவன் உள்ளுணர்வு சொல்லியது. அவன் உள்ளத் தாமரை மெல்ல மூடிற்று.

சின்னமாயன் லாந்தர் விளக்கை நித்திலனிடம் கொடுத்து விட்டு அவன் கைகளை இறுகப் பற்றிக்கொண்டு நடந்தான். நித்திலனால் அந்த பிள்ளைப் பிடியை மட்டும் தளர்த்த முடியவில்லை.

பர்மாவில் இருந்து மதுரைக்கு தானியங்கள் கொண்டு வரும் ரயிலில் கேட்டலியம் பெட்டிகளைக் கடத்தி வைத்திருந்தனர் ஆங்குத்தேவனின் ஆட்கள். தானிய மூட்டைகளைப் போலவே பெட்டிகளையும் கோனித்துணியால் மூடியிருந்தனர். பெட்டி இருக்கும் பகுதியை கொட்டாவியும் கருவாயனும் காவல் காத்தனர். அவர்களைக் கையும் களவுமாக பிடிக்க இன்ஸ்பெக்டர் நாகமலையோடு மதுரை ரயில் நிலையத்தில் காத்திருந்தான் நித்திலன்.

ரயிலில் இருந்து முதலில் இறங்கியவள் செங்காந்தள்.

“அங்கயாவது வாட்சாப்ல *500* ரூபாய்க்கு அடையாள் டேட்டாவ வித்தாங்க. இங்க அத ரயில்ல விக்கிற சுக்கு காபி ரேஞ்சுக்கு கொண்டு வந்துட்டியே நித்தி”

நித்திலன் தாடியைச் சொரிந்தான். செங்காந்தளைத் தொடர்ந்து ஆங்குத்தேவனும் கருவாயனும் கொட்டாவியும் போதும்பொண்ணும் ரயிலை விட்டு இறங்குகிறார்கள்.

“நீ நினைக்கிற அளவுக்கு களவு செய்ய இப்ப இந்த மக்களுக்கு தெம்பு இல்ல நித்தி. எல்லாம் வாடிக் கிடக்கிறாங்க. அப்ராணிங்க. வெள்ளக்காரன் சட்டம் அவங்கள கட்டிப்போட்டு சவுக்கடி கொடுத்து சாகடிக்க வாசல்லயே காத்துகிட்டு இருக்கு. நீ சீமைல இருந்து வந்திருக்கியா ஆமைல இருந்து வந்திருக்கியானு இந்த சனங்களுக்கு தெரியாது. முடிஞ்சா இவங்களுக்கு எதாவது நல்லது செஞ்சுட்டு போ”

செங்காந்தள் பேசி முடித்ததும் அவள் தலையில் ஒரு நல்ல பாம்பு விழுகிறது. அவள் காட்டுக்குள் சென்று கள்ளிச்செடி

களுக்கிடையே மயங்கி விழுகிறாள். காண்பது கனவுதான் என்று கனவிலேயே தெரிந்துவிட்டதால் நிதானமாக விழித்தான் நித்திலன்.

போதும்பொண்ணை மட்டும் ஒருமுறை சந்திக்க வேண்டும் என்று அவன் மனம் உறுத்தியது. அதை பிரமிளிடம் சொன்னபோது அவர் மிகுந்த கோபத்தோடு அதை மறுத்தார்.

“இதுக்கா நித்தி இங்க வந்தோம்? வேற வேல மயிறு இல்ல நமக்கு? நீ உன் மனசுல என்ன நினச்சுகிட்டு இருக்க? இந்த ஊர்லயே இருந்து பெரிய சாதித் தலைவரா ஆகலாம்னு யோசனையா உனக்கு?”

நிஷா பைலட் அவரைத் தோளில் தட்டி சாந்தப்படுத்தினாள். அந்த அறையில் சில நிமிடங்கள் எந்த ஓசையும் இல்லை. அதை பிரமிளே உடைப்பார் என்று நித்திலனுக்குத் தெரியும்.

“எனக்கு கார்த்திகாவ பாக்கணும் போலிருக்கு நித்திலன். சீக்கிரமா ஒரு குழந்தைய தத்தெடுத்து அவள சந்தோஷப்படுத்தணும். அதத் தவிர வேற எத நினச்சாலும் கடுப்பா இருக்குப்பா”

அவர் கண்கள் கலங்கின.

“போலாம் சர். இன்னும் இரண்டு நாள்ல வீர் ஜடாயு வந்திரும். காவல்துறையோட பத்து நாள் கெடுவ மீறி ஊர விட்டு போக டெப்டி கலெக்டர் கிட்ட சிறப்பு அனுமதியும் வாங்கியாச்சு. போயிரலாம்”

அப்போது வெளியே தண்டோரக்காரன் அறிவிப்பு செய்துகொண்டிருந்தான்:

“இதனால பெருமாநல்லூர்காரங்களுக்கு தெரிவிச்சுக்கிறது என்னான்னா,

வர மூணாம் தேதி, நல்லூர் மந்தையில காவல்துறை அதிகாரிக தலைமைல, 16 வயசுக்கு மேற்பட்ட ஊர்க்காரங்க அத்தன ஆளும் பேரு, முகவரி, பத்து விரல் கை ரேக பதிஞ்சாகணும். நாலாம் தேதியில இருந்து பஞ்சாயத்துலயும் கச்சேரிலயும் இருக்கிற பதிவேட்டுல பொழுது சாஞ்ச பின்ன ரேக பதியணும். காவல்துற அதிகாரிக சொல்ற இடத்துல ராத்திரி படுத்துக்கரணும். சர்க்காரு ஊர் பாதுகாப்புக்காக கொண்டு வந்திருக்கிற சட்டத்துக்கு ஊர் மக்க ஒத்துழைப்பு கொடுக்கணும். இது கலெக்டர் உத்தரவுங்கோ”

டிமிகிடி டிமிகிடி என தட்டிக்கொண்டே அவன் மேலத்தெருவில் அறிவித்துக்கொண்டிருந்தான். தெருவைப் பெருக்கிக்கொண்டிருந்த கொட்டாவி,

"நீ வீட்ட பாத்து கௌம்புடா என் வெள்ளப் பூண்டு" என்று தண்டோராக்காரனையும் சேர்த்து பெருக்கித் தள்ளியபோது அதை வேடிக்கை பார்த்த ஊர் மக்கள் "அடிச்சாண்டா பாதர் வெள்ள' என்று ஆரவாரம் செய்து கரவொலி எழுப்பினர். தண்டோராக்காரன் அடுத்தடுத்தத் தெருக்களுக்கு போகமுடியாமல் திரும்பிவிட்டான். சட்டத்தை விரட்ட நினைத்த மக்கள் அதன் முன்னோட்டமாக அறிவிப்பை விரட்டினார்கள்.

❖

---

* **அடிச்சாண்டா பாதர் வெள்ள:** கட்டபொம்மன் தன் தளபதி பகதூர் வெள்ளையைப் பாராட்டியது. இன்றும் கெட்டிக்காரர்களைப் பாராட்டப் பயன்படுவது.

00000000036

போதும்பொண்ணு ஆற்றங்கரையில் அமர்ந்திருந்தாள். அவளுக்குத் துணையாக சின்னமாயன் வேப்பங்குச்சியைச் செங்கோலாக்கித் தன்னை பேயாண்டி ராசாவாக எண்ணிக்கொண்டு வானம் நோக்கி ஆடுகளை எதிர்பார்த்திருந்தான்.

தன் மடிக்கணினியில் கார்டூன் படங்களைக் காட்டுவதாக நித்திலன் சின்னமாயனுக்குச் சொல்லியிருந்தான். குட்டி ராமன் கதைகளைத் தரவிறக்கம் செய்து வைத்திருந்தான். சின்னமாயனைத் தேடி வீட்டுக்குச் சென்றபோது அவன் ஆற்றங்கரைக்குச் சென்றிருப்பதாக தெரிந்துகொண்டு அவனும் கரைக்கு வந்தான். கார்டூன் படங்களைப் பார்த்தபோது சின்னமாயனுக்குப் பரவசமானது. தன் அக்காள் வரையும் சித்திரங்களைத் தவிர வேறு பொம்மைகளை அவன் பார்த்ததில்லை. மனிதர்களைப் போல பேசும் நடக்கும் வண்ண வண்ணமான பொம்மைகள், பறக்கும் குரங்குகள் திறக்கும் கடல் மாயக் காடுகள் என அவனுக்கு அது ஒரு மந்திரச் சூழலாக இருந்தது. அந்த மடிக்கணியை சின்னமாயனின் மடியில் வைத்தபோதுதான் அது பெயருக்கான பலனைப் பெற்றதாக நித்திலன் மகிழ்ந்தான்.

"போதும்பொண்ணு"

நித்திலன் அழைத்தபோது அவள் விறுவிறுவென எழுந்து அரசமரத்திற்குப் பின் ஒளிந்துகொண்டு ஒரு கண்ணால் எட்டிப் பார்த்தாள். ஷெர்லாக் ஹோம்ஸ் போல ஒவ்வொரு தடயமாகத் தேடி கொலைகாரனைக் கண்டுபிடிக்க நித்திலன் விரும்பவில்லை. அது அவன் பயணக்குறிப்பில் அவசியமற்ற அத்தியாயம் என்று நினைத்தான். ஆனால் ஊருக்குத் திரும்புவதற்கு முன் கொலைகாரனின் பெயரை மட்டும் அவன் தெரிந்துகொள்ள துடித்தான்.

“பயப்பட வேணாம். என்ன உங்க வீட்டு மூத்த அண்ணனா நீ நினச்சுக்கலாம். வெளிய வா”

அவன் ‘வெளிய வா’ என்று அழைத்தது அவளை அல்ல. அவளுக்குள் இருந்த உண்மையை.

அவள் கைவளையல் சத்தமிடாமல் நித்திலன் அருகில் வந்தாள். தலைகுனிந்து நின்றாள். நித்திலன் இரண்டு விரல்களால் அவள் தாடையைப் பிடித்து நிமிர்த்தினான். அவள் கண்கள் கலங்கியிருந்தன.

“கந்தன்னா உனக்கு உயிர்னு சொன்னாங்க”

அவள் முடிந்து வைத்திருந்த மொத்த அழுகையும் அவிழ்ந்துச் சிதறியது. அவள் அழுதுமுடிக்கும் வரை நித்திலன் கைகட்டி காத்திருந்தான். அவளுடைய ஒவ்வொரு கண்ணீர்த்துளியிலும் கந்தனுடைய நினைவுகள் வழிந்து இறுதியில் கண்களைத் துடைத்துக்கொண்டு அவள் நிகழ்காலத்திற்கு வந்தாள்.

“கந்தன கொன்னது யாருனு உனக்குத் தெரியும்”

அவள் எந்தத் தயக்கமுமின்றி ‘ஆம்’ என்று தலையசைத்தாள்.

“யாரு?”

“அது தெரிஞ்சு இனி என்ன செய்யப் போற அண்ணே. குழிக்குள்ள போனவர கூட்டியாரவா முடியும்?”

போதும்பொண்ணு பேசி முதல்முறையாக அவன் கேட்கிறான். அந்த ‘அண்ணே’ என்ற ஒற்றை அழைப்பில் அவன் நூற்றுப்பத்து வருடங்களை உதிர்த்துவிட்டு அவளுடைய காலத்திற்கே உரியவனாக தன்னை உணர்ந்தான்.

“தப்பு செஞ்சவன் தண்டன அனுபவிக்கணும் போதும்பொண்ணு. கந்தன் எந்த கைரேகச் சட்டம் கூடாதுனு நினச்சானோ அந்தச் சட்டத்துக்கே அவன் சாவு துணைபோக நாம விடக்கூடாது”

“என்னண்ணே சொல்ற நீயு?”

“யாரோ போலீஸ்காரங்கதான் இந்தக் கொலைய செஞ்சு ஊர்க்காரங்க மேல பழிய போட்டு, அத வச்சு எல்லாரையும் கச்சேரிக்கு வரவச்சு ரேகச் சட்டத்தையும் நிறவேத்தலாம்னு பாக்கறாங்க. அப்படித்தான் நான் நினைக்கிறேன். முடியாதுனு வெரச்சு நிக்கிற கூட்டத்த ஒரு கொலயக் காட்டி பணிய வைக்க முயற்சி நடக்குதோனு தோணுது. உண்மைய சொன்னா எனக்கு இன்ஸ்பெக்டர் நாகமல மேலதான் சந்தேகமா இருக்கு. அவந்தான? சொல்லு. அவந்தான?”

"இல்லண்ணே"

"கருவாயனா? யாருனு தைரியமா சொல்லுமா?"

"அதச் சொல்றத்துக்கு எனக்கு தைரியம் தேவ இல்லண்ணே. கேக்கிற உனக்குத்தான் தைரியம் வேணும்"

"என்னமா சொல்ற?"

"என் கந்தன கொல செஞ்சவரு உன் சத்திரத்த சேந்த ஒருத்தர்தான்"

அரளிப் பூவில் அணுகுண்டு வீசியது போல நித்திலனுக்குத் தலை வெடித்தது. அவன் பின்னோக்கி நடந்து அரச மரத்தில் சாய்ந்துகொண்டான். குட்டி ராமன் கார்டூனில் பேபி அனுமான் சஞ்சீவி மலையைத் தூக்கிக்கொண்டு பறந்தார். அது தவறி அவன் தலையில் விழுந்தது போல் இடிந்துபோனான் நித்திலன். இவள் சொல்வதை நம்புவதா வேண்டாமா? இது நேராத ஒன்றா அல்லது வெளிவரக் கூடாத உண்மையா? ஒரு காலம் இன்னொரு காலத்தைக் கொலை செய்யுமா? அவன் குழப்பத்தில் இருந்து தெளிய சில நிமிடங்கள் ஆயின.

நித்திலன் தன் செல்பேசியை எடுத்து அதில் தன் குழுவினர் அனைவரும் இருக்கும் புகைப்படத்தை அவளிடம் காட்டினான். அதில் பிரமிள் உருவத்தைப் பெரிது செய்தான்.

"இவர்தான?"

அவள் இல்லை என்றாள்.

புகைப்படத்தை சிறிதாக்கினான். அதை உற்றுப்பார்த்த போதும்பொண்ணு கோவர்த்தன் மீது விரல் சுட்டினாள்.

"என்னமா சொல்ற? இவரா?"

அவள் சினத்தோடு 'ஆம்' என்றாள். அவள் கண்களில் அந்த நள்ளிரவுக் கொலைக் காட்சி சில்லு சில்லாய் தெறித்தது.

பெருமாநல்லூருக்கு வந்த நாள் முதல் கோவர்த்தனுக்குப் போதும்பொண்ணு மீது அளப்பரிய ஆசை உண்டானது. அவளை அங்கமங்கமாய் அனுபவிக்க வேண்டும் என்று அவர் காமச்செருக்கோடு காத்திருந்தார். அதற்கான முயற்சிகளை அவர் பலமுறை மேற்கொண்டார். போதும்பொண்ணு மீது காதல் கொண்டிருந்த கருவாயன் சத்திரத்திற்கு உணவு கொண்டுவரும்போது அவளை வருணிக்கச் சொல்லி அதை கோவர்த்தன் கேட்டு ரசிப்பார். தன் நடவடிக்கைகளைக் காட்டிக்கொள்ளாமல் இருக்க தன் குழுவை விட்டு விலகியே இருந்தார். தன் ராணுவப் போர்வையை அதற்குப் பயன்படுத்திக்கொண்டார்.

பண்ணைப்பட்டி ஆற்றங்கரையில் கந்தனுக்காக போதும் பொண்ணு ரகசியமாக காத்திருந்த அந்த இரவில் கரையின் இன்னொரு முனையில் கோவர்த்தன் புகைப்பிடித்துக் கொண்டிருந்தார். இதுதான் சமயம் என்று அவர் முன்னேறியபோது கந்தன் வந்துவிட்டான். கோவர்த்தன் புதர்களுக்கிடையே ஒளிந்துகொண்டார். நீண்ட நேரம் பேசிக்கொண்டிருந்த கந்தன் தனக்கு வெள்ளையத்தேவர் பரிசளித்த வெள்ளி மணியை அவள் கைகளில் மாட்டிவிட்டான். அவளைக் கட்டித்தழுவி முத்தமிட்டான். அவன் எல்லை மீற நினைத்தபோது அவள் தள்ளிவிட்டாள். அவன் அதை புரிந்துகொண்டு அவளிடம் இருந்து விடைபெற்றான். போதும்பொண்ணு அதே இரவில் அதே கரையில் இரண்டாம் முறையாகத் தனித்திருந்தாள்.

கோவர்த்தன் புதர் மறைவில் இருந்து வெளியேறி தன் கனவு நாயகியின் அருகில் சென்று சிகரெட் வார்த்தைகள் பேசினார். அவளைப் பலவந்தமாகக் கட்டி அணைத்தார். அவளது சீலையை நீக்கி அந்தரங்கங்களைத் தழுவத் துடித்தார். போதும்பொண்ணு அவர் பிடியை விலக்கப் போராடினாள். வேறு வழியின்றி ‘கருப்பா’ என சத்தம் போட்டாள். தூரத்துக் களத்து மேட்டில் நடந்துபோன கந்தன் சத்தம் கேட்டு ஓடிவந்தான். கோவர்த்தனை ஒரு எத்துவிட்டான். அவர் முருங்கை மரத்தின் கிளையில் மோதி சாய்ந்தார். கந்தன் தன் இடுப்பில் சொருகிய கத்தியை எடுத்து அவர் தலையைச் சீவ பாய்ந்தான். இருவருக்கும் இடையே நீண்ட நேரம் கைகலப்பு நடந்தது. இறுதியில் கந்தனின் கத்தியால் அவன் கழுத்தைக் கீறினார் கோவர்த்தன். அவன் தரையில் விழுந்துத் துடிதுடித்துச் செத்தான். ரத்தம் படிந்த கத்தியைக் கொண்டு மீசையை முறுக்கிய கோவர்த்தன் அதைத் தூக்கி தூர வீசினார். போதும்பொண்ணு வாயைப் பொத்திக்கொண்டு விம்மி விம்மி அழுதாள். அவளை மிருகவெறியோடு ஒருமுறை கட்டித்தழுவ அவர் முயற்சித்தபோது அவர் சட்டையைப் பிடித்து உலுக்கினாள். அவள் கைகளை உதறிவிட்டு அவளது வயிற்றில் தன் பூட்ஸ் காலால் எட்டி உதைத்தார் கோவர்த்தன். ‘ஆத்தா’ என்று அவள் கீழே சாய்ந்தாள்.

“இத யார்கிட்டயாவது சொன்னா உன் தம்பி சின்னமாயன் தல இருக்காது”

மீசையால் பேசிவிட்டு கோவர்த்தன் சத்திரத்திற்குத் திரும்பினார். யாரையும் உதவிக்கு அழைக்கும் சூழலில் போதும்பொண்ணு இல்லை. தனியாளாகக் கந்தைனைச் சுமந்து காட்டுக்குள் புதைக்கும் பலமோ மனமோ அவளுக்கில்லை. கந்தன் பிணத்தருகே மண்டியிட்டு அமர்ந்து அவன் வலது

கரம் பற்றி அதைத் தன் மார்பில் நிறைத்து அவன் இமைகளை வருடி மூடி தன் காதலைக் காவலுக்கு வைத்துவிட்டு அவள் வீடு திரும்பினாள்.

பொங்கி வரும் உணர்ச்சியை என்னவெல்லாம் செய்ய முடியும்? அதன் போக்கில் ஆர்ப்பரிக்க அதை அனுமதிக்க முடியும். அதைக் கட்டுப்படுத்தி ஒரு நோயாக மாற்றிக்கொள்ள முடியும். அந்த உணர்ச்சியில் இருந்து விலகி நின்று அதை வேடிக்கை பார்க்க முடியும். மூன்றாவது வழியைத் தேர்ந்தெடுக்கத்தான் நித்திலன் விரும்பினான். ஆனால் வேடிக்கைப் பார்க்கிற வரம் அவனுக்கு வாய்க்கவில்லை.

கோழிக் குழம்பைக் கொண்டுவந்து இறக்கி வைத்தான் கருவாயன். நிஷா பைலட் அதை வேறு பாத்திரங்களுக்கு மாற்றினாள்.

"என்ன கருவாயா? மூணாம் தேதி என்ன செய்யப் போறீங்க?"

கோவர்த்தன் ஈரலைக் கடித்துக்கொண்டே விசாரித்தார்.

"என்னயா செய்யச் சொல்றீங்க? *கிருத்தானுக்கு மருத்தானா நின்னு முடியாதுனு சாதிக்க வேண்டியதுதான்"

"கைரேக வைக்கிறதுல என்னப்பா குறஞ்சு போயிருவீங்க? வைக்க வேண்டியதுதான"

"அய்யா அது அப்படி இல்லீங்க. எங்க சாதி சனம் அத்தனையும் களவாணி கூட்டம்னு முத்திர குத்தி ரேக பதிய சொல்றாங்க. அது தப்புங்க. களவு செஞ்சாத்தான்யா களவாணி. கருவுல இருந்தேவா களவாணி? போலீஸ் நாய் மோப்பம் புடிக்க தோதா அது மூக்கடிலயா நாங்க பொழைக்க முடியும்? அதச் செய்யவாயா அரசாங்கம்? கஞ்சிக்கு இல்லாதவய்ங்கள காப்பாத்தறவன்தான அரசன். கண்காணிக்கிறவனா அரசன்?"

கரையோரமாய் மலர்ந்த பூவின் நிழல் நதியில் விழுந்ததைப் போல் கருவாயன் கேட்ட கேள்வி, தன்னுடைய காலத்தின் மீதும் விழுந்ததாக நினைத்து கோவர்த்தன் சிரித்தார்.

"அது மட்டும் இல்லீங்க. ராவுல இவனுங்க காட்ற சாவடிலத்தான் ஒறங்கி முழிக்கணுமாம். எங்கூர்ல பல பேரு ராவுல காவலுக்கு போறவய்ங்க. வேற பல கூலிக்குப் போறவய்ங்க. போனாத்தான் கஞ்சி. ஆம்பளையாளு எல்லாம் போலீஸ் கச்சேரிக்கும் பஞ்சாயத்துக்கும் போயிட்டா சோலிய பாக்கறது ஆரு? அதுக்கு மாத்தா அரசாங்கம் கூலியோ நெல்லோ தருமானா

---

* **கிருத்தானுக்கு மருத்தான்:** வல்லவனுக்கு வல்லவன் வையகத்தில் உண்டு என்பதுபோல் எதிர்மறை பொருளில்.

அதுவும் இல்லையாம். சுத்த *தலபெரட்டாவுல இருக்கு. இத எப்படீங்கயா ஏத்துக்கற முடியும்?"

கருவாயன் நிறுத்தவில்லை.

"கந்தன் செத்துப் போனான். அவன போலீஸ் உளவாளினுச் சொல்லி மேலிடத்த கிள்ளிவிட்டு, மூணாம் தேதி ஊருக்குள்ள வரப் போற துப்பாக்கிக் கணக்க கூட்டியிருக்காங்களாம். கொட்டாவி சொன்னான். இதெல்லாம் சரியில்லீங்க"

அந்தக் கடைசித் தகவலை கருவாயன் சொல்லி முடிக்கும்போது நித்திலன் சத்திரத்திற்குள் வந்தான். கோவர்த்தன் முன்னால் அமர்ந்தான். கை கட்டினான். அவரையே உற்றுப் பார்த்தான். கால் மேல் காலிட்ட கோவர்த்தன் கால்களைப் பிரித்துக்கொண்டு நிமிர்ந்து உட்கார்ந்தார். சற்றே நெளிந்தார். கருவாயனின் மாட்டுவண்டி புறப்பட்டது.

"என்ன நித்திலன், என்ன ஆச்சு? ஏன் அப்படி பாக்கிற?"

கோவர்த்தனால் அந்தப் பார்வையைச் சமாளிக்க முடியவில்லை. பிரமிள் கோழிக் குழம்பைக் குடித்துக்கொண்டே "நித்தி, என்ன ஆச்சு?", காரல் எடுத்த குரலில் கேட்டார்.

"கோவர்த்தன் சர், நீங்க கந்தன கொன்னப்பயே போதும்பொண்ணையும் கொன்னிருக்கணும்"

"என்ன நித்திலன் சொல்ற?"

"அவ உயிரோட இருந்தாலும் பொணமாத்தான் இருக்கா. அவளையும் கொன்னிருந்தீங்கனா சாவுலயாவுது அவங்க ஒன்னு சேந்திருப்பாங்க"

நிஷா, பிரமிள் இருவருக்கும் புரியவில்லை.

"என்ன உளறிகிட்ட இருக்க நீ?"

"பயப்படாதீங்க சர். நீங்க நினைக்கிற மாதிரி இத நான் ஊர்க்காரங்களுக்கோ இல்ல போலீசுக்கோ சொல்லப் போறதில்ல. சொன்னா நம்ம நாட்டுக்குத்தான், சாரி, நம்ம காலத்துக்குத்தான் கேவலம். ஆனா என்னுடைய கேள்வியெல்லாம் ஒன்னுதான். செஞ்ச பாவத்த ஈடுகட்ற மாதிரி ஏதாவது ஒரு நல்ல காரியத்த நீங்க செஞ்சே ஆகணும். என்ன செய்யப் போறீங்க?"

"என்ன நிஷா நடக்குது இங்க? என்ன ஆச்சு இவனுக்கு?"

கோவர்த்தன் அங்கும் இங்கும் கண்களை உருட்டி பழைய மிடுக்குக்குத் திரும்பினார்.

---

* தலப்பெரட்டு: நேர்வழி அல்லாதது.

“இந்தப் பெருமாநல்லூர் கலவரத்த பத்தி படிச்சேன். இதுல பதினாறு பேர் செத்திருக்காங்க. செத்தவங்க பேர்ல ஒரு நினைவுத் தூண் கூட இருக்கு. ஆனா நீங்க செஞ்ச ஒரு கொல வரலாறையே மாத்தப் போகுது. கருவாயன் சொன்னத நானும் கேட்டேன். கூடுதல் துப்பாக்கி. கூடுதல் தோட்டா. கூடுதல் சாவு. அது யாரா வேணாலும் இருக்கலாம். சின்னமாயன் போதும்பொண்ணு சீனித்தேவன் கருவாயன் யாரா வேணாலும் இருக்கலாம். நீங்க செஞ்சது ஒரு கொல இல்ல சர். உங்க ஒரு கொல இங்க பல கொலயா மாறப் போகுது. அது மட்டும் இல்ல. இங்க புதுசா சாக போறவங்களால எதிர்காலத்துல நம்மளோட வாழ்ந்துகிட்டு இருக்கிற பல பேர் இல்லாம போ போறாங்க”

ஈரல் சுட்டுக்கொண்டிருந்த நிஷா பைலட் கோவர்த்தனைப் பார்த்தாள். அவர் வேறு திசையில் தன் சிகரெட்டைப் பற்ற வைத்தார்.

“இந்தச் சட்டத்த நாம மாத்த முடியாது. ஆனா கலவரத்த நிறுத்த முடியும். நிறுத்தணும். அதுதான் நீங்க செஞ்ச தப்புக்கு நாம கொடுக்கிற கூலியா இருக்கும். இன்னும் ஒருநாள்தான் இருக்கு. நாளை மறுநாள் ஊருக்குள்ள அதிகாரிங்க வந்திருவாங்க. நாம எதாவது செய்யணும்”

“இதுக்கு மேல ஒரு வார்த்த பேசினா காட்ல நரிய மிதிச்ச மாரி உன்ன மிதிச்சே கொன்னுருவேன்”

அந்த வார்த்தைகள் நித்திலனுக்கு சிகரெட்டால் சூடு வைத்தது போல் இருந்தது. அவன் திடும்பென எழுந்து கோவர்த்தனைத் தாக்கப் பாய்ந்தான். நொடிப்பொழுதில் ஈரலைக் கீழே போட்டுவிட்டு விரைந்து வந்த நிஷா பைலட் நித்திலனை வயிற்றிலும் முகத்திலும் பலமாகக் குத்திக் கீழே சாய்த்தாள். அவன் மீண்டும் எழுந்து வந்து கை ஓங்கியபோது நிஷா அவள் கால்களைச் சுழற்றி அவனைச் சுவரோடு தள்ளினாள். அவள் காலணி அவன் குரல்வளையை நசுக்கிக் கொண்டிருந்தது. நித்திலன் மூச்சுத் திணறினான். விழி பிதுங்கியது. பிரமிள் ஓடிவந்து நிஷாவைத் தடுக்க முயற்சித்தார். முடியவில்லை.

“நிஷா”

கோவர்த்தன் குரல் கொடுத்ததும் அவள் மெல்ல தன் காலை விலக்கிக்கொண்டாள். அவள் காலணியில் வீசிய அதிகாரத்தின் நாற்றத்தைத் தாங்கிக்கொள்ள முடியாமல் நித்திலன் இருமினான். சுவரில் சாய்ந்து தரையில் அமர்ந்தான். அவன் மூக்கில் ரத்தம். முகத்தில் வியர்வை. இரண்டையுமே துடைக்க விரும்பவில்லை.

அப்போது அதர்வாணா அலறியது. கோவர்த்தன் விசையை அழுத்தினார். லிங்கா பேசினார்.

"லிங்கா ப்ரம் பாரத்"

"சொல்லுங்க லிங்கா. கோவர்த்தன்"

"சர், நாளைக்கு இரவு சரியா ஏழு மணிக்கு ஜடாயு அங்க ரீச்சாகும். இந்தத் தடவ டைம் வேரியபல் பக் எதுவும் இருக்க வாய்ப்பில்ல. உங்கள இறக்கி விட்ட அதே இடத்துல அண்டர் யூனிவர்ஸ் ட்ரேக்ல ரயில் வந்து சேரும். ஜெய்ஷங்கர்–டீம் உங்கள எஸ்காட் பண்ணுவாங்க. இரண்டாயிரம் பெட்டிகளோட நாளைக்கே ரிட்டர்ன் ஆகச் சொல்லி பி.எம்.ஓ கமேண்ட்"

"கமேண்ட் ரிசீவ்ட் லிங்கா. நாங்க வரோம். அங்க சிச்வேஷன் எப்படி இருக்கு?"

"ஆல் குட் சர். அடையாள் டேட்டாவோட தேவையும், மதிப்பும் எவிரி மில்லி செகண்ட் ஏறிகிட்டே இருக்கு"

"நாளைக்கே வந்துருவோம் லிங்கா"

"வெல்கம் பேக் சர்"

அழைப்பு துண்டிக்கப்பட்டது. அந்த உரையாடலை அடிபட்ட மிருகத்தைப் போல் பார்த்துக்கொண்டிருந்த நித்திலன், இருந்த இடத்தை விட்டு அசையவில்லை.

கோவர்த்தன், நிஷா, பிரமிள் மூவரும் அவர்களுடைய உடைமைகளை பெட்டிகளுக்குள் அடுக்கத் தொடங்கினர். கோவர்த்தன் கோழிக் குழம்பை குடுவையில் ஊற்றிக் குடித்தார். கோழியின் கால்களைச் சுவைத்துத் தின்றார். நிஷா பைலட் ஈரலைத் தட்டில் வைத்து நித்திலனுக்கு நீட்டினாள். அவன் பேசவில்லை. பிரமிள் நித்திலன் அருகில் சென்று அவன் தோளில் கைவைத்தார். அவன் உணரவில்லை. எல்லாரும் அவரவர் வேலையைப் பார்க்கத் தொடங்கியபோது நித்திலன் இரண்டு வார்த்தைகள் மட்டும் பேசினான்.

"நான் வரல."

00000000037

ஆங்குத்தேவனும் நித்திலனும் புளிச்ச கள்ளை அருந்திவிட்டு கரட்டு மேட்டில் உலாத்திக் கிடந்தனர். நித்திலனுக்கு நிமிர்ந்து நடக்க விருப்பமில்லை. நிமிர்ந்தால் கண்களில் இருக்கும் உண்மை சிந்தி விடுமோ என பயந்தான். ரயிலில் போகும்போது ஒரு மழையைக் கடப்பது போல் பெருமாநல்லூரைக் கடக்க அவன் விரும்பினான். விருமாயக்காளின் கதைகளும், வெள்ளையத்தேவர் சொன்ன வரலாறும், ஆங்குத்தேவனின் சகோதர பாசமும், போதும்பொண்ணின் நிறைவேறாத காதலும் தன்னுடைய வாழ்வில் அர்த்தமற்றவை என்று கரட்டு மேட்டில் நின்று ஒவ்வொரு கல்லாய் வீசி எறிந்தான். தன் அடுக்குமாடிக் குடியிருப்புச் சிறுவர்கள் பசியோடு காத்திருப்பது போலவும் தான் விரைந்துச் சென்று அவர்களுக்கு மதிய உணவு சமைக்க வேண்டும் என்றும் அவன் நினைவலைகள் சுழன்றன. செங்காந்தளோடு உரையாடித் தோற்றுப்போகும் தருணங்களுக்காக அவன் ஏங்கினான். 'நான் வர்ல' என்று தன் குழுவிடம் உறுதியாகச் சொன்னபோதும் மனதளவில் அவன் புறப்படத் தயாராகிவிட்டான்.

"நீங்க ஏன்யா *ஒணங்கி கிடக்கீக?"

"உன் எதிர்காலத் திட்டம் என்ன ஆங்கு?"

"திட்டம் போடறதெல்லாம் அரசாங்க வேலைங்க. தின்னுட்டு காவ காக்கறதுதான் நம்ம வேல"

"இந்தக் காவல் வேலயே நாளைக்கு இல்லாம போயிருச்சுனா? இரண்டு நாளைக்கு முன்ன போலீஸ்காரங்க ஊருக்குள்ள வந்து

* **உணங்கி:** வாடி.

அந்த கள்ளப் பயலுகளுக்கு எதுக்குடா காவ கூலி தரீங்கனு நாயக்கமாரெல்லாம் மிரட்டியிருக்காங்கனு கொட்டாவி சொன்னான். இது இப்படியே போச்சுனா என்ன செய்வீங்க?"

"உழுது விதைக்க போயிருவோமுங்க"

"விவசாய நிலத்த விட்டு எல்லாம் வெளிய போங்கனு அரசாங்கம் சொல்லுச்சுனா?"

"என் பூமிய விட்டு என்ன வெளிய போகச் சொல்ல கருப்பனுக்கே உரிம கெடயாது சீம துர. கலெக்டரும் அரசாங்கமும் எம்மாத்திரம்"

"நாளைக்கு நீ ரேக பதிவியா?"

"செயிலுக்குள்ள ஊர அடைக்கமுடியாதுனு ஊரையே செயிலா மாத்த நினைக்காரு மதுர கலெக்டரு. அது எப்படிங்க சரியா வரும்?"

"நாளைக்கு அதிகாரிகள சந்திச்சுப் பேசும்போது உங்கப் பக்க நியாயம்னு எதச் சொல்லுவீங்க?"

"நாயமாவது நாயாவது. நாங்க என்ன சொல்லி அவய்ங்க கேக்கவா போறாங்க. இப்பதான்யா துப்பு வந்துச்சு. திருமங்கலத்துல இருந்து பெருமாநல்லூருக்கு ஆயுதப்பட வந்து ஊர்க்காரவுகள மரத்துல கட்டி ரேகையப் பதிவு செய்ய போறாகளாம். அந்த ஆயுதப்பட திருமங்கலத்துல இருந்து நடந்து வந்து ராத்திரி தும்மக்குண்டுல தங்கி விடியறத்துக்கு முன்ன நல்லூர சுத்தி வளைக்க பேசியிருக்காகளாம். உசிலம்பட்டி டெப்டி கலெக்டரும் மெஜிஸ்ட்ரேட்டும் கன்னியம்பட்டி வழியா வந்து போலீஸ் படையோட சேந்துக்குவாய்ங்களாம். பூராம் *பொக்குப் பயலுக"

கரட்டுக்குக் கீழே பிரமிள் வந்து நின்றார். நித்திலனை நோக்கி கையசைத்தார்.

ஆங்குத்தேவனைக் கட்டித் தழுவிக்கொண்டு நித்திலன் விடைபெற்றான்.

ஊர் எல்லையில் இருந்த அரச மரங்களில் வெற்றிலை துப்பப்பட்டிருந்தது. போலீஸ் உள்ளே வந்தால் ரத்தக் களரியாகும் என்பதற்கான எச்சரிக்கை என்று பிரமிள் சொன்னார். தான் வருகிற வழியில் படாங்கு வெடி தயாராகிக்கொண்டிருந்ததாகவும் சொன்னார். ஒருவேளை நாளை உள்ளூர் மக்களால் ஆயுதப் படையைச் சமாளிக்க முடியாமல் போனால் படாங்கு வெடித்து காளப்பன்பட்டி, கன்னியம்பட்டி, முருகம்பட்டி என அருகாமை ஊர் மக்களை அழைப்பதற்கான ஏற்பாடு அது. கருப்புக்

* பொக்கு: ஆண்மை இல்லாத.

கோவிலில் வேல் கம்பு, ஈச்சாங்கத்தி, கொடுக்கருவா, எறி கல் என பல ஆயுதங்கள் பதுக்கப்பட்டிருப்பதாகவும் கருவாயன் சொல்லியிருக்கிறான்.

“நடக்கட்டும் நித்திலன். இது நடக்கட்டும். சாகறவன் சாகட்டும். நீ படிச்சத நானும் படிச்சிருக்கேன். உண்மதான். பதினாறு பேர் செத்தாங்க. அது பெரிய செய்தியா மாறுச்சு. லண்டன் பாராளுமன்றத்துல விவாதிக்கப்பட்டுச்சு. அதிகாரிகள் தண்டிக்கப்பட்டாங்க. அது மட்டும் இல்ல. பிரிட்டிஷ் அரசாங்கத்தோட வருவாய்த்துறை அடுத்த வருஷமே, அதாவது 1921வது வருஷம் ‘கள்ளர் சீர்திருத்தப் பள்ளிகள’ ஆரமிச்சாங்க. இந்த மக்கள் அவங்க முரட்டுத்தனத்த விட்டு வெளிய வந்தாங்க. படிக்க ஆரமிச்சாங்க. வாழ்க்க மாறுச்சு. நம்ம புதிய இந்தியால இவங்க சமூகத்த சேந்தவங்க பெரிய பெரிய பதவில இருக்காங்க. பதினாறு பேர் செஞ்ச உயிர்த் தியாகம்தான் இந்த முன்னேற்றத்துக்குக் காரணம். தியாகத்த தடுக்க நினச்சு மாற்றத்தத் தடுக்காத”

நித்திலன் ஒரு புளித்த கள் புன்னகையோடு பிரமிளைப் பார்த்தான்.

“பிரமிள் சர், உங்களுக்கும் எனக்கும் ஆறுதல் சொல்ல நூத்துப் பத்து வருஷம் கழிச்சு ஒரு எதிர்காலம் இருக்கு. நாளைக்கு இங்க சாகப் போறவங்களுக்கு என்ன ஆறுதல் இருக்கு?”

நித்திலன் அவர் கண்ணைப் பார்த்துக்கொண்டு நடந்தான். அவர் செம்மண் பாதையைப் பார்த்துக்கொண்டு நடந்தார்.

உசிலம்பட்டி மயானத்தின் கல் மண்டபத்தில் அவர்கள் காத்திருந்தனர். இரண்டாயிரம் பெட்டிகளும் தோண்டியெடுக்கப்பட்டு வீர் ஜடாயுவில் ஏற்றுவதற்கு தயார் நிலையில் இருந்தன. நீண்ட நாட்கள் புதைந்திருந்த பெட்டிகளில் மண்ணும், அந்த மண்ணின் கதைகளும் ஒட்டிக்கொண்டிருந்தன. சின்னமாயனிடம் சொல்லாமல் போவதுதான் நித்திலனுக்கு உறுத்தியது. அவன் கணினித் தரவில் அலசிப் பார்த்தபோது பெருமாநல்லூரின் நினைவுத்தூணில் இறந்தவர்களின் பட்டியலில் சின்னமாயனின் பெயரும் இருந்தது. அவன் மரணத்தைத் தடுக்கும் தூரத்தில் இருந்தும் அவன் இறக்க வேண்டுமா? கலவரத்தில் உயிர் தப்பினாலும் அவன் காலத்தால் மாயத்தான் போகிறான். இருந்தும் நித்திலனுக்கு அவன் மரணத்தை அனுமதிக்க மனமில்லை. அரைச்சீவனாய் அமர்ந்திருந்தான்.

சுடுகாட்டுக்கு தெற்கே சுழல்வட்ட அடுக்கில் பொன் வெள்ளை அலைகள் தோன்றின. வீர் ஜடாயுவின் வருகை மேடை மெல்ல மெல்ல விரியத் தொடங்கியது.

தன் மடிக்கணினியோடு அமர்ந்திருந்த நித்திலனுக்கு எதிர்பாராதவிதமாக சிரியஸ் நிறுவனத்தின் கருவிழி தகவல் மையத்தில் இருந்து ஓர் எச்சரிக்கை மணி எழுந்தது. அதில் அந்நியமான உள்நுழைவுகள் ஏற்பட்டிருப்பதாகத் தகவல் பளிச்சிட்டது. அவன் ஊடுருவிப் பார்த்தான். இந்திய மக்களின் நூற்று இருபது கோடி கருவிழிகளும் மும்பையைச் சேர்ந்த ஒரு மூன்றாவது தரவகத்திற்கு மடைமாற்றம் செய்யப்பட்டிருப்பதாக அறிந்தான். தகவலைப் பரிமாறிய மூலக் கணினியைத் தன் நுண்புகலி மென்பொருள் கொண்டு கண்டறிந்தான். அந்த பெயர் அவனைத் திகைப்படையச் செய்தது. நித்திலனுக்குக் கைவிரல்கள் நடுங்கின. மயானத்தின் மௌனத் தூசு அவன் திரையில் படிந்தது.

வீர் ஜடாயு ரிக் வேத வரிகளை ஓதிக்கொண்டு மயானத்திற்குள் நுழைந்தது. ஜெய்ஷங்கர் உற்சாகமாக இறங்கி வந்து கோவர்த்தனோடு கை குலுக்கினார். பெட்டிகள் ஏற்றப்பட்டன. நிஷா பைலட் மற்றும் கோவர்த்தன் அவரவர் பாக்கெட்டுகளில் ஏறிக்கொண்டனர்.

“நித்தி, வா போலாம்” பிரமிள் அழைத்தார்

“நான் வரல”

“மறுபடியுமா? வேதாளமா நீ? ரயில் ரொம்ப நேரம் நிக்காது. வா”

நித்திலன் சில நொடிகள் யோசித்தான்.

“எனக்கு இங்க ஒரு முக்கியமான வேல இருக்கு”

“யோவ், அமெரிக்காவுக்கு ஆன்சைட் வந்த மாதிரி பேசிகிட்டு இருக்க. வாயா போலாம்”

“நீங்க போங்க பிரமிள் சர். கார்த்திகா மேடம் காத்துகிட்டு இருப்பாங்க”

கோவர்த்தன் தன் பாக்கெட்டுக்கு வெளியே தலையை நீட்டி பிரமிளை அழைத்தார். பிரமிள் என்ன செய்வதென்று தெரியாமல் தன் பையில் இருந்த அதர்வாணாவை நித்திலனின் மடியில் வைத்துவிட்டு அவருடைய பாக்கெட்டுக்குச் சென்றார். நித்திலன் அந்தக் கல்மண்டபத்தில் எதிர்காலத்தின் எச்சமாக அமர்ந்திருந்தான்.

காவிக் கீற்றுகளை காடெங்கும் பரப்பிக்கொண்டு வீர் ஜடாயு புறப்பட்டது. அப்போது காற்று மண்டலத்தை சுக்கு நூறாகக் கிழித்துக்கொண்டு எங்கிருந்தோ வீசப்பட்ட ஒரு வளரி, ஜடாயுவின் ஜன்னலுக்கு வெளியே வேடிக்கைப் பார்த்திருந்த

கோவர்த்தனின் குரல்வளையில் சொருகி சரக்கென அவர் தலையைத் துண்டித்தது. அந்தத் தலைக்காகக் காத்திருந்தது போல ஊளையிட்டு ஓடிவந்த நரிகள் அதைக் கடித்துக் குதறி காட்டுக்குள் உருட்டிச் சென்றன. கோவர்த்தனின் முண்டம் மட்டும் நவீன இந்தியாவை நோக்கி நகர்ந்தது.

கல் மண்டபத்தில் அமர்ந்திருந்த நித்திலன் மடிக்கணினியைத் தரையில் போட்டுவிட்டு பதறி எழுந்து ஓடிவந்தான். நரிகளிடம் இருந்து தலையை மீட்க இனி வாய்ப்பில்லை. வளரி வந்த திசையைப் பார்த்தான். அங்கே திமிரும் தோள்களோடு ஆங்குத்தேவன் நின்றிருந்தான். அவனுக்குப் பின்னால் மாயப் பிசாசு மறைவது போல் போதும்பொண்ணு காட்டை விட்டு மறைந்தாள்.

முள்செடியில் கிடந்த வளரியை எடுத்து ஆங்குத்தேவனிடம் தந்தான் நித்திலன். அதன் ரத்தக்கறையைத் துடைத்துவிட்டு வேட்டியில் மடித்தான் ஆங்கு. அது தந்தத்தால் ஆன வளரி. அப்பன் ஆனச்சாத்தன் வெள்ளைக்கார அரசாங்கத்தின் அக்கிரகார அலுவலகத்தில் இருந்து மீட்டுவந்து தன் பிள்ளைகளுக்கு விளையாட தந்த வளரி.

காலை மணி *5:00*

ஊரில் உள்ளவர்களின் ஆடு, மாடு, கோழிகளை மறைவிடத்திற்கு மாற்ற மண்டையனும், கருவாயனும் கொட்டாவியும் உதவினார்கள். பெண் பிள்ளைகளையும், குழந்தைகளையும் அருகாமை ஊர்களில் இருந்த உறவினர்களின் வீட்டுக்கு அனுப்பிவிட்டனர். ஒரு சிலர் மட்டும் ஊரிலேயே தங்கிவிட்டனர். விட்டி வெள்ளையத்தேவரின் ஆட்கள் ஆயுதங்களைப் பட்டைத் தீட்டி கருப்புக்கோவில் ஆலமரத்தடியில் புதைத்தனர். போதும்பொண்ணு பெரியவீட்டை விட்டு நகரமாட்டேன் என்று சொல்லிவிட்டாள். சின்னமாயன் நித்திலனோடு சத்திரத்தில் தங்கியிருந்தான்.

காலை *6:00*

“அது என்ன மாமா மஞ்சக் குஞ்சு?”

அதர்வாணா அலறிக்கொண்டே இருந்தது. நித்திலன் அன்று அதிகாலை லிங்காவைத் தொடர்புகொண்டு தான் பிரதமரோடு அவசரமாகப் பேசவேண்டும் என்று கேட்டிருந்தான். ‘உன் தகுதிக்கு ஏற்றவாறு நடந்துகொள்’ என்று லிங்கா அவனை அதட்டினார். அழைப்பு துண்டிக்கப்பட்டது. அடுத்த ஒரு மணி நேரத்தில் தொடர்ச்சியான அழைப்புகள் வந்துகொண்டிருந்தன. நித்திலன் அதைக் கண்டுகொள்ளவில்லை. அவன் சின்னமாயனுக்கு பிரியாணியும், காஞ்ச மிளகாய்க் கோழியும் சமைத்துக்கொடுப்பதில் மும்முரமாக இருந்தான்.

“அந்தப் பூச்சிகிட்ட நான் எதாவது சொன்னா, அத என் ஊர்க்காரங்களுக்குச் சொல்லும். அவங்க சொல்றத என்கிட்ட சொல்லும்”

“ஓட்ட வாய் பூச்சியா?”

சின்னமாயன் அதை கையில் எடுத்துப் பார்த்தான். தொடர்ந்து அழைப்பு வந்துகொண்டிருந்ததால் அதில் சிவப்பு விளக்கு எரிந்தது. குளிரில் நடுங்கும் கோழிக் குஞ்சைப் போல அது அதிர்ந்தது. அவன் எடுத்த வேகத்தில் கீழே வைத்துவிட்டான்.

நித்திலன் கதவுகளையும் ஜன்னல்களையும் சாத்தினான்.

காலை *6:30*.

வருவாய் அதிகாரிகள் மந்தையில் வந்து அமர்ந்தனர்.

கொட்டாவியால் துரத்தப்பட்ட தண்டோரக்காரன் விட்ட இடத்தில் இருந்து தொடங்கினான்.

"பெருமாநல்லூர் ஆளுக அத்தன பேருக்கும் சொல்லிக்கிறோம். பெரிய அதிகாரிக முன்னிலையில வந்து ரேக பதிஞ்சிட்டு போயிருங்க. வராத ஆளுகள விலங்கு மாட்டி கைது செய்யச் சொல்லி காவல்துறை உத்தரவுங்கோ..."

அவன் கிடிமிடி கிடிமிடி சத்தம் ஊரெல்லாம் ஒலித்தது. மந்தையின் நடுவே ஒரு மேசை நாற்காலி அமைத்து அதில் பதிவேடு வைக்கப்பட்டிருந்தது. விரலில் மை பதித்து ரேகை வைக்க பதிவேட்டிற்கு அருகில் ஒரு மை பெட்டியும் இருந்தது. ஒருவர் ரேகை பதிந்துவிட்டார் அடுத்த ஆள் வரலாம் என்பதை ஒலியெழுப்பித் தெரிவிப்பதற்காக ஒரு மணியும் வைக்கப்பட்டிருந்தது. சிந்துபட்டி இன்ஸ்பெக்டர் நாகமலை, திருமங்கலம் சப்இன்ஸ்பெக்டர் ராஜா தேசிங்கு, உசிலம்பட்டி சப்மெஜிஸ்ட்ரேட் வெங்கடேசன் அன்பு ஆகியோர் நாற்காலிகளில் அமர்ந்திருந்தனர்.

பெரியவர்களும் சிறுவர்களும் மந்தைக்கு வந்தனர். பதிவேட்டையும் மணியையும் குறுகுறுவென பார்த்தனர். ரேகை வைக்காமல் போனால் அந்த மணியை வைத்து மண்டையில் 'டொங்'கென அடிப்பார்கள் என ஒரு சிறுவன் சொன்னான். அந்த டொங் காட்டுத்தீ வேகத்தில் பரவி ஆங்காங்கே டொங் டொங் என கேட்டது. பெரியவர்கள் அதைக் கேட்டு வாய்விட்டுச் சிரித்தனர்.

"யோவ் ஏட்டு, இவனுங்க என்னயா வள்ளித் திருமணம் நாடகம் பாக்க வந்தவகளா வேடிக்கப் பாத்து கெடக்கானுங்க. எப்படி ரேக பதியணும்னு செஞ்சு காட்டுயா"

நாகமலை சொன்னதும் ஏட்டு மாரியப்பன் பதிவேட்டின் கடைசி பக்கத்தைத் திறந்தார்.

"இந்தா ஊர்க்காரவகளா, எல்லாரும் பாத்துக்குங்க"

மை பெட்டியில் பெருவிரலை வைத்துப் பதிவேட்டில் ரேகை வைத்தான். சிறுவர்கள் கைதட்டினார்கள். நாகமலைக்குக் கோபம் தலைக்கேறியது.

“தாயிளி இங்க என்ன வித்தையாடா காட்றோம். எவண்டா இங்க பெரிய மனுசன்? எங்கடா போய்த் தொலஞ்சீங்க? வரச் சொல்லியா எல்லாத்தையும்”

ஊர் மௌனமாக இருந்தது. நாகமலை பொத்தென நாற்காலியில் அமர்ந்தார். மாரியப்பன் எந்திரத்தைப் போல மீண்டும் மீண்டும் தன் பெருவிரலை மை பெட்டியில் தோய்த்து ரேகை வைத்து காட்டிக் கொண்டிருந்தான். ‘கடைசி வரையில நான் மட்டுந்தான் பதியணும் போலிருக்கே’ என்று மனதிற்குள் புலம்பிக்கொண்டான். யாரும் முன்வந்த பாடில்லை.

“நீ மையத் தீக்க போற, ஒன்ன கொல்லப் போறன் இப்ப”

நாகமலை மாரியப்பனை ஏறினார். அவன் கைகளைத் துடைத்துக்கொண்டு அவருக்குப் பின்னால் விரைப்பாக நின்றுகொண்டான். அப்போது வீரண்ணத்தேவரும், சீனித்தேவரும் மேசைக்கு வந்தனர்.

காலை *7:15*

“அய்யா, குத்தவாளி யாராச்சுமுனா பேரச் சொல்லுங்க. நாங்களே பிடிச்சுத் தாரோம். களவாண்ட பொருள் ஏதாச்சுமுனா அடையாளஞ் சொல்லுங்க. துப்புக்கூலி இல்லாம கண்டுபிடிச்சு தாரோம். ரேக பதியறதெல்லாம் ஆகற காரியமில்லீங்க”

சிறப்பு நீதிபதி வெங்கடேசன் கண்ணாடியைச் சரி செய்துகொண்டு எழுந்து நின்றார்.

“பெரியவரே, இதுக்கப்பறம் குத்தமோ களவோ நடக்காம இருக்கத்தான் இந்தச் சட்டம். இது ஒரு பாதுகாப்பு முன் எச்சரிக்க ஏற்பாடு. இந்தியா முழுக்க இத நிறவேத்தியாச்சு. உங்க ஊரு மட்டும் ஏன்யா கேள்வி கேட்டு உயிர வாங்குறீங்க?”

“பஞ்சம் வந்தப்ப இந்தியா வரலைங்க. குஞ்சரத்தமாதான் வந்தா. கஞ்சி ஊத்தினா. எங்க மக்கதாங்க எங்களுக்குப் பாதுகாப்பு. எங்க ஆளுகளுக்கு மண்ணத் தெரியும். மழையத் தெரியும். மண்டி போடத் தெரியாதுங்க. பாதுகாக்கணும்னா நல்லா வாங்க. எங்கள பாதுகாத்துக்குங்க. எங்க ஆடு மாடுகள பாதுகாக்க வழியச் சொல்லுங்க. எங்க நிலத்த பாதுகாக்க படிப்புச் சொல்லிக் குடுங்க. அதய விட்டுபுட்டு எங்க ரேகய பாதுகாத்து என்னயா செய்யப் போறீங்க?”

காலை *7:45*

அவர்களுக்குள் வாக்குவாதம் முற்றியது. அப்போது பேரிரைச்சலோடு ஆயுதப்படை ஊருக்குள் நுழைந்தது. ஐம்பது குதிரை வீரர்களும், ஐம்பது துப்பாக்கி வீரர்களும் அணிவகுத்து வந்தனர். வெள்ளையத்தேவரின் ஆட்கள் விரைந்துச் சென்று

கருப்புக் கோவிலில் பதுக்கி வைத்திருந்த வேல்கம்புகளையும் கத்திகளையும் எடுத்து வந்தனர்.

காளியம்மன் மேடு தீப்பிடிக்கத் தயாரானது.

"கடைசியா ஒரு தடவ கேட்டுக்கிறோம். வந்து ரேக வச்சுட்டு போங்க. சுமூகமா முடிச்சுக்குருவோம்"

நாகமலை குரல் உயர்த்திப் பேசினார்.

மாயாண்டித் தேவரின் பேரன் முனீஸ்வரன் ஒரு குதிரையின் வாலைப் பிடித்து விளையாடிக்கொண்டிருந்தான். குதிரைவீரன் முனீஸ்வரனை காலால் எட்டி உதைத்தான். அவன் தரையில் விழுந்தான். சீனித்தேவன் அவனைக் கைகொடுத்துத் தூக்கினார். ஊர் சனத்திற்கிடையே ஒரு சலசலப்பு உண்டானது. மண்டையன் அவனுடைய கவட்டையால் மேசையின் மீதிருந்த மணியின் மீது கல்லெறிந்தான். அந்த மணி 'டொங்' என்ற சத்தத்தோடு விழுந்து உருண்டது. 'யேய் வேணாமய்யா' என்று ஏட்டு மாரியப்பன் அனைவரையும் அமைதி காக்கச் சொன்னான். நாகமலை மண்டையனைத் தரதரவென இழுத்து லத்தியால் அடிக்கத் தொடங்கினார். வெள்ளையத்தேவரின் ஆட்கள் நாகமலையைத் தாக்கத் தொடங்கினர். திருமங்கலம் சப்இன்ஸ்பெக்டர் ராஜா தேசிங்கு குதிரை வீரர்களை முன்னேற ஆணையிட்டார். அவர்கள் அந்தக் கூட்டத்தை கலைக்க முயற்சி செய்தனர். குதிரைகளின் காலடி அந்தப் பகுதியை மணல் மூட்டமாக்கியது. ராஜா தேசிங்கை கருவாயன் கீழே தள்ளியபோது அவர் 'சார்ஜ்' என்று கத்தினார். முதல் துப்பாக்கிக் குண்டு வெடித்தது. அது மாயாண்டித்தேவரின் வயிற்றைக் கிழித்துக் குடலை வெளியே தள்ளியது. அவர் குடலைப் பிடித்துக்கொண்டு முனீஸ்வரனை பாதுகாக்க ஓடினார். அடுத்தடுத்து வெடித்த குண்டுகளில் அங்கே சடலங்கள் ஒன்றன் பின் ஒன்றாக விழுந்துகொண்டிருந்தன. ஊர் சனத்திற்குத் தண்ணீர் கொண்டுவந்த விருமாயக்காளை ஒருவன் காலால் உதைத்து கீழே தள்ளினான். அவளது பிறப்புறுப்பைத் துப்பாக்கியால் குத்தி அதே துப்பாக்கியால் அவளைச் சுட்டான். அவள் 'கந்தா' என கதறிக்கொண்டே உயிர் மாய்த்தாள். குண்டடிப்பட்ட சீனித்தேவன் உயிருக்குப் போராடிக்கொண்டிருந்தார். அவரை மாயாண்டித் தேவர் தன் தோளில் சுமந்துகொண்டு காட்டுக்குள் ஓடினார்.

"அய்யா மாயாண்டி, நான் பொழைக்க மாட்டேன். என்ன வாய்க்காவுல வீசி எறிஞ்சிட்டு நீ போயா. உன் குடல் தள்ளி கெடக்கு. போய் வைத்தியம் செஞ்சு பொழச்சுக்க போயா"

சீனித்தேவன் கதறினார். மாயாண்டியால் அதற்கு மேல் அவரைச் சுமக்க முடியவில்லை. அவர் சொன்னதுபோலவே வாய்க்கால் ஓரமாக ஒரு வேப்ப மரத்துக்குக் கீழே அவரைப்

படுக்கவைத்துவிட்டு அவர் கைகளைப் பற்றி ஒருமுறை வணங்கிவிட்டு மாயாண்டித்தேவர் ஓடினார். போகிற வழியில் அவரும் மயங்கி விழுந்தார்.

துப்பாக்கிச் சூடு ஓய நீண்ட நேரம் பிடித்தது. அதற்குள் அந்தப் பகுதியே புகை மண்டலமானது. குதிரைப்படை ஊருக்குள் புகுந்தது. அவர்களோடு சிந்துபட்டி காவல்துறை ஆட்களும் சேர்ந்துகொண்டனர். ஆடு, மாடு, கோழிகள் களவாடப்பட்டன. வீடுகளுக்குள் புகுந்த வீரர்கள் உணவுப் பொருட்களையும், பெண்களின் அணிகலன்களையும் களவாடினர்.

பெரியவீட்டில் நுழைந்த வீரர்கள் அங்கிருந்த பெண்களை மானபங்கப் படுத்தி கற்பழிக்க முற்பட்டனர். அவர்களோடு நீண்ட நேரம் போராடிய போதும்பொண்ணு அவர்களில் ஒருவனை அரிவாள்மனையால் சீவினாள். அவன் சாயும்போது அவன் கையில் இருந்த துப்பாக்கி வெடித்து போதும்பொண்ணின் நெற்றிப் பொட்டில் குண்டு பாய்ந்தது. அவள் திறந்த கண்களோடு இறந்து போனாள். வீரர்கள் வெளியேறினர்.

நித்திலன் தங்கியிருந்த சத்திரத்தின் கதவுகளைத் துப்பாக்கி வைத்து இடித்து உடைத்துத் திறக்க முயன்றனர் வீரர்கள்.

"உள்ள இருக்கிறவரு பேரு நித்திலன். கம்பு சுத்த வந்த வெளியூர்க்காரரு"

மாரியப்பன் சொன்னதும் வீரர்கள் அந்தக் கதவை ஒருமுறை எட்டி உதைத்துவிட்டு அடுத்தத் தெருவுக்குள் நுழைந்தனர்.

காலை மணி 8:45

சுடப்பட்ட பதிமூன்று பேரின் பிணங்களும் பூவரச மரத்தின் கிணற்றை ஒட்டி வரிசையாக அடுக்கப்பட்டன. ஐந்து பேர் காயம்பட்டு விழுந்து கிடந்தனர். இறந்தவர்களின் சடலங்கள் ஒரே மாட்டுவண்டியில் குவித்து உசிலம்பட்டி பிரேத பரிசோதனை மையத்திற்கு அனுப்பப்பட்டது. காயம்பட்டு அரை உயிராய்த் துடித்துக்கொண்டிருந்தவர்கள் மருத்துவமனையில் அனுமதிக்கப்பட்டார்கள்.

கருப்புக் கோவிலின் ஆலமரத்தடியில் போராட்டத்தில் ஈடுபட்ட இருநூறு பேர் காவல்துறையின் கட்டுப்பாட்டோடு அமர்த்தப்பட்டிருந்தனர். அவர்கள் அனைவரையும் ஒரே பெருஞ் சங்கிலியில் பூட்டி, நடையாக நடக்க வைத்து, திருமங்கலம் காவல் நிலையத்திற்கு அழைத்துச் சென்றனர்.

காலை மணி 9:00

நித்திலன் ஜன்னல் கதவுகளைத் திறந்தான்.

00000000039

*ச*ஞ்சய் வனத்தின் சுரங்க பாசறையில் பாரதப் பிரதமர், உள்துறை அமைச்சர், உள்துறைச் செயலர், பாதுகாப்புத் துறை அமைச்சர், சிரியஸ் தலைவர் மோகன் ஜனார்த்தனன் என இந்தியப் பெருந்தலைமையே கூடியிருந்தது.

ஜெய்ஷங்கரும் நிஷா பைலட்டும் தேசியக்கொடியில் சுற்றப்பட்ட கோவர்த்தனின் உடலோடு ரயிலை விட்டு இறங்கினர். அவர் மரணத்திற்கு இரண்டு நிமிடங்கள் மௌன அஞ்சலி செலுத்தப்பட்டன.

கோவர்த்தன் கொலை குறித்து, நடந்ததை நடந்தபடி பிரதமருக்கு விளக்கினாள் நிஷா பைலட். கோவர்த்தனின் மரணத்தை தேசிய அவமானமாகக் கருதினார் பிரதமர். மீண்டும் நூத்துப் பத்து வருடங்கள் பின்னோக்கிச் சென்று ஆங்குத்தேவனைப் பிடித்து வர தனிப்படை அமைக்கச் சொல்லி பிரதமர் ஆணையிட்டார்.

அதர்வாணா அலறிக்கொண்டே இருந்தது. லிங்கா அந்த அழைப்பை ஏற்றபோது தான் பிரதமரோடு அவசரமாகப் பேசவேண்டும் என்று நித்திலன் கோரிக்கை விடுத்தான். 'உன் தகுதிக்கு ஏற்றவாறு நடந்துகொள். இனி உனக்கு நவீன இந்தியாவில் இடம் இல்லை. பெருநல்லூர்க்காரனாகவே வாழ்ந்து செத்துப் போ' என்று சொல்லி லிங்கா அழைப்பைத் துண்டித்தார்.

ஊழியர்கள் இரண்டாயிரம் பெட்டிகளையும் இறக்கி வைத்தனர். அதிரடிப்படை அதிகாரிகள் பெட்டிகளைச் சோதித்தனர். மோகன் ஜனார்த்தனன் பிரதமரை அழைத்துப் பெட்டிகளில் கை ரேகை பதிக்குமாறு கேட்டுக்கொண்டார்.

பிரதமர் சுற்றியிருந்த அனைவருக்கும் தன் பெருவிரலைக் காட்டிவிட்டு முதல் பெட்டியின் முகப்பில் தன் ரேகையைப் பதித்தார்.

“ராங் ப்ரிண்ட். ப்ளீஸ் ட்ரை அகேன்”

பெட்டியின் திரையில் பளிச்சிட்டது

“என்னப்பா. மொத பெட்டியே காரி துப்புது”

ஊழியர்கள் மத்தியில் சலசலப்பு.

மோகன் ஜனார்த்தனன் அந்தப் பெட்டியைச் சோதித்தார். பிரதமர் மீண்டும் ரேகை பதித்தார்.

“ராங் ப்ரிண்ட். ஆக்சஸ் டினைட்”

பிரதமர் லிங்காவையும் மோகனையும் பார்த்து புன்முறுவல் செய்தார். அவர்கள் என்ன செய்வதென்று தெரியாமல் இரண்டாவது பெட்டியை எடுத்து வைத்தார்கள். அதுவும் திறக்க மறுத்தது. பத்து பெட்டிகள் வரை ரேகை வைத்து எதுவுமே திறக்கவில்லை.

நித்திலனோடு உடனடியாகப் பேச மூன்று மணி நேரமாக அதர்வாணாவை அழுத்திப் பிழிந்துகொண்டிருந்தார் லிங்கா. அவன் அழைப்பை ஏற்கவில்லை. கட்டுப்பாட்டு அறையில் பிரதமரும் பிற அமைச்சர்களும் காத்திருந்தனர்.

காளியம்மன் மேட்டில் இருந்து உசிலம்பட்டி பிரேத பரிசோதனைச்சாலை நோக்கி மாட்டு வண்டி புறப்பட்டது. பதிமூன்று பிணங்களும் புயல் மழையில் சிதைந்த நெல் மூட்டைகளைப் போல் ஒன்றன் அருகில் ஒன்றாகவும், ஒன்றன் மீது ஒன்றாகவும் கிடத்தப்பட்டிருந்தன.

வண்டிக்கு வெளியே நீண்டு தொங்கிக் கொண்டிருந்த சீனித்தேவனின் வலது கையை மடக்கி அவர் உடலோடு சுற்றி விட்டான் நித்திலன். சின்னமாயன் கண்ணும் மூக்கும் ஒழுக ஒழுக ‘எங்க ஐயா’ என அழுதுகொண்டே நித்திலனோடு நடந்து வந்தான். சுழலும் வண்டிச்சக்கரம் அவனுக்கு வாய் பிளந்த பூதமாய்த் தெரிந்தது. அதன் அருகில் நடந்து வரவே அவன் அச்சப்பட்டான். நித்திலன் அவன் கைகளைப் பற்றிக்கொண்டான். அதர்வாணா அலறிக்கொண்டே இருந்தது. விசையை அழுத்தினான் நித்திலன். லிங்கா பேசினார்.

“என்ன நடக்குது நித்திலன்?”

“போஸ்ட் மார்டம் நடக்கப்போது”

“வாட்”

“இங்க என்ன நடக்குதுனு சொன்னேன்”

“நான் அத கேக்கல. பெட்டி எதுவுமே திறக்கல. வாட் தி ஹெல். என்ன டிசைன் இது? உன் புரோகிராமிங்கல பெரிய எரர் இருக்கு. பிரதமர், அமைச்சர் எல்லாரும் இங்கதான் இருக்காங்க. எத்தன பெரிய பொறுப்ப உனக்குக் கொடுத்திருக்கோம். கால் அட்டெண்ட் பண்ணாம நீ அங்க என்ன பன்னிகிட்டு இருக்க?”

நித்திலன் அதர்வாணாவை பாக்கெட்டில் போட்டுக்கொண்டு பிணங்களை முதுகில் சுமந்து பரிசோதனைச்சாலைக்குள் இறக்கி வைக்க உதவிக்கொண்டிருந்தான்.

“நித்திலன், இருக்கியா?”

“இருக்கேன். நான் மட்டும்தான் இருக்கேன்”

சீனித்தேவனின் உடலை இறக்கிவைக்கும்போது சின்னமாயன் ஓடிவந்து பிணத்தைக் கட்டித் தழுவிக்கொண்டான்.

“பிரதமர். அவரத் தவிர வேற யார்கிட்டயும் நான் பேச விரும்பல”

லிங்கா அதர்வாணாவை எடுத்துக்கொண்டு கட்டுப்பாட்டு அறைக்குச் சென்றான். நித்திலனோடு பேச பிரதமர் சம்மதித்தார்.

“நித்திலன், ப்ரைம் மினிஸ்டர் ஸ்பீகிங். ஹவ் ஆர் யூ?”

நித்திலன் பிரதே பரிசோதனைச் சாலைக்கு எதிரே அமைந்திருந்த வேப்ப மரத்தடிக்கு வந்து அமர்ந்தான். சின்னமாயன் அவன் மடியில் படுத்துக்கொண்டான்.

“சர், 2017ஆம் வருஷம் உச்ச நீதிமன்றத்தின் தீர்ப்பின்படி right to privacy was declared a fundamental right”

“யெஸ். ஐ நோ”

“மக்களோட அந்த அடிப்படை உரிமைய பாதுகாக்கிறது அரசாங்கத்தோட கடம. ஆனா ஐயம் சாரி டு சே. அந்த கடமைல இருந்து நாம தவறிட்டோம்”

“என்ன சொல்றீங்க நித்திலன்!”

“இந்திய அரசோட அடையாள் டேட்டா வேர்ஹவுஸ்ல இருந்து, நூத்து இருபது கோடி மக்களோட கருவிழித் தகவல்களும், ‘மீட்டா வெர்ஸ்’ அப்படின்ற சமூக வலைத்தள தொழில்நுட்ப நிறுவனத்துக்கு மொத்தமா விக்கப்பட்டிருக்கு!”

சஞ்சய்வனம் ஒரு நொடி ஸ்தம்பித்துப் போனது.

“நீங்க சொல்றத நான் எப்படி நம்பறது மிஸ்டர் நித்திலன்”

“இத செஞ்சவரு வேற யாருமில்ல. என் முதலாளி, சிரியஸ் நிறுவனத்தோட தலைவர், உங்க உள்துறை அமைச்சரோட நண்பர், மிஸ்டர் மோகன் ஜனார்த்தனன்”

பிரதமர் மோகனைப் பார்க்கிறார். தேநீர் பருகிக்கொண்டிருந்த அவர் கோப்பையை மேசையில் வைக்கிறார்.

"சர், மீட்டாவும் மோகன் ஜனார்த்தனனும் சேந்து 'மீட்டா பாரத்'னு ஒரு வெர்ச்சுவல் நகரத்த உருவாக்கிக்கிட்டு இருக்காங்க. நம்ம மனிதர்களைப் போலவே மனிதர்கள். நம்ம திறமைகள போலவே திறமைகள். நம்ம பெருமைகள போலவே பெருமைகள். இந்தியாவோட அடையாளங்களத் திருடி 'மிரர்' செஞ்சு ஒரு மெய்நிகர் நகரத்த கட்டமைச்சுகிட்டு இருக்காங்க. அந்த நகரத்துல வசிக்கிற மக்களுடைய கண்கள் இந்தியர்களோட கண்களுக்கொத்த இருக்கணும்னு மீட்டா நிறுவனம் மோகன் ஜனார்த்தனன கேட்டிருக்காங்க. நம்ம அடையாள் டேட்டா செண்டர்ல இருக்க கருவிழித் தகவல்கள் மொத்தத்தையும் அவங்களுக்கு விக்க அவர் சம்மதிச்சிருக்காரு. என்ன நீங்க நம்பலனா, அவருக்கும் மீட்டாக்கும் இடையில் நடந்த உரையாடல்கள நான் ஹேக் பண்ணி கலெக்ட் பண்ணியிருக்கேன். அத உங்க பி.எம்.ஓ ஐடி'கு அனுப்பியிருக்கேன். அது மட்டும் இல்ல. பக்கத்துல கம்யூட்டர் இருந்தா அவர லாக்இன் பண்ணச் சொல்லுங்க. அவரோட நகரத்த நீங்க நல்லா பாருங்க. அதுல எல்லாரும் கருப்பு கண்ணாடி போட்டிருப்பாங்க. எல்லாருக்கும் கருவிழிகள் கிடைக்கிற வரைக்கும் அவங்க கண் இல்லாம கண்ணாடியோட இருப்பாங்கனு அவங்க ஒப்பந்தத்தோட ஏழாவது பத்தில இருக்கு. அதையும் அனுப்பியிருக்கேன். இந்த கற்பனை நகரத்துல இருந்து வர வருமானத்துல மோகனுக்கும் பங்குண்டு. சுருக்கமா சொல்லணும்னா, இந்திய மக்களோட தனிப்பட்ட தகவல்களையும், வாழ்வியல் முறைகளையும், இந்தியாவோட பல்துறை ரகசியங்களையும் மொத்தமா திருடி, ஒரு 'வெர்ச்சுவல்' நிழல் இந்தியாவ மீட்டா நிறுவனம் உருவாக்கிகிட்டு இருக்காங்க. இதுக்கு மோகன் ஒரு முக்கியமான பங்குதாரர்"

பிரதமர் தலையில் மெய்நிகர் கண்ணாடி மாட்டிக்கொண்டு ஜடாயு பாசறைக் கணினியில் மோகனின் நகரத்தைப் பார்த்துக்கொண்டிருக்கிறார். அதில் நித்திலன் சொன்னதுபோலவே கட்டமைப்புகளைப் பார்க்கிறார். கருப்பு கண்ணாடி மனிதர்களைக் காண்கிறார். காவல் நிலையம், மருத்துவமனை எல்லாவற்றையும் சுற்றி பார்க்கிறார்.

அந்த பாசறையில் இருக்கும் அனைவருக்கும் புரியும்வண்ணம் நித்திலன் தன் கருத்துக்களை ஆங்கிலத்தில் எடுத்துரைத்தான்:

"என்னுடைய கை ரேகையும், கருவிழியும், உருவமும், கனவுகளும், சிந்தனைகளும், உணர்வுகளும், ஆசைகளும்,

அனுபவங்களும் அவர்களுக்குத் தகவல்களாகக் கிடைத்ததும், ரத்தமும் சதையுமான நான் அவர்களுக்குத் தேவை இல்லை. அவர்களின் உலகத்தில் என் பெயரில் என்னைப் போலவே ஒரு பிம்பப் பிரதியை உருவாக்குகிறார்கள். பழத்தைச் சாறு பிழிந்ததும் தோலைத் தூக்கி எறிவது போல, என்னை பிம்பப்படுத்தியதும் நான் மதிப்பிழக்கிறேன். என்னைப் போல என் பிம்பம் செயல்படத் தொடங்கி நாளை பிம்பத்தின் வழியில் நான் செயல்பட வேண்டி யிருக்கலாம். நான் காண்பதை என் கண்கள் காணாமல், மீட்டா நகரத்தில் இருக்கும் என் பிம்பத்தின் கண்கள் எதைக் காண்கிறதோ அதை மட்டுமே நான் காணலாம். அவர்களிடம் இருக்கும் என் நிழலுக்கு என் நிஜம் அடிமையாகலாம். நான் முற்றிலும் அழிந்து என் பிம்பமே நாளை நானாகலாம். அவர்களுக்கு அடிமைப்பட்டு கிடக்க என்னை விட என் பிம்பம்தான் தகுதியானது என்பது அவர்கள் நிகழ்த்திய பெருங்கணக்கின் முடிவு. அதுதான் அவர்களின் தொலைநோக்கம். எனக்கு இன்னொரு சந்தேகமும் உண்டு. ஜெல்லி என்ற வைரஸை ஏவி விட்டதே மீட்டா (முந்தைய பெயர் முகப்பனுவல்) நிறுவனமாகத்தான் இருக்குமோ என எண்ணுகிறேன். இது என் அனுமானம். அவர்களின் வரலாறு அப்படி. சில ஆண்டுகளுக்கு முன் 'இண்டர்நெட்.ஆல்' என்ற திட்டத்தை அவர்கள் தொடங்கினார்கள். இணையத்தளத்தை நவீனப்படுத்துவதாகச் சொல்லி ஒரு திட்டத்தை முன்வைத்தார்கள். அதன் படி இந்த உலகத்தில் இணையத்திற்குள் புக நினைக்கும் எவர் ஒருவரும் மீட்டாவின் அனுமதியோடுதான் புக முடியும் என்ற விதியை வரையறுத்தனர். அந்த 'கேட் வே' ஆலோசனை, இணையத்தளத்தை முழுவதும் தங்கள் கட்டுப்பாட்டில் அவர்கள் கொண்டுவருவதற்கான மறைமுகமான முயற்சி என்பதைத் தொழில்நுட்ப களப் போராளிகள் கண்டறிந்து சொன்னதும் அது நிறுத்தப்பட்டது. மீட்டா தன் முயற்சியை நிறுத்தவில்லை. கடல்வழி தகவல் தொடர்பில் மிகப் பெரிய அளவில் முதலீடு செய்தனர். ஒவ்வொரு நாட்டிலும் அலைக்கற்றை பெருநிறுவனங்களோடு ஒப்பந்தம் கையெழுத்திட்டனர். அது போதவில்லை. ஒரு பிரதேசத்தைக் கைப்பற்ற வேண்டுமெனில் முதலில் அதை அழிக்க வேண்டும். இணையத்தளத்தை கைப்பற்ற வேண்டுமெனில் இணைப்புகளையும் கருவிகளையும் முடக்க வேண்டும். என்று அவர்கள் சிந்தித்திருக்கலாம். அல்லது அவர்களுக்குள் இருக்கும் வழிதவறிய ஆடுகள் ஒரு நச்சுக் கருத்தை விதைத்திருக்கலாம். ஜெல்லி வைரஸ் உலகமெங்கும் சேதம் விளைவித்துக்கொண்டிருந்தபோது மீட்டா இணைப்புகள் மட்டும் இயங்கிக்கொண்டிருந்ததை நீங்கள் எண்ணிப்பார்க்க வேண்டும்.

இது என் உறுதியான கருத்து அல்ல. நீதிமன்றங்கள் விசாரிக்கலாம். நமக்குள் ஆயிரம் பூசல்கள் உண்டு. என் நண்பர் இஸ்லாமிய தேசத்தை உருவாக்க முயற்சிக்கலாம். நீங்கள் ஒரு இந்து ராஜ்ஜியத்தை எழுப்பலாம். தமிழர்களின் தலைமையில் மீண்டும் ஒரு திராவிட கண்டம் அமையலாம். மதங்களை ஒதுக்கிவைத்துவிட்டு நாளை பூர்வக்குடிகளின் பெயரால் நாடுகள் உருவாகலாம். எது தவறு எது சரி என்று பொதுமக்களின் புரட்சி முடிவெடுக்கும். ஆனால் இணையப் பெருவெளியைக் கைப்பற்றி, தனிப்பட்ட தகவல்களின் மீது ஆதிக்கம் செலுத்துவதன் வழி தனிமனிதர்களின் மீது ஆதிக்கம் செலுத்தி, நம் வெறுப்புணர்ச்சியைப் பன்மடங்காக்கி நம்மைக் கொத்தடிமைகளாக மாற்றி குப்பையில் வீசப்போகும் தொழில்நுட்ப பெருநிறுவனங்களும் அவர்களுக்குத் துணைபோகும் உயர் அதிகாரமும்தான் நம் நிகழ்கால பொது எதிரி என்பதை நாம் உணர வேண்டும். இந்த நிழலுடைமைத்துவத்தில் இருந்து மக்களை மீட்க வேண்டும்."

தங்கள் கை ரேகைகளைத் தர முடியாது என்று அதிகாரத்திற்கு எதிராக போராடிக்கொண்டிருக்கிறவர்களை இங்கு பார்க்கிறேன். இந்தப் போராட்டம் என் மனசாட்சியை உலுக்கியது. இவர்களது போராட்டத்தின் காரணம் வேறுதான். இருந்தும் எந்த கேள்வியும் கேட்காமல் நம்மிடம் ரேகைகளையும் கருவிழிகளையும் அனைத்துத் தகவல்களையும் வழங்கிய நம் சக இந்தியர்களிடம் நாம் எத்தனை பொறுப்போடு நடந்துகொள்ள வேண்டும் என்று நினைக்கும்போது அச்சமாக இருக்கிறது. நாம் சேகரித்திருக்கும் தகவல்களை மக்களின் வளர்ச்சிக்காக மட்டுமே நாம் பயன்படுத்த வேண்டும் என்பதுதான் என் பதற்றம்.

"நித்திலன், நீங்க எல்லாத்தையும் நெகடிவ் ப்ரேம் ஆப் மைண்ட்ல பாக்கறீங்களோனு தோணுது"

"இல்ல சர். மனிதர்களுக்கும் அவர்களின் பிம்பங்களுக்கும் ஒரு பெரும் போர் நடக்கப் போதுனு எச்சரிக்கிறேன். இது எந்திரங்களுக்கும் மனிதர்களுக்குமான போர விட ஆபத்தானது"

"இதுக்கும் இந்த பெட்டிய திறக்கறத்துக்கும் என்ன சம்மந்தம்?"

"பிரதமர் மன்னிக்கணும். நீங்க ரேக வச்சதும் அந்த பெட்டி திறந்திருந்தா, இவ்வளவு நேரம் நான் சொன்னத நீங்க கேட்டிருக்க மாட்டீங்க"

"அப்ப நீங்கதான் இத ரீபுரோகிராம் பண்ணியிருக்கீங்களா?"

"ஆமாம் சர்"

"உங்களுக்கு என்ன வேணும்?"

“நம்ம கருவிழித் தகவல்கள மும்பைல ஒரு டேட்டா செண்டர் செட்அப் பண்ணி, அங்க இருந்துதான் மீட்டாவுக்கு ட்ரேன்ஸ்பர் பண்றாங்க. அந்த டேட்டா செண்டர வெடிகுண்டு வச்சு தகர்க்கணும்”

பிரதமர் விழிக்கிறார். உள்துறை அமைச்சரையும் லிங்காவையும் பார்க்கிறார்கள். லிங்கா அதர்வாணாவை வாங்கிக் கொள்கிறார்.

“நித்திலன், நீங்க நினச்சா பாம் போடறத்துக்கு நாம என்ன வீடியோ கேமா ஆடிகிட்டு இருக்கோம்? பெட்டிகள இப்பவே திறக்கணும். அதுக்கு மட்டும் வழி சொல்லுங்க”

“மும்பை டேட்டா செண்டரோட முகவரிய உங்களுக்கு அனுப்பியிருக்கேன்”

பிரதமர் உள்துறை அமைச்சரிடம் அந்த தரவு மையத்தை முடக்கும்படி ஆணையிடுகிறார்.

“நித்திலன், பிரதமர் முறைப்படி நடவடிக்கை எடுப்பாரு. நான் கேக்கறத்துக்கு நீங்க பதில் சொல்லுங்க”

“நான் இன்னும் முடிக்கல. என் இரண்டாவது கோரிக்கை. மோகன் ஜனார்த்தனன உடனடியா கைது செய்து வெளிய வர முடியாத ஆயுள் தண்டனை கொடுக்கணும். மக்களோட தனியுடைமைத் தகவல்கள வச்சு அவங்கள அடிமைப்படுத்த நினைக்கிறவங்களுக்கும் அத வியாபாரம் செய்ய நினைக்கிறவங்களுக்கும் இது ஒரு பாடமா இருக்கணும்”

பிரதமர் குறுக்கிடுகிறார்.

“நித்திலன், நீங்க சொன்னது உண்மைனா அதுல சம்மந்தப்பட்ட எல்லார் மேலயும் பாரபட்சம் இல்லாம நடவடிக்கை எடுப்போம். அது என்னுடைய கடமை. அதுக்கு நீங்களும் கூட இருந்த ஒத்துழைக்கணும்”

அவர் வார்த்தைகளில் ‘அந்த நேரத்து உண்மை’ இருந்ததை நித்திலன் உணர்ந்தான்.

“பெட்டிகளைத் திறக்கணும்னா நான் அங்க வரணும். வீர் ஜடாயுவ அனுப்பி வைங்க”

அழைப்பு துண்டிக்கப்பட்டது.

உசிலம்பட்டி மருத்துவமனையில் அனுமதிக்கப்பட்ட ஐந்து பேரும் சிகிச்சை பலனின்றி உயிரிழந்தனர்.

மும்பை தரவு மையம் முற்றிலும் முடக்கப்பட்டு அதன் பணியாளர்கள் கைது செய்யப்பட்டனர்.

பிரேத பரிசோதனை முடிந்ததும் பண்ணைப்பட்டி மயானத்தில் ஒரே குழியில் பதினெட்டு பிணங்களும் புதைக்கப்பட்டன.

மோகன் ஜனார்த்தனனை வீட்டு காவலில் வைக்கச் சொல்லி ஆணை பிறப்பிக்கப்பட்டது.

கலவரத்தில் இறந்தவர்களின் சமாதியைச் சுற்றி அகல் விளக்குகளை ஏற்றிவைத்தான் நித்திலன். பதினாறு விளக்குகள் மட்டுமே எரிய வேண்டிய இடத்தில் கோவர்த்தன் செய்த கொலையால் கூடுதலாக இரண்டு இருள் கீற்றுகள் ஏற்றப்பட்டன. அதை தான் செய்த குற்றமாக நினைத்து நித்திலன் மண்டி யிட்டான். அவர்களுக்கு மலரஞ்சலி செலுத்தினான். மண்ணில் அமர்ந்து கண்களை மூடி நன்றி பிரார்த்தனை நிகழ்த்தினான்.

'அடிமைத்தனத்திற்கு எதிரான பதினெட்டு கேள்விகள் இங்கே புதைக்கப்பட்டிருக்கின்றன'.

தீப்பந்தம் கொண்டு ஒரு மரப் பலகையில் எழுதி அதை புதைமேட்டில் நட்டு வைத்து வணக்கம் செலுத்தினான்.

பிணங்களைச் சுமந்த மாட்டுவண்டியில் நித்திலனும் சின்னமாயனும் சத்திரத்திற்கு திரும்பினர்.

உசிலம்பட்டி மயானத்தில் பெட்டிகளை ஏற்றிக்கொண்டு கால ரயில் புறப்படுவதற்கு சில நிமிடங்களுக்கு முன்...

வீர் ஜடாயு ரிக் வேத வரிகளை ஓதிக்கொண்டு மயானத்திற்குள் நுழைந்தது. ஜெய்ஷங்கர் உற்சாகமாக இறங்கி வந்து கோவர்த்தனோடு கை குலுக்கினார். பெட்டிகள் ஏற்றப்பட்டன. நிஷா பைலட் மற்றும் கோவர்த்தன் அவரவர் பாக்கெட்டுகளில் ஏறிக்கொண்டனர்.

“நித்தி, வா போலாம்” பிரமிள் அழைத்தார்.

“நான் வரல”

“மறுபடியுமா? வேதாளமா நீ? ரயில் ரொம்ப நேரம் நிக்காது. வா”

“எனக்கு இங்க ஒரு முக்கியமான வேல இருக்கு”

“யோவ், அமெரிக்காவுக்கு ஆன்சைட் வந்த மாதிரி பேசிகிட்டு இருக்க. வாயா போலாம்”

“நீங்க போங்க பிரமிள் சர். கார்த்திகா மேடம் காத்துகிட்டு இருப்பாங்க”

அதிலிருந்து சில நொடிகளில் ஆங்குத்தேவனின் வளரி கோவர்த்தனின் தலையைச் சீவியது. ஜடாயு புறப்பட்டது.

சுடுகாட்டில் இருந்து நேராக பெரிய வீட்டிற்கு வந்த நித்திலன், சின்னமாயன் தன்னோடு தங்கிக்கொள்ளட்டும் என அனுமதி கேட்டு அழைத்துச் சென்றான். அன்றிரவு முழுவதும் கண்டெயினர் பெட்டிகளைத் திறப்பதற்காக தான் எழுதிய நிரல்களை மாற்றி அமைத்துக்கொண்டிருந்தான்.

“எனக்கு ஒறக்கம் வரல நெத்திலி மாமா”

சின்னமாயன் நள்ளிரவில் கண்களைக் கசக்கிக்கொண்டு வந்து நின்றான்.

"இங்க வா"

நித்திலன் அவனை மடியில் படுக்க வைத்துக்கொண்டான். சின்னமாயன் விரலைச் சப்பிக்கொண்டே உறங்கினான். நித்திலன் அந்த விரலை எடுத்துவிட்டான். சின்னமாயன் மீண்டும் தன் விரலை வாயில் வைத்துக்கொண்டான்.

"இது என்னடா பழக்கம்?"

"வாய்ல கொண்டு வைக்கலனா வெள்ளக்காரன் வந்து விரலத் திருகி ரேகைய பதிஞ்சுகிட்டு போயிட்டான்னா? அதான் சப்பிக்கிறேன்"

சின்னமாயன் சொன்னதைக் கேட்டு நித்திலன் சிரித்தான்.

"உன் கட்ட விரல் ரேகைலதான் மாயா எங்க நாட்டோட எதிர்காலமே இருக்கு"

"என்ன மாமா சொல்ற?"

"என் கூட என் ஊருக்கு நீ வரணும்"

"உங்க ஊர்ல ஜீரணி கிடைக்குமா?"

"ஜீரணி என்ன. ஜாங்கிரியே கிடைக்கும்"

"ஜாங்கிரினா என்ன?"

"அது... சாயம் பூசன ஜீரணி"

"நாடகம் பாக்க விடுவியா?"

"நல்லா"

"எங்க அய்யாவையும் ஆத்தாவையும் கூட்டிகிட்டு போலாமா?"

"அவங்க வரமாட்டாங்க"

"ம்ம்.. சரி"

"நல்லா தூங்கு. நாளைக்கு காலேல பிரியாணியும் கோழிக் கறியும் செஞ்சு தரேன். சாப்பிட்டு சாயங்காலமா நாம ஊருக்குப் போகலாம்"

"உங்க ரயில் வருமா?"

"வந்துதான் ஆகணும்"

அவன் உறங்கிவிட்டான். அடுத்த நாள் பிரியாணிக்கான மசாலாவை விடியும் முன்பே அரைக்கத் தொடங்கினான் நித்திலன். சின்னமாயனின் பெருவிரல் ரேகைக்கு பெட்டிகள் திறக்குமாறு நிரல் விதிகளை திருத்தி முடித்தான்.

◆

நித்திலனையும் சின்னமாயனையும் ஏற்றிக்கொண்டு வீர் ஜடாயு சஞ்சய் வனத்தை வந்தடைந்து இரண்டு ஆண்டுகளுக்குப் பின்...

"எனக்கு ஒரு ஐஸ் மைலோ"

"எனக்கு ஒரு லெமன் டீ"

செங்காந்தளும் நித்திலனும் சொன்னதைக் குறித்துக்கொண்டு பணியாளர் விடைபெற்றார்.

"அடுத்த வாரம் கல்யாணத்த வச்சுகிட்டு ஏண்டா இவ்ளோ ரெஸ்ட்லெசா இருக்க?"

"ஒன்னும் இல்ல"

"உங்காளுங்க சொன்னாங்கனு மறுபடியும் ரயில்ல ஏறி காணாம போயிறாதடா. அப்புறம் எனக்கு நானேதான் தாலி கட்டிக்கணும்"

"ஏன் புடவைல வந்திருக்க?"

"இப்ப இருந்தே கட்டி ப்ராக்டீஸ் பண்றேன்"

"நீ சரியா கட்ல. ஆனா நல்லா இருக்கு"

"நன்றிகள்"

தேநீர் விடுதியின் தொலைக்காட்சியில், முப்படையின் முன்னாள் தலைமைச் செயலர் கோவர்த்தன் இறந்த இரண்டாம் ஆண்டு நினைவஞ்சலி நிகழ்ச்சி ஒலிபரப்பாகிக் கொண்டிருந்தது.

"நித்தி, ஆங்குத்தேவன பிடிக்க தனிப்படை போச்சுனு சொன்னியே. என்னாச்சு?"

“பெருமாநல்லூர் கலவரம் நடந்த மூணாவது நாள் இன்ஸ்பெக்டர் நாகமலைய ஆங்குத்தேவன் வெட்டி கொன்னுட்டான். மதுரை போலீஸ் அவன கைது பண்ணிட்டாங்க. அவன பினாங்குக்கு கொண்டு போய் சிறைல அடைக்கிறதா தீர்ப்பாச்சு. நம்ம இந்திய அரசோட தனிப்படை அங்க போய் இறங்கின சமயத்துல, தூத்துக்குடில இருந்து பினாங்குக்கு கப்பல் கிளம்பியிருச்சு. நம்மாளுகளும் இன்னொரு கப்பல்ல பின் தொடர்ந்து போயிருக்காங்க. யாரும் எதிர்பாராத விதமா பினாங்கு துறைமுகத்துல இருந்து ஆங்குத்தேவன் தப்பிச்சு ஓடிட்டான். வேலஸ் மலைத் தொடர்ல அவன் தலைமறைவா இருக்கிறதா தகவல். இரட்டைக் கொலை வழக்குல இரண்டு காலத்து அரசும் அவன தேடிகிட்டு இருக்காங்க”

“ஓ. சிறப்பு. அப்படியே எதிர்காலத்துக்கு போய் அவர் ஒரு கொல செஞ்சுட்டு வந்துட்டாருனா முக்காலமும் தேடும் முக்குலத்தோன்னு ஒரு பட்டத்த கொடுத்திரலாம்”

“நீயும் அதையே தம்ப்நெய்லா வச்சு உன் யூட்யூப் சேனல்ல ஆங்குத்தேவன பத்தி ஒரு வீடியோ போடறத்துக்கு வசதியா இருக்கும். இல்லியா?”

“ஒரு பேச்சுக்கு சொன்னன்டா. அத விடு. சின்னமாயன் எப்படி இருக்கான்? பாத்து ரொம்ப நாளாச்சு”

“நல்லா இருக்கான். கார்த்திகா அவன ஏத்துகிட்ட அளவுக்கு பிரமிள் இன்னும் முழுசா ஏத்துக்கல”

“அதான் மாமா நீ இருக்கியே”

“ஸ்கூல் அவனுக்கு செட் ஆகல. என்ன பண்றதுனு தெரில”

“நீ அவன இங்க கூட்டிட்டு வந்ததே தப்பு. இதுல ஸ்கூல் வேற. ஆத்து மீன தூக்கி அக்வரியம்ல வச்ச மாதிரிதான். பேசாம உங்க வீர் ஜடாயுல பிசினஸ் கிளாஸ் டிக்கெட் எடுத்து அவன மறுபடியும் அவன் காலத்துலயே விட்டுட்டு வந்துடு நித்தி”

“அவனுக்கு அங்க யாரும் இல்ல செங்கா”

“நமக்குத்தான் நித்தி ஒரே வீட்ல இருக்கிறவங்க கூட சொந்தமில்ல. அவங்களுக்கு ஊரே அவங்க சொந்தம்”

அவன் மௌனமாயிருந்தான். செங்காந்தளுக்கு ஐஸ் மைலோ வந்தது. அவள் அதன் மேல்பரப்பில் இருக்கும் மைலோ பொடியை கரண்டியில் அள்ளி வாயிலிட்டு சுவைத்தாள்.

“நீ என்ன பாப்பாவா?”

“ஆமாம். சரி சொல்லு, ஏன் டல்லா இருக்க? கல்யாணம் வரைக்கும் போவோம்னு எதிர்பார்க்கலையா? பாதிலயே என்ன கழட்டி விடற ப்ளேன் வொர்க் ஆகலனா? இல்ல லெமன் டீ வர லேட்டாகுதுனா?’

“அது இல்ல லூசு. மோகன் கைதாகி இரண்டு வருஷமாச்சு. ஆனா நேத்து கூட அடையாள் சேமிப்பகத்துல இருந்து சில கருவிழி தகவல்கள் மீட்டா சிஸ்டமஸ்கு டிரேன்ஸ்பர் ஆகியிருக்கு”

“மீட்டா மேல கேஸ் இருக்குல?”

“அவங்க பாக்காத கேஸா. கேம்ப்ரிட்ஜ்ல இருந்தே வெளிய வந்துட்டாங்க”

“யார் அவங்களுக்கு டேட்டாவ சப்ளை பண்றது?”

“அததான் என்னால கண்டுபிடிக்க முடியல”

“நேத்து நவ் டைம்ஸ்ல ஒரு ஆர்ட்டிக்கல் படிச்சேன் நித்தி. மீட்டா மாதிரி சில பெரிய சமூக வலைத்தள நிறுவனங்கள் ஒவ்வொரு நாட்லயும் ‘ஹீரோ ஏஜெண்ட்ஸ்’ அப்படின்ற பேர்ல ஆட்கள தேர்ந்தெடுத்து அவங்கள தங்களுடைய சைபர் மாபியா ஆக்டிவிடிஸ்கு பயன்படுத்திக்கிறாங்களாம். இந்த ஹீரோ ஏஜெண்ட்ஸ் எல்லாம் சகலகலா திருட்டு பசங்க. ஆனா டெக்னாலஜில புலி. சைபர் ஸ்பேஸ்ல எல்லா சந்து பொந்தும் தெரியும். இதுல முக்கியமான தகவல் என்னென்னா...”

மைலோ கொஞ்சம் பருகிக்கொண்டாள்.

“இந்த ஹீரோ ஏஜெண்ட்ஸ் எல்லாருக்கும் சராசரி வயசு பத்துல இருந்து பதிமூணுதான்”

நித்திலனின் கண்கள் விரிந்தன.

“அவங்க எப்படி செங்கா?”

“அப்பா அம்மா இரண்டு பேரும் வேலைக்குப் போக வேண்டிய சூழல்ல, மூணு வயசு நாலு வயசுலயே குழந்தைகள் செல்போனுக்கும் ஐபேடுக்கும் பழகறாங்க. பள்ளிக்கூடத்துக்கு போறதுக்கு முன்னாடியே விர்ச்சுவல் உலகத்துக்கு போறாங்க. மூணு வயசுல உள்ள போற குழந்தைக்கு அதுலயே விழுந்து புரண்டு பத்து வயசுல அசாதாரண அறிவு வளருது. அதுவும் துப்பாக்கி, வெடிகுண்டு, திருட்டு, கொல, கொள்ளனு விளையாடி வளருகிற மூள மனித மதிப்புகளே இல்லாத மூளயா உருவாகுது. இவங்க வெளிய பாக்க மனநோயாளி போல இருப்பாங்க. உண்மைய சொன்னா மனநோயாளிதான். ஆனா மூள மட்டும்

பலநாள் பயிற்சி எடுத்த முப்பது வயசு ஆளோட க்ரிமினல் மூள மாதிரி வேல செய்யும். இவங்கள வளத்தது அப்பா அம்மா இல்ல. கற்பனை கதாபாத்திரங்கள். அதனால இவங்க ரியல் வேர்ல்டுக்கு பொய்யாகவும் விர்ச்சுவல் வேர்ல்டுக்கு உண்மையாவும் இருப்பாங்க. சின்ன வயசுன்றதால யாருக்கும் இவங்க மேல சந்தேகம் வராது. அப்படியே வந்தாலும் அத மோப்பம் பிடிச்சிருவாங்க. ஒளிஞ்சுக்க வேண்டிய நேரத்துல மாயமா மறஞ்சிருவாங்க. பாய வேண்டிய நேரத்துல ஒளியின் வேகத்துல பாய்வாங்க. இந்த உலகம் இதுவரைக்கும் பாக்காத நன்மையும் தீமையும் இவங்ககிட்ட இருந்துதான் வரப் போகுது. டேஞ்சரஸ் கிட்ஸ்”

வீடு திரும்பிக்கொண்டிருந்த வழியில் ஹலோ எப்.எம். ஒலித்துக்கொண்டிருந்தாலும் செங்கா சொன்ன ‘ஹீரோ ஏஜெண்ட்ஸ்’ தகவல்தான் நித்திலனுக்கு எதிரொலித்தது.

வானொலியில் திரைப்பட இயக்குனர் ராஜமௌலி மகாபாரத திரைப்படத்திற்கான நடிகர்கள் தேர்வைத் தொடங்கியிருப்பதாக அறிவிப்பாளர் பேசிக்கொண்டிருந்தபோது நித்திலனுக்கு விருமாயக்காள் சொன்ன கதை நினைவுக்கு வந்தது. அந்த பீமன் கடோத்கஜன் கதையில், ஆடுகளைத் திருடிய கடோத்கஜனும் செங்கா சொன்னது போல ஒரு ஹீரோ ஏஜெண்ட்தான் என்று நினைத்துச் சிரித்தான். கருவிழித் தகவல்களைத் திருடுவது யார் என்று நித்திலன் தேடிக்கொண்டிருக்கும் உண்மை, விருமாயக்காளின் கதையில் புதைந்திருந்ததை அவன் அறியவில்லை.

மாக்கியவெல்லி

சரித்திரம்

ஆகோள் II

தொடரும்...